ஒரு மழை இரவில்

சூரியகாந்தி

பொருளடக்கம்

பொருளடக்கம்

1

அமாவாசை இரவு... நிலாமகள் இல்லாமல் போனாலும் தன்னால் முடிந்தளவு வெளிச்சத்தை வழங்கிக் கொண்டிருந்த நட்சத்திரக் கூட்டங்களை கருமேகங்கள் மறைத்த காரணத்தால் தெருக்களில் வெளிச்சம் என்பதே இல்லாமல் போனது...

நான்கு மணி நேரத்திற்கும் மேலாக நீண்டு கொண்டிருந்த பேய் மழை ஊர் மக்களை ஜன்னல் வெளியே எட்டிப் பார்க்கக் கூட தைரியம் இல்லாதவர்களாய் மாற்றி தங்களைத் தாங்களே வீட்டிற்குள் சிறையெடுக்க வைத்தது...

அரசு அதிகாரிகள் பொறுப்பாக அந்த ஏரியா முழுக்க மின்சாரத்தை துண்டித்து விட்டிருந்தனர்...

இன்னுமொரு வெள்ளத்தை தாங்க முடியாது என்னும் காரணத்தால் ஒவ்வொருவரும் தங்களுக்கு பிடித்த இஷ்ட தெய்வங்களை இருளில் வேண்டிக் கொண்டிருந்த நேரம்...

பலத்த காற்றால் மரங்கள் அடியோடு பெயர்ந்தோ இல்லை கிளைகளை இழந்தோ சாலைகளின் குறுக்கே விழ ஆரம்பித்திருந்தது...

அந்த சாலையில் இன்னோவா கார் ஒன்று அத்தனை இடர்பாடுகளையும் பொருட்படுத்தாமல் ஹெட்லைட் வெளிச்சத்துடன் வேகமாக முன்னேறி வந்து கொண்டிருந்தது...

அந்த வண்டி வந்து கொண்டிருந்த அதே தெருவில் சரியாக அங்கிருந்து எழறை கிலோ மீட்டர் தொலைவில் இருந்தது அந்த பெரிய ஆலமரம்...

சரியாக பத்தாவது நிமிடத்தில் அந்த மரத்திற்கு அருகில் வந்த அந்த கார் விழுந்து கிடந்த மரம் ஒன்றால் தடைபட்டு நின்றது... அந்தக்கணம் அதன் உள்ளிருந்தவனுக்கு ஏனோ உடலும் உள்ளமும் படபடத்தது...

அந்தக் குளிரிலும் உடலில் வேர்வை அருவியென வழிந்து கொண்டிருந்தது... காரை ஸ்டார்ட் செய்ய அது புகையைக் கக்கியதே தவிர சிறிதும் முன்னேறவில்லை...

பயத்திலும் பதற்றத்திலும் அடுத்து என்ன செய்வது என்று புரியாமல் திகைத்திருந்தவனுக்கு மின்னல் வெளிச்சத்தில் அந்த மரத்தின் அருகே காட்டுமன்னார்

கோவில் 7.5 கிலோமீட்டர் என்று எழுதப்பட்டிருந்த மைல் கல் ஒன்று தெரிந்தது...

ஏதோ முடிவு செய்தவனாக காரை விட்டு இறங்க முயற்சித்த நேரத்தில்

உயிரை நடுங்கச் செய்யும் அளவில் இடிச்சத்தம் கேட்க சின்னஞ்சிறு குருவிகள் பருந்திற்குப் பயந்து கூட்டிற்குள் பதுங்குவது போன்று அவனும் பாதுகாப்பாக காரினுள் அமர்ந்துவிட்டான்...

இடியோசை முடிந்த அடுத்தகணம் தோன்றிய சக்திவாய்ந்த மின்னல் மழையில் நனைந்தவண்ணம் தலை குனிந்த நிலையில் மிகப்பெரிய இரும்புக் கம்பி ஒன்றுடன் தார்ச்சாலையில் அமர்ந்திருந்த ஒருவனைக் வெளிச்சம் போட்டுக் காட்டியது....

அதிர்ச்சியில் அம்மா என்றே அலறியவன் சுதாரித்து காரை ஸ்டார்ட் செய்ய அது சக்கரங்களுக்கு முன்னால் கிடந்த மரக்கட்டையின் பலனால் நகர மறுத்தது... கையில் இருந்த இரும்பு ராடை தரையில் அடித்தவண்ணம் யாரோ ஒருவரின் வருகைக்காக காத்திருந்தவன் மெதுவாக எழுந்தான்...

அவன் நெருங்கி வர வர இவனுக்குள் பயம் அதிகரித்தது... ஒரு கட்டத்தில் இது சரிவராது என்று நினைத்தவன் காரை ரிவேர்ஸ் எடுக்கக் கூடத் தோன்றாமல் காரில் இருந்து இறங்கி ஓட ஆரம்பித்தான்...

இவன் ஓடினாலும் இவன் பார்த்து பயந்தவனோ சீராகவே நடந்து வந்தான்... ஓடிக்கொண்டே இருந்தவன் எதன் மீதோ இடித்து விழுந்தான்... விழுந்தவன் நிமிர்ந்து பார்க்க எமன் கண் முன் நிற்பதை உணர்ந்து கடைசிப் புண்ணியமாய் அம்மா என்று அழைத்தான்... அதுவே அவனுடைய இறுதி வார்த்தையாகவும் அமைந்தது...

அடுத்த நாள் காலை...

சென்னையில் ஒரு அபார்ட்மெண்ட்டிற்கு அருகே இருந்த சாலை....

" யோவ் ஏட்டு கூட்டத்தை க்ளியர் பண்ணு... யாரு யா அது... பாடியை முதலில் பார்த்தது..." மிடுக்காய் விசாரணையை ஆரம்பித்தான் சார்லஸ்... இன்ஸ்பெக்டர் சார்லஸ்...

" நான் தான் சார்..." ஒருவன் முன்னே வர...

" எப்ப பார்த்த... எப்படிப் பார்த்த... ஒன்னு விடாம நடந்ததை அப்படியே சொல்லு..."

" சார் என்னோட பெயர் பூபதி நான் பக்கத்தில் இருக்கிற அபார்ட்மெண்ட் ல நாலு வருஷமா குடி இருக்கேன்... எப்பவும் காலையில் ஐந்து மணிக்கு வாக்கிங் போறது வழக்கம்... அதே மாதிரி இன்னைக்கு வந்தப்ப பார்த்தேன் சார்..."

" ம்ம்ம்... பாடியை மட்டும் தான் பார்த்தியா??? இல்லை பக்கத்தில் வேற ஏதாவது பார்த்தியா???"

" இல்லை சார்... நான் வேற எதுவும் பார்க்கல..."

" சரி ஓகே போங்க... ஆனா எப்பக் கூப்பிட்டாலும் வரனும் என்ன ஓகே வா..." கிட்டத்தட்ட ஆணையிட்டான் சார்லஸ்...

அப்போது அந்த இடத்திற்கு மற்றுமொரு போலீஸ் வாகனம் வந்து நிற்க... அதில் இருந்து இறங்கினான் இன்னொரு போலீஸ்காரன்...

" என்னடா இன்னும் மூக்கு வேர்க்கலயேன்னு நினைச்சேன்... வந்துட்-டானா??? நான் ஒரு கேஸ் கையில் எடுத்தா போதும்... எங்க இருந்து தான் இவனுக்கு விஷயம் போகுதுன்னு தெரியல...

கரெக்ட்டா அங்க ஆஜாராகிடுறான்... இவனுக்கு இப்ப நான் போய் சல்யூட் வேற அடிக்கனும்... இதுக்காகவே தினமும் ஒருதடவை என் ஸ்டேசனுக்கு வந்-திடுவான் ராஸ்கல்... எல்லாம் என்னோட காலம் நேரம்..." என்று கடுகடுத்துக்-கொண்டே புதியவனிடம் வந்த சார்லஸ் சார் என்ற உச்சரிப்புடன் சல்யூட் அடித்-தான்...

" பொய்யா நடிக்காத டா... உனக்கும் எனக்கும் ஆகவே ஆகாதுன்னு நேத்து வேலைக்கு சேர்ந்த புது கான்ஸ்டபுளுக்குக் கூடத் தெரியும்... அப்படி இருக்கும் போது எதுக்காக இப்படி சோப்பு போடுற...

நீ என்னதான் காக்கா புடிச்சாலும் நீ கடைசி வரைக்கும் இன்ஸ்பெக்டர் தான்... ஏசி டிசி ஆகலாம் னு கனவில் கூட நினைச்சிடாத என்ன...."

" சார் நீங்க தப்பா யோசிக்கிறீங்க... நான் உங்களுக்கு கொடுத்த மரியாதை நீங்க என்னோட உயர் அதிகாரிங்கிற ஒரே ஒரு காரணத்துக்காக மட்டும் தான்..."

" இந்த வாய்க்கு ஒன்னும் குறைச்சலே இல்லை... இப்படி எதிர்த்துப் பேசி பேசி தானே என்னைப் பகைச்சிக்கிட்டு இப்படி கஷ்டப்படுற... உயர் அதிகா-ரிகளை எப்படி அனுசரிச்சு போகனும் னு தெரியாத உன்னையெல்லாம் யார் டிபார்ட்மெண்டில் சேர்த்தது... நல்லா படிச்சு நாலு விஷயம் தெரிஞ்சிக்கிட்டா மட்டும் போதுமா... பத்தாது தம்பி... ஏட்டுச்சுரைக்காய் கறிக்கு என்னைக்குமே உதவாது...

போ... போய்... டெட்பாடியை க்ளியர் பண்ணு..." என்றுவிட்டு ஒதுங்கி நின்று சிகரெட்டை பற்ற வைத்தான் அசிஸ்டன்ட் கமிஸ்னர் தொல்காப்பியன்...

"ஆளைப்பாரு... காலங்காத்தாலே வந்து பிரச்சனை பண்றான்... யார் என்னை செலக்ட் பண்ணி இருந்தா இவனுக்கு என்ன... முதலில் இவனை யாரு செலக்ட் பண்ணது... எருமை மாடு மாதிரி உடம்பை வைச்சிக்கிட்டு எப்ப பார்த்தாலும் என்-கிட்ட பிரச்சனை பண்ணிக்கிட்டு இருக்கான்...

க்ரைம் ஸ்பாட்டுக்கு வர அளவுக்கு இவன் வெட்டியா இருக்கானா என்ன... எல்லா வேலையையும் தூக்கிப் போட்டுட்டு எப்படா வாய்ப்பு கிடைக்கும் எப்ப என்னை அவமானப்படுத்தலாம் னு அலையுறான் ராஸ்கல்...

என்னை அடிக்கடி ரொம்ப அவமானப்படுத்துறான் வேற... என்னைக்காவது ஒருநாள் இவனை போட்டுத் தள்ளிட்டு ஜெயிலுக்கு போகப் போறேன்... அதுக்கு அப்புறம் தெரியும் இந்த சார்லஸைப் பகைச்சிட்டா என்ன ஆகும்னு...

அட ச்சே... ஒரு போலீஸா இருந்துக்கிட்டு நானே ஏன் இப்படியெல்லாம் பேசிக்கிட்டு இருக்கேன்... நான் ஹர்ட் ஆகனும்... கஷ்டப்படனும் அதுதானே அவனோட எண்ணம் அதை நான் நடக்க விடக் கூடாது... அவனோட எந்த செயலும் என்னை பாதிக்காதுன்னு அவனுக்கு நிரூபிக்கனும்.. பீ கூல் சார்லஸ்... " தனக்குத் தானே சொல்லிக் கொண்டவன் வேலையைப் பார்க்கலானான்....

" நமக்கு போன் பண்ண கையோட டிசி சார் ஏசிக்கும் போன் பண்ணி சொல்லி இருப்பாரு போல... சொல்லி வைச்ச மாதிரி நம்ம வந்த கொஞ்ச நேரத்தில் இங்க வந்துட்டாரு..." சார்லஸின் நண்பன் மற்றும் தடயவியல் நிரூபர் இளவரசன் கேட்க...

"அவன் கிடக்கிறான்.... அவன் எல்லாம் என்ன ஒரு ஆளு... இந்த காக்கிச் சட்டையை போட முடியலையேன்னு ஊருக்குள்ள எத்தனையோ பேரு வருத்தத்தோட இருக்காங்க... ஆனா இவனுக்கு... மெத்தனம்... ஏசி ஆ இருக்கோம்... நம்மமைக் கேட்க யார் இருக்கா அப்படின்ற திமிரு... ஒருநாள் இல்லை ஒருநாள் இந்தத் திமிரை எல்லாம் அடக்காம விட மாட்டேன்...

சரி அவனை விடு... நீங்க வந்த வேலையைப் பாருங்க... ஏதாவது தடயம் கிடைக்குதான்னு பாருங்க..."

" கண்டிப்பா சார்லஸ்... இந்த கேஸை சீக்கிரமே முடிச்சி அந்த ஏசி மூஞ்சில கரியைப் புசுறோம்..." ஒருவருக்கொருவர் ஹைபை அடித்துக் கொண்டனர்... அது அவ்வளவு எளிதான காரியமாக இருக்குமா என்பது யாருக்குத் தெரியும்....

டெட்பாடி தொங்கிக் கொண்டிருந்த மரத்தில் இருந்து பாடியை மெல்லமாக இறக்கியவர்கள் கீழே விழுந்து கிடந்த பைக்கை விலக்கிவிட்டு அந்த மரத்தைச் சுற்றி சிறிது தூரத்திற்கு க்ரைம் ஸ்பாட் என்று மஞ்சள் நிற ரிப்பன்களைக் கொண்டு தற்காலிக தடுப்பு அமைத்துவிட்டு கிளம்பினர்...

அடுத்தநாள் காலை சார்லஸ் ஸ்டேசனுக்கு தொல்காப்பியன் வர...

‘ வந்துட்டான் டா கடன்காரன்...’ நினைத்தவண்ணம் எழுந்து சல்யூட் அடித்த சார்லஸ் அவன் அமர்வதற்கு தன்னுடைய சேரைக் கொடுத்து விலகி நின்றான்...

" என்ன மிஸ்டர் சார்லஸ்... அந்த அதிகாலைக் கொலை வழக்கு என்ன ஆச்சு..."

" பிஎம் ரிபோர்ட் வந்தாச்சு சார்... க்ளியர் ஸ்டேட்மெண்ட்..."

" என்னது..."

" இட்ஸ் எ சூசைட்..."

" அதாவது... நட்ட நடு ரோட்டில் ஆளுங்க போயிட்டும் வந்துட்டும் இருக்கிற ரோட்டில் பக்கத்தில் அபார்ட்மெண்ட் இருக்கிங்கிறது தெரிஞ்சும் இராத்திரி நேரத்தில் ஒருத்தன் மரத்தில் தூக்கில் தொங்கி தற்கொலை செஞ்சு இருக்கான் அப்படித்தானே..." தொல்காப்பியன் நக்கலாகக் கேட்க...

" நீங்க கிண்டலாக் கேட்டாலும் அதுதான் சார் உண்மை... அவரு தன்னோட பைக்கில் ஏறி நின்னு தான் சூசைட் பண்ணி இருக்காரு... அவரோட வண்டி அந்தக் கயிறு இரண்டிலும் அவர் கைரேகையைத் தவிர வேறு ஒன்னும் கிடைக்கல... உடலில் எந்தவிதமான காயமும் இல்லை..." அவன் முடிக்கும் முன்னரே...

" சோ இதையெல்லாம் வைச்சு நீங்களே முடிவு பண்ணிட்டீங்க அப்படித்தானே..."

" எஸ் சார்..."

" அவரோட பேமிலி..."

" இன்பார்ம் பண்ணியாச்சு சார்... பாடியை கலெக்ட் பண்ணிட்டு போயிட்டாங்க... கொஞ்ச நாளாவே அவருக்கும் அவரோட பையனுக்கும் பிரச்சனை இருந்ததாகவும் அதனால அவர் ரொம்ப மன உளைச்சலில் இருந்ததாகவும் அவரோட மனைவி வாக்குமூலம் கொடுத்து இருக்காங்க...

ஒரு முக்கியாமான விஷயம் அவரு ஒரு எக்ஸ் போலீஸ் ஆபீசர்... குறிப்பா சொல்லனும் னா அவரு மாம்பலம் ஏரியாவைச் சேர்ந்த முன்னாள் அசிஸ்டன்ட் கமிஸ்னர் மிஸ்டர் கோவிந்தன்..." என்றான் சார்லஸ்...

" சோ கேஸ் க்ளோஸ்டு... அப்படித்தானே..." தொல்காப்பியன் கேட்க தலையாட்டி ஆமோதித்தான் சார்லஸ்...

" ஓகே கேரி ஆன்..." என்றுவிட்டு தன் வேலையைப் பார்க்கக் கிளம்பினான் அவன்...

அன்று மாலை... ' எப்பவும் காலையில் வந்து தான் டார்சர் பண்ணுவான்... இப்ப என்ன சாயங்காலம் வந்து இருக்கான்...' மனதினுள் நினைத்தவண்ணம் சார்லஸ் சல்யூட் அடித்து நிற்க...

" மிஸ்டர் சார்லஸ் ஒரு முக்கியமான இடத்துக்குப் போகனும்... கொஞ்சம் சீக்கிரம் வந்து என்னோட வண்டியை எடுங்க..."

" என்னது நான் ட்ரைவ் பண்ணனுமா..." சார்லஸ் அதிர்ச்சியாகக் கேட்க...

" ஏன் உனக்கு ட்ரைவிங் தெரியாதா??? தெரியும் தானே... அப்புறம் என்ன... ஒரு முக்கியமான இடத்துக்குப் போகனும்... அங்க மத்தவங்களை கூட்டிக்கிட்டு போக முடியாது... சீக்கிரம் வாங்க..." என்றான் தொல்காப்பியன்..

" ஊர் உலகத்தில் எவன் எவனுக்கோ சாவு வருது இவனுக்கு ஒன்னு வருதான்னு பாரு..." கடுப்புடன் அவனுடன் கிளம்பினான் சார்லஸ்...

சார்லஸ் ட்ரைவர் இருக்கையில் இருக்க அவன் அருகே அமர்ந்தவண்ணம் என்கிட்ட மோதாதே நான் ராஜாதி ராஜனடா பாட்டுக்கு விசிலடித்தபடி வந்தான் தொல்காப்பியன்...

" சார் நீங்க சொன்ன ஏரியா வந்தாச்சு... இதுக்கு அப்புறம் எங்க போகனும் னு சொன்னீங்கன்னா கொஞ்சம் நல்லா இருக்கும்..." சார்லஸ் கேட்க...

" பப்புக்கு போகனும்..." என்றான் அவன்...

வந்த கோபத்திற்கு அவனை அடித்தே கொன்றுவிட்டால் தான் என்ன என்று தோன்றியது சார்லஸிற்கு... இருந்தாலும் கோபத்தை அடக்கிக் கொண்டு அமைதியாய் அவன் சொல்படி நடந்தான்...

இரவு பத்துமணி... ஏக கடுப்புடன் வண்டியை ஓட்டிக் கொண்டிருந்த சார்லஸிடம், "வண்டியை இங்க கொஞ்ச நேரம் ஓரமா நிறுத்து கொஞ்ச நேரம் காற்று வாங்கலாம்..." என்றான் தொல்காப்பியன்.....

" ஏற்கனவே லேட் ஆகிடுச்சு... இங்க ஆள் நடமாட்டம் கூட அவ்வளவா இல்லை... கொஞ்ச நேரத்தில் உங்க வீட்டுக்கு போயிடலாம்... சார்ர்ர்...." என்றான் கடுப்பில்...

" ஏன் சார்லஸ் நான் உன்னை ஏதாவது பண்ணிடுவேன்னு பயமா இருக்கா உனக்கு..."

" கருமம் கருமம்... காசிக்கு போனாலும் கருமம் தொலையாது போல..." சலித்துக்கொண்டே வண்டியை நிறுத்தினான் சார்லஸ்...

தொல்காப்பியன் இறங்கி ஒரு சிகரெட் எடுத்து பற்ற வைக்க அவனைப் பார்க்கப் புடிக்காமல் வேறு பக்கம் திரும்பினான் சார்லஸ்...

அப்போது அவர்களைக் கடந்து டூவிலரில் சென்ற ஒரு பெரியவர் இவர்கள் இருவரையுமே பார்த்துக்கொண்டு சாலையைக் கவனிக்காமல் செல்வது போல் இருந்தது அவனுக்கு...

அவர்கள் கண்ணில் படுகின்ற தூரம் அதே நேரத்தில் விரைவில் அவர்கள் வந்து சேர்ந்துவிடாதபடியான தூரத்தில் வண்டியை நிறுத்திய அந்தப் பெரியவர்... தன் வண்டியில் தொங்கிக் கொண்டிருந்த பையில் இருந்து ஒரு கயிறை எடுத்து இவர்கள் இருவரையும் ஒருமுறை பார்த்துவிட்டு துரிதமாக செயல்பட்டார்...

தன் வண்டியின் மீதே ஏறி தலைக்கு மேல் இருந்த மரக்கிளையில் அந்த கயிறால் சுருக்கு மாட்டினார்... அதில் அவர் தலையை நுழைக்கும் வேளையில் ஏதேட்சையாக அதைக் கவனித்த சார்லஸ்... " ஏய்... ஹலோ.. என்ன பண்ணீங்க..." என்றவண்ணம் அந்தப் பெரியவரை நோக்கி ஓடினான்...

2

" ஏய்... ஹலோ... சார்.... என்ன பண்றீங்க... நான் சொல்றதைக் கேளுங்க... வண்டியை விட்டு கீழே இறங்குங்க... " சார்லஸ் ஓட ஆரம்பித்த அதே நொடி கழுத்தில் சுருக்கை மாட்டியவர் தான் நின்றிருந்த தன்னுடைய டூவிலரை காலால் உதைத்துத் தள்ளினார்... இவன் அவரை அடைந்த நேரம் அவர் உடல் தன் கடைசி உதறலை முடித்திருந்தது...

" ச்சே டேமிட்..." தரையை காலால் உதைத்தான் சார்லஸ்...

" சார்லஸ்...." மூச்சு வாங்க ஓடி வந்த தொல்காப்பியன் அழைக்க...

" செத்திட்டாரு..." என்றான் கடுப்பில்...

" எனக்கு ஒன்னும் புரியல... எதுக்காக இப்படி நட்ட நடு ரோட்டில் தூக்கில் தொங்கனும்...." தொல்காப்பியன் கேட்க...

" தெரியல சார்... நான் இன்னும் கொஞ்சம் வேகமா ஓடி வந்திருந்தா அவரைக் காப்பாத்தி இருக்கலாம்... ச்சே..."

" நீ இப்ப ஓடி வந்த வேகத்தை போலீஸ் ட்ரெனியிங்கில் காட்டி இருந்தா டேராக்டா ஏசியாவே அப்பாயிண்ட் ஆகி இருப்ப... அது அந்த ஆளோட தலைவிதி... தலைவிதின்னு கூட சொல்ல முடியாது... கோழைத்தனம்..." கடுப்புடன் சொன்னான் தொல்காப்பியன்...

கொஞ்ச நேரத்தில் இளவரசன் டீம் வர... பாடி அப்புறப்படுத்தப்பட்டது.... எஸ் ஐ சபாபதியிடம் அவரைப் பற்றிய தகவல்களை விசாரிக்கச் சொல்லிவிட்டு வீட்டிற்குக் கிளம்பினர் சார்லஸ் தொல்காப்பியன் இருவரும்...

மணி பன்னிரண்டு அடிக்க சில நிமிடங்களே இருந்தது... மாற்றுச் சாவியால் கதவைத் திறந்து கொண்டு உள்ளே வந்த சார்லஸ்... ஹாலிலே உறங்கிக் கொண்டிருந்த காதல் மனைவியைப் பார்த்தான்...

" ஷாலு... ஷாலு... எழுந்திரிம்மா..."

" என்னாச்சுங்க... இன்னைக்கு இவ்வளவு லேட்..."

"சொல்றேன்... எனக்கு ஸ்டாராங்கான காபி ஒன்னு போட்டுக் கொண்டு வாயேன்... தலை ரொம்ப வலிக்கிது... "

சரி என்று அவள் திரும்பிய நேரத்தில் "ஷாலினி முதல்ல எனக்கு ஒரு டீ..." என்றவண்ணம் வந்தான் தொல்காப்பியன்...

இருவரையும் ஒருசேரப் பார்த்தவள் ஒரு பெருமூச்சுவிட்டபடி கிச்சனுக்குள் சென்றாள்....

மணி பன்னிரண்டு அடிக்க ஆண்கள் இருவரும் ஒரே திசையில் திரும்பிப் பார்த்தனர்... அந்தப் பெரிய கடிகாரத்திற்கு வலப்புறம் சார்லஸ் ஷாலினி திருமணப் புகைப்படமும் இடப்புறம் தொல்காப்பியன் ஷாலினியின் தோளில் கை போட்டபடி இருந்த புகைப்படமும் ஒரே அளவில் ப்ரேம் செய்யப்பட்டு தனித்தனியாக இருந்தது...

இருவருக்கும் தேவையானதை கொண்டு வந்து கொடுத்தவள் தொல்காப்பியன் அருகே அமர காபியை எடுத்துக்கொண்டு தன்னறைக்குள் சென்றான் சார்லஸ்...

செல்பவனையும் தன் அருகே இருப்பவனையும் ஷாலினி மாறி மாறிப் பார்க்க... " போ... அதான் சிம்பாலிக்கா வரச் சொல்றான் இல்ல..." கடுப்புடன் சொல்லிவிட்டு தன்னறைக்குச் சென்றான் தொல்காப்பியன்...

அடுத்த நாள் காலை...

" சபாபதி... அந்த நபரைப் பத்தி கேட்டேனே... என்னாச்சு... ஏதாவது டைைல்ஸ்..." சார்லஸ் கேட்க...

" சார் அவரு பேரு... பூங்காவனம்... அவரு ஒரு ரிட்டையர்டு போலீஸ் எஸ் ஐ... கொஞ்ச நாளாவே அவருக்கும் அவரு பொண்ணுக்கும் ஏதோ பிரச்சனை அப்படின்னும் அதனால குடும்பமே மன உளைச்சலில் இருந்ததாகவும் அவரோட வொய்ப் மிஸஸ் பூங்காவனம் ஸ்டேட்மெண்ட் கொடுத்து இருக்காங்க சார்..." என்றான் அவன்...

" சோ மறுபடியும் ஒரு போலீஸ்காரர் தற்கொலை பண்ணி இருக்காரு... அதுவும் இரண்டு நாளைக்கு முன்னாடி நடந்த அதே மாதிரி... இதெல்லாம் கோஇன்சிடண்டா இருக்கும் னு நினைக்கிறியா சார்லஸ்..." கேட்டபடி வந்தான் தொல்காப்பியன்...

" சபாபதி... அந்த எஸ் ஐ எந்த ஸ்டேசனில் வொர்க் பண்ணி ட்ரிட்டையர்டு ஆனாருன்னு விசாரிச்சீங்களா???" என்று சபாபதி பக்கம் திரும்பினான் வந்தவன்...

" மாம்பலம் ஸ்டேசன் சார்..."

" மாம்பலம் ஸ்டேசனா... இங்க என்ன நடக்கிது சார்லஸ்... எனக்கு என்னமோ இந்த இரண்டு தற்கொலைகளும் சாதாரணமானதா படல... மத்த கேஸை எல்லாம் கொஞ்சம் தள்ளி வைச்சிட்டு இந்த கேஸில் கொஞ்சம் மும்முரமா இறங்கு... நடக்கிறதை அப்பப்ப எனக்கு இன்பார்ம் பண்ணு..." என்றான் தொல்காப்பியன்...

"எஸ் சார்... " பணிவுடன் ஏற்றுக்கொண்டான் சார்லஸ்...

காட்டுமன்னார் கோவில் போலீஸ் நிலையம்... சேறும் சகதியும் உடலில் அள்ளிப் பூசியவண்ணம் ஓடி வந்தான் ஒருவன்...

" யோவ்.... யோவ்... நில்லு... யாரு நீ... எதுக்காக இப்படி ஓடி வர..." எஸ் ஐ சத்யா கேட்க...

" சார்... சார்.. அங்க... அங்க..."

" ஏய்... இரு... இரு... பொறுமையா சொல்லு... ஒன்னும் புரியல எனக்கு.. முதல்ல இந்தத் தண்ணியைக் குடி..." தண்ணீரை நீட்டினான்....

அதை வாங்கியவன் கை நடுக்கத்தினால் பாதியை தரையிலும் மிச்சத்தை வாயிலுமாக ஊற்றி எப்படியோ காலி செய்தான்...

" என்னய்யா... ஏதோ பார்க்கக் கூடாததை பார்த்த மாதிரி இப்படி பயத்தில் நடுங்கிற..."

சார்... அங்க... பிணம்... கொலை... இரத்தம்... சொல்ல முடியாமல் திணறினான் வந்தவன்...

விஷயம் விளையாட்டல்ல என்பதை உணர்ந்த சத்யா, " இங்க பாரு... பயப்படாத... உனக்கு ஒன்னும் ஆகாது... என்ன பார்த்த எங்க பார்த்த..."

" சார்... சார்... காட்டுக்குள்ள இருக்கிற அய்யனார் கோவில் முன்னாடி கார்... காருக்குள்ள ஒரு பிணம்..." திக்கினாலும் சொல்ல வேண்டியதை சொல்லி முடித்தான் அவன்...

" யோவ் ஏட்டு... அவன்கிட்ட பேர் அட்ரஸ் எல்லாம் வாங்கிக்கிட்டு அவனை வீடு வரைக்கும் கொண்டு விட்டுட்டு வாங்க..." என்றுவிட்டு க்ரைம் ஸ்பாட்டுக்கு கிளம்பினான் சத்யா...

கொலை நடந்து நாட்கள் ஆகி இருந்ததால் உடல் அழுக ஆரம்பித்திருந்தது... "சார் ப்ரான்சிக் ஆளுங்க... அப்புறம் போஸ்ட்மார்டம் பண்றதுக்கு டாக்டர்ஸ், மோப்பநாய் எக்பஸ்ர்ட் எல்லாரையும் வரச்சொல்லிடவா... " ஏட்டு ஒருவர் கேட்க...

" வரச்சொல்லு... ஆனா பிரயோஜனம் இருக்குமான்னு தான் தெரியல... மழையில் நனைஞ்சதால எந்த கைரேகையும் தெளிவாக் கிடைக்காது... அதே மாதிரி மோப்பநாய் மூலமாவும் எந்த எவிடன்ஸூம் நமக்குக் கிடைக்காதுன்னு நினைக்கிறேன்... பார்ப்போம்... போஸ்ட்மார்டம் பண்றவங்களை சீக்கிரம் வரச் சொல்லு... "

" சார்..."

" என்னாச்சு கந்தசாமி..." அழைத்த கான்ஸ்டபிளிடம் சத்யா செல்ல...

" சார்... இந்த போட்டோவைப் பாருங்க... இந்த பர்ஸ் காருக்கு அடியில் கிடைச்சது... எனக்கு இவரை நல்லாத் தெரியும்.. இவரு ஒரு பழைய போலீஸ்-

காரர்... பேரு சாலமோன்..." என்றான் அவன்...

" குட்... ஹேண்ட் கிளவுஸோட தானே எடுத்தீங்க... இது காருக்கு அடியில் கிடைச்சதுன்னா கொலைகாரன் தூக்கி எறிஞ்சி இருப்பதற்கும் வாய்ப்பு இருக்கு...இதை பாரன்சிக் ஆளுங்ககிட்ட ஒப்படைச்சிடுங்க...

தென் உடனடியா அவரோட குடும்பத்துக்கு இன்பார்ம் பண்ணுங்க... இவருக்கு பகையாளி யாராவது இருக்காங்களான்னு விசாரிங்க... க்யூக்... க்யூக்..."

" என்னாச்சு கந்தசாமி நான் கேட்ட டிடைல்ஸ் எல்லாம் கிடைச்சதா?"

" எஸ் சார்... அவரோட பேமில இவரு இவரோட வொய்ப் ஒரு பையன் சென்னையில் வொர்க் பண்றாரு... இவருக்கு எதிரிங்கன்னு பெருசா யாரும் இல்லை... விசாரிச்சதில் ஒரு வேலிட் க்ளூ கிடைச்சு இருக்கு..."

" என்ன அது..."

" அந்த இன்னோவா கார்... அது அவரோடதே இல்லை... இன்பேக்ட் கொஞ்ச நாளுக்கு முன்னாடி அவருக்கு ஹார்ட் ப்ராப்ளம் வந்ததால அவரு ட்ரைவ் பண்ணக் கூடாதுன்னு டாக்டர் சொல்லி இருக்காங்களாம்... இவரு அந்தக் காரை ஓட்டி இருக்கிறதுக்கான வாய்ப்பே இல்லைன்னு சொல்றாங்க சார் அவங்க வீட்டு ஆளுங்க..."

" ஓஓஓ... அப்ப அந்தக் கார் யாரோடதுன்னு சீக்கிரம் கண்டுபிடிங்க... " என்றான் சத்யா...

" என்ன டாக்டர்... டெத் எப்படி நடந்து இருக்கு... ஏதாவது தெரிஞ்சதா???"

" எஸ் மிஸ்டர் சத்யா... இந்தக் கேஸைப் பொறுத்த வரைக்கும் உங்களுக்கு அதிக சிரமம் இருக்காதுன்னு நினைக்கிறேன்.... இப்பவே கேஸை முடிச்சிட-லாம்..."

" எப்படி சொல்றீங்க..."

" இட்ஸ் எ க்ளியர் சூசைட்... தூக்கு மாட்டி இறந்திருக்கனும்.... கழுத்துப் பகுதியிலும் அதை ஒட்டிய எலும்புப் பகுதியிலும் தடயங்கள் கிடைச்சு இருக்கு... அதைத் தவிர்த்து எந்த விதமான அடையாளமும் உடம்பில் இல்லை...

என்னைப் பொறுத்தவரைக்கும் இந்தக் கேஸில் நீங்க விசாரிக்க வேண்டியது இந்த நபர் எங்க சூசைட் பண்ணிக்கிட்டாருங்கிறதையும் பாடியை யாரு இந்தக் காரில் கொண்டு வந்து போட்டாங்க அப்படிங்கிறதையும் தான்..."

" ஏன் டாக்டர்... இது தற்கொலை தான்னு எப்படி அவ்வளவு உறுதியா சொல்றீங்க... யாராவது கயிறை வைச்சு கழுத்தை நெறித்து கூட கொலை பண்ணி இருக்கலாமே..."

" அது உங்க யூகம்... ஒருத்தரை கொலை பண்ணும் போது விக்டிமோட உடலில் பயத்தால ஹார்மோன்கள் தாறுமாறா வேலை செய்யும்... அதனால உடலுக்குள்ள மாற்றங்கள் ஏற்படும்... ஆனா அந்த மாதிரியான மாற்றங்கள் எது-

வும் இந்த நபர் கிட்ட தெரியல... சோ என்னோட கணிப்பு படி இது தற்கொலை தான்..."

" தேங்க்யூ சார்..." என்றுவிட்டு நகர்ந்தான் சத்யா...

"சார் அந்த இன்னோவா கார் ஸ்ரீதர் அப்படின்ற பேர் கொண்ட ஒருத்தனோ-டது.... ஆளைத் தூக்கியாச்சு.... " என்றான் கந்தசாமி....

" குட்... அவன் எங்க இருக்கான்..."

"ராதா ஹாஸ்பிட்டலில்... "

" என்னாச்சு அவனுக்கு..."

" கழுத்தில் ஏதோ கம்பி குத்தி அவனோட பேசும் சக்தியை இழந்திருக்கான் சார்... இதுக்கு மேல அவனால பேசவே முடியாதுன்னு டாக்டர் சொல்லிட்டாங்க-ளாம்..."

" ஓ காட்... விடுங்க... பேச தானே முடியாது... எழுதி காட்ட சொல்லிட-லாம்..." புன்னகையுடன் சொன்னான் சத்யா...

ராதா மருத்துவமனை....

" உன் பேரு ஸ்ரீதர் தானே..." சத்யா கேட்க ஆமாம் என்று தலையாட்டினான் அவன்...

" இவரைத் தெரியுமா???? சாலமோன் படத்தைக் காட்டி கேட்டான் சத்யா..." சில நொடி தயக்கத்திற்குப் பிறகு தெரியாது என்று அவன் தலையசைக்க...

" இவரை ஏன் கொன்னன்னு உண்மையைச் சொல்லு இல்லைன்னா... விப-ரீதம் ஆகிடும்..." சத்யா மிரட்ட உண்மையில் அரண்டு தான் போனான் ஸ்ரீதர்...

அருகே இருந்த பேப்பர் மற்றும் பேனாவை எடுத்தவன்... அதில் கடகடவென சில நிமிடங்களுக்கு எதையோ எழுதி பின் அதை சத்யாவிடம் காண்பித்தான்...

சார்... எனக்கு சொந்த ஊர் காட்டுமன்னார் கோவில் தான்... நான் சென்-னையில் ஒரு ஐடி கம்பெனியில் வேலை பார்க்கிறேன்... அன்னைக்கு நைட் என்-னோட அப்பாவுக்கு உடம்பு சரியில்லைன்னு போன் வந்ததால நான் ஊருக்கு வந்துட்டு இருந்தேன்...

அன்னைக்கு நல்ல மழை... இருட்டு வேற... என்னோட காருக்கு முன்னாடி மரக்கிளை ஒன்னு விழுந்திடுச்சு... அதை எடுக்கப் போறப்ப கையில் இரும்புக் கம்பியோட ஒருத்தன் என்னை பார்த்து நடந்து வந்தான்...

பயத்தில் நான் ஓடிப் போகும் போது ஒரு ட்ரான்பார்மர் மேல மோதி கீழே விழுந்ததில் அங்க இருந்த ஒரு கம்பி என்னோட கழுத்தில் இறங்கிடுச்சு... அவன் என் பக்கத்தில் வந்தப்ப என்ன பண்றதுன்னு தெரியாம நான் செத்துப் போன மாதிரி மூச்சை அடக்கிட்டுப் படுத்துட்டேன்.... அவன் அதை நம்பி அங்க இருந்து போயிட்டான்... நான் தட்டுத்தடுமாறி எழுந்து ஒரு மரத்துக்கு அடியில் போனேன்...

அந்த மரத்தில்... யாரோ ஒருத்தர் தூக்கில் தொங்கி இறந்து போய் இருந்-தார்... எனக்கு பயம் அளவுக்கு அதிகமா ஆனதால ஓட நினைச்சேன்... அப்ப அவன் என்னைத் துரத்தின அவன் அதே இரும்புக் கம்பியோட என்னோட காரை பார்த்து வருவதைப் பார்த்தேன்...

நான் விழுந்து கிடந்த இடத்தில் நான் இல்லைன்னு தெரிஞ்சதும் எப்படியும் நான் காருக்கு வருவேன்னு தெரிஞ்சு தான் கார் பக்கத்தில் ஒரு இடத்தில் உட்-கார்ந்து இருந்தான்...

இருட்டு கண்களுக்கு லேசா பழகி இருந்ததால எனக்கு நடந்தது லேசா தெரிஞ்சது... என்ன பண்றதுன்னு ஒன்னும் புரியல... கழுத்துக் காயம் வேற எனக்கு ரொம்ப வலியைக் கொடுத்தது...

ஒரு கட்டத்தில் அவன் அந்தக் கம்பியை அங்கே வைச்சிட்டு எங்கேயோ போயிட்டான்... அப்ப தான் எனக்கு ஒரு யோசனை வந்தது... மரத்தில் தொங்கிக் கொண்டிருந்த பாடியைக் கொண்டு காரில் வைச்சிட்டா நான் தான் செத்துட்-டேன்னு நினைச்சு போயிடுவான் அதுக்கு அப்புறம் என்னைத் தேட மாட்டான்னு நினைச்சேன்...

அதனால அந்த பாடியை மரத்தில் இருந்து இறக்கி என்னோட வண்டியில் குப்புற படுக்க வைத்துவிட்டு மரத்தடியில் விழுந்து கிடந்த டூவிலரை எடுத்துக்கிட்டு கொஞ்ச தூரம் தள்ளி வந்து ஸ்டார்ட் பண்ணி நான் இங்கே வந்து அட்மிட் ஆகிட்டேன்... " என்று எழுதியிருந்தான்....

" அவ்வளவு வலியிலும் ரொம்பப் பெரிய வேலை எல்லாம் பார்த்து இருக்க... சரி... நீ சொல்றதில் எந்தளவு உண்மை இருக்குன்னு விசாரிச்சுட்டு மறுபடியும் உன்னை வந்து பார்க்கிறேன்... அது வரைக்கும் நல்லா ரெஸ்ட் எடு..." என்று-விட்டுக் கிளம்பினான் சத்யா...

3

நேரம் காலை ஒன்பது மணி...

" சபாபதி நான் கேட்ட டீடைல்ஸ் என்ன ஆச்சு... இறந்து போன அந்த இரண்டு பேருக்குள்ள ஏதாவது ஒற்றுமை..." சார்லஸ் கேட்க...

"சார் ஏசி கோவிந்தன், எஸ் ஐ பூங்காவனம் இரண்டு பேரும் மாம்பலம் போலீஸ் ஸ்டேசனில்

2009 ல இருந்து 2013 வரைக்கும் ஒன்னா நாலு வருஷம் வேலை பார்த்து இருக்காங்க...

இரண்டு பேருக்குள்ளும் பெர்சனலா பெருசா எந்த ஒட்டுதலும் இல்லை அதே நேரத்தில் எந்தவிதமான வெறுப்பும் அவங்களுக்குள்ள இல்லை... அந்த நாலு வருஷத்துக்கு அப்புறம் அவங்க ஒருத்தருக்கொருத்தர் டச்சிலே இல்லை சார்... "

" அப்ப நடந்த இரண்டு சம்பவமும் தற்செயல் தான் என்ன சார்லஸ்..." என்-றபடி உள்ளே வந்தான் தொல்காப்பியன்...

" இருக்கலாம் சார்... என்னால இன்னும் எதையும் உறுதியா சொல்ல முடியல..."

" இன்னும் இதில் என்ன சந்தேகம் உனக்கு..."

" அவங்க இரண்டு பேருக்கும் பெர்சனால் பழக்கம் தான் இல்லையே தவிர அபிஸயலா பழக்கம் இருந்திருக்கு தானே... அவங்க இரண்டு பேரும் சேர்ந்து டீல் பண்ண கேஸால் பாதிக்கப்பட்ட யாராவது இல்லை தண்டிக்கப்பட்ட யாராவது அவங்களை கொலை பண்ண முயற்சி பண்ணி இருக்கலாம் இல்லையா சார்..."

" இதுக்குத் தான் இராத்திரி தூங்காம க்ரைம் நாவல் படிக்கக் கூடாதுங்கிறது... அதைப் படிச்சி படிச்சி எல்லாக் குற்றாவாளியும் ரொம்பத் திறமைசாலின்னும் அதை விட அதி புத்திசாலி போலீஸ் அப்படின்னும் நீ தப்பான எண்ணத்தில் இருக்க...

அவங்க இரண்டு பேரும் தற்கொலை பண்ணித் தான் இறந்தாங்க... அதில் ஒன்னு உன் கண்ணு முன்னாடியே நடந்தது... இது இரண்டும் கொலைன்னு சொன்னா சின்னக்குழந்தை கூட நம்பாது...

அவங்க இரண்டு பேரும் மாம்பலத்தில் ஒன்னா வேலை பார்த்தாங்க அப்படிங்கிறதால சின்ன சந்தேகத்தில் நான் விசாரிக்க சொன்னேன்...

இப்ப தான் அவங்களுக்குள்ள எதுவும் இல்லைன்னு தெரிஞ்சு போச்சுல்ல... இந்த இரண்டும் தற்கொலைன்னும் அதுக்குக் காரணம் குடும்பத் தகராருன்னும் சொல்லி கேஸை முடி..." என்றான் தொல்காப்பியன்... ஏனோ அவனுடைய குரலில் அழுத்தம் கூடுதலாக இருந்தது...

" சின்னக் குழந்தை நம்பாமப் போகலாம் சார்... ஆனா உங்களுக்கு இது கொலையா இருக்கும் னு சந்தேகம் இருந்ததால் தானே என்னை இந்தக் கேஸில் மும்முரம் காட்டச் சொன்னீங்க...

இப்ப மாத்திப் பேசுறீங்க... என்ன சார் ஆச்சு... ஏதும் நல்ல கவனிப்பா... இல்லை உங்களுக்கும் இராத்திரி நேரத்தில் மரங்களைப் பார்க்க பயம் வந்திடுச்சா..." நக்கலாகக் கேட்டான் சார்லஸ்....

" சொல்றதை மட்டும் செய்... முந்திரிக்கொட்டை மாதிரி எல்லாத்திலையும் முந்திக்கிட்டு வராதே..." கோபமாக தொல்காப்பியன் சொல்லிக் கொண்டிருந்த நேரத்தில் அவனிடமிருந்த வாக்கிடாக்கி அலறியது...

" சார்... நம்ம ஸ்டேசனுக்கு கொஞ்சம் தள்ளி ரோட்டுல இருக்கிற புளிய மரத்துல ஒருத்தன் தற்கொலை பண்ணி செத்துப் போய் இருக்கான் சார்..." என்று சம்பவ இடத்தில் இருந்து அழைத்தார் கான்ஸ்டபிள் ஒருவர்...

" என்னம்மோ சொன்னீங்க... போங்க சார்... அடுத்த கொலை... ஸ்சாரி தற்கொலை உங்க ஸ்டேசனுக்கு பக்கத்தில் தான் நடந்திருக்கு... போய் பாடியை க்ளியர் பண்ணுங்க...

அவன் செத்ததுக்கும் ஏதாவது காரணம் இருக்கும் அதைச் சொல்லி கேஸை க்ளோஸ் பண்ணிட்டு நிம்மதியா தூங்குங்க..." சார்லஸின் வார்த்தைகள் வந்து விழுந்தது...

" என்ன சார்லஸ்... யார்கிட்ட பேசுறோம் னு தெரிஞ்சு தான் பேசுறியா???? உயர் அதிகாரியை மதிக்காம அவமானப்படுத்தின குற்றத்துக்காக உன் மேல் ஆக்சன் எடுத்து உன்னை டிபிரமோட் செய்யக் கூட எனக்கு உரிமை இருக்கு...."

" தாராளமா பண்ணுங்க சார்... எனக்கு அதைப் பத்தி கவலை இல்லை... " என்றான் சார்லஸ்...

" சார்... நீங்க க்ரைம் ஸ்பாட்டுக்கு உடனடியா வந்தா கொஞ்சம் நல்லா இருக்கும்..." மீண்டும் தொல்காப்பியனின் வாக்கிடாக்கி அலற சார்லஸை முறைத்துவிட்டு நகர்ந்தான்...

" சபாபதி... அங்க என்ன நடக்கிதுன்னு எனக்குத் தெரியனும்.. அரேன்ஜ் இட் நௌ... " என்றான் சார்லஸ்...

" கண்டிப்பா சார்..." என்று வெளியேறினான் சபாபதி...

தற்கொலை நடந்த இடத்தில் பாடியை மரத்தில் இருந்து இறக்கி ஸ்டரக்சரில் வைத்து வெள்ளைத் துணி போட்டு மூடி வைத்திருந்தர்...

" ஓ மை காட்... என்ன டாக்டர் இது... முகம் இவ்வளவு கோரமா இருக்கு..."

" சார்... தற்கொலை பண்ணிக்கிற அளவுக்கு தைரியம் இருக்கிறவங்களுக்கு அதே அளவு தைரியம் சாவை கண்ணுக்கு நேரா பார்க்கும் போது இல்லாமல் மோகிடும்... சாவில் இருந்து தப்பிச்சிட மாட்டோமாங்கிற நப்பாசையில் முடிஞ்ச அளவுக்கு போராடுவாங்க... அந்தப் போராட்டம் அவங்க சாவை இன்னும் கோரமாக்கும்... இதுவும் அப்படித்தான் நடந்து இருக்கும்..."

" ஏட்டு... இவன் யாரு... இவனைப் பத்தி ஏதாவது தெரிஞ்சதா... விசாரிச்சீங்களா???"

" சார் இவன் பேரு சரவணன் காலேஜ் பைனல் இயர் படிச்சிட்டு இருக்கான்... விலை அதிகமுள்ள பைக் ஒன்னு கேட்டு அடம்பிடிச்சிருக்கான்... அவ்வளவு பணம் இல்லாததால் செகணண்ட் ல இந்த பைக்கை வாங்கிக் கொடுத்து இருக்காங்க...

இது புடிக்காம வீட்டில் யார்கிட்டையும் முகம் கொடுத்து பேசாம இருந்திருக்கிறான்... இப்படி ஒரு சின்ன விஷயத்துக்கு பைத்தியக்காரத்தனமான வேலை பார்த்து இருக்கான் சார் இவன்... " என்றார் அந்த ஏட்டு...

" சரி தற்கொலைன்னு சொல்லி கேஸை முடிங்க..." என்றுவிட்டு கிளம்பினான் தொல்காப்பியன்...

அன்றைய இரவு...

" தொல்ஸ்... என்னாச்சு சாப்பிடாம அப்படி என்ன யோசனை..."

" அட என்ன ஷாலினி இப்படிக் கேட்டுட்ட... சார் எவ்வளவு பெரிய ஆளு... இவரோட கண்ட்ரோலில் எத்தனை ஏரியா இருக்கு... அங்க உள்ள மக்கள் எல்லோரும் 'எந்த ரோட்டில் எந்த மரத்தில் யார் பிணமாத் தொங்குவானோ அப்படிங்கிற பயம் எதுவும் இல்லாம' நிம்மதியா தூங்கனுமே...

அதுக்காக மூளை இருந்த இடம் காலியா இருக்கிறது கூடத் தெரியாம ரொம்ப பலமா யோசனை பண்ணிக்கிட்டு இருக்காரு..." சார்லஸின் கேலியில் கடுப்பானவன் எழுந்து தன்னறைக்குள் சென்று கதவை அறைந்து சாற்றினான்...

" ஷாலினிமா... சீக்கிரமா இந்த வீட்டுக்கு இன்சியூரன்ஸ் பண்ணனும்... எப்ப வேணாலும் இடிஞ்சி போக வாய்ப்பு இருக்கு..." என்று சிரித்தவன் ஷாலினி கண்கலங்குவதைப் பார்த்து அமைதியானான்...

" எனக்கு மதிப்பு கொடுத்து அவன் அமைதியா இருக்கான்... ஆனா அந்த அமைதி ஏன் உங்ககிட்ட இருக்க மாட்டேங்கிது... எப்ப பார்த்தாலும் அவனை கரிச்சுக் கொட்டிக்கிட்டே இருக்கீங்க... பாவம் அவன்... "

" யாரு அவனா... நீ இந்த வீட்டை விட்டு வெளியே வருவது இல்லை... அதனால் உனக்கு வெளியே அவன் பண்றது எதுவும் தெரிய மாட்டேங்கிது... " என்றான் சார்லஸ் தன் மீது நியாயம் இருப்தாகக் காட்டிக் கொண்டு...

"அவன் கோபத்தில் நியாயம் இருக்கு தானே... அவன் முன்ன பின்ன ஏதாவது சொன்னா நீங்க கொஞ்சம் பொறுத்துப் போகக் கூடாதா???"

" இந்த ஒரு விஷயத்துக்காக தான் நான் இன்னமும் அவன் மேல கை வைக்காம இருக்கேன்.... சரி விடு... இன்னைக்கு நான் நல்ல மூடில் இருக்கேன்... இப்படி அழுது மூட் அவுட் பண்ணாத...." என்றான் சிரித்தபடி...

அடுத்த நாள் காலை பேப்பர் படித்துக் கொண்டிருந்த தொல்காப்பியன் குறிப்பிட்ட செய்தியைப் படித்து குழம்பியவனாக சார்லஸை கத்தி அழைத்தான்...

" ச்சே... காலையிலே ஆரம்பிச்சிட்டான்..." கடுப்பானவன் எழுந்து வந்தான்...

" சார்லஸ்... இதைப் படி..." என்று நீட்டினான்....

அவன் முகத்தில் இருந்த பதற்றம் இப்பொழுது சார்லஸையும் தொற்றிக் கொள்ள அவன் நீட்டிய பக்கத்தைப் பார்த்தான்... " முன்னாள் போலீஸ் அதிகாரி தூக்கிட்டு தற்கொலை... காட்டுமன்னார்கோவிலைச் சேர்ந்தவர் சாலமோன் வயது 48... இவர் சென்னையில் மாம்பலம் ஸ்டேசனில் ஏட்டாக பணிபுரிந்து விருப்ப ஓய்வுபெற்றவர்...

கடந்த சில மாதங்களாக இவருடைய குடும்பத்தில் பண நெருக்கடி மற்றும் சில பிரச்சனைகளால் தாங்க முடியாத துயரத்தில் இருந்த இவர், சில தினங்களுக்கு முன் காட்டுமன்னார் கோவில் நெடுஞ்சாலை ஓரத்தில் உள்ள ஒரு ஆலமரத்தில் தூக்கிட்டு தற்கொலை செய்து கொண்டுள்ளார்... இது அந்தப் பகுதி மக்களிடையே பரபரப்பையும் சோகத்தையும் ஏற்படுத்தி உள்ளது...' என்று இருந்தது...

" என்ன இது... ஒரே ஸ்டேசனில் வேலை பார்த்த ஒரு ஏசி, ஒரு எஸ் ஐ, ஒரு ஏட்டு இவங்க மூணு பேரும் ஒரே மாதிரி தற்கொலை பண்ணி இருக்காங்க... அதுவும் சில நாள் இடைவெளியில்..." தொல்காப்பியன் வாய்விட்டே ஆச்சர்யப்பட்டான்...

" எனக்கென்னமோ... இது தற்செயல் மாதிரி தெரியல... இது இதோட நிக்கப் போகுற மாதிரியும் தோணல... ஏதோ பெருசா நடக்கப் போகுது... " என்றான் சார்லஸ்...

" என்னாச்சு வட துருவமும் தென் துருவமும் காலையில் ஒன்னா சந்திச்சு இருக்கு..." என்றபடி வந்தாள் ஷாலினி...

" ஷாலு... நான் உன்கிட்ட ஒரே மாதிரியான இரண்டு தற்கொலை கேஸ் பத்தி சொன்னேன் இல்ல இங்க பார்... அதே மாதிரி இன்னொரு தற்கொலை... விஷயம் என்னன்னா இதில் செத்துப்போன இந்த ஏட்டு சாலமோனும் மாம்பலம் ஸ்டேசனில் வேலை பார்த்தவங்க தான்..."

" சோ... மூணு தற்கொலைகளும் வேற வேற இடத்தில் நடந்து இருந்தாலும் அதோட மையப்புள்ளி அந்த மாம்பலம் போலீஸ் ஸ்டேசன் தான் இல்லையா???"

" சரியா சொன்ன ஷாலினி... ஆனா எனக்கு ஒரு சந்தேகம் இருக்கு... ஒரு-வேளை நாம சந்தேகப்படுற மாதிரி இந்த மூணும் கொலையா இருந்தா அதில் ஒருத்தன் எங்க இரண்டு பேர் முன்னாடி தானே தற்கொலை பண்ணி செத்துப் போனான்... தூரத்தில் இருந்தபடி ஒருத்தரை மிரட்டி தன்னைத் தானே கொலை செய்ய வைக்க முடியுமா என்ன..." தொல்காப்பியன் கேட்க...

" ஆனா ஏசி கோவிந்தன் அப்புறம் எஸ் ஐ பூங்காவனம் இரண்டு பேரோட போனில் சந்தேகத்திற்கு இடமான விதத்தில் எந்த நம்பரும் இல்லையே... அப்புறம் எப்படி யாரும் அவங்களை மிரட்டி இருக்க முடியும்..." இம்முறை சார்லஸ் கேட்க...

" ஒருவேளை ஹிப்னாட்டிசம்... அந்த மாதிரி ஏதாவது..."

" ஹிப்னாட்டிசமா... ஏது இந்த ஏழாம் அறிவு படத்தில் காட்டுவாங்களே அந்த மாதிரியா???? அது உண்மைன்னு சில ரிசர்சர்ஸ் அறிக்கை விட்டு இருக்காங்க... ஆனா அதுக்கு ஹிப்னாட்டிசம் பண்றவங்களும் பண்ணப்படுறவங்களும் பக்கத்தில் பக்கத்தில் இருக்கனுமே... இதில் அந்தமாதிரி எதுவும் இல்லையே..."

"ஆமால்ல... அப்புறம் எப்படி இது சாத்தியம்...." ஷாலினி கேட்க...

" எனக்கென்னமோ... இவங்க மூணு பேரும் ஒன்னா வொர்க் பண்ண இயர்ஸ் தெரிஞ்சிக்கிட்டா ஏதாவது வேலிட் க்ளூ கிடைக்கும் னு நினைக்கிறேன்.." என்-றான் சார்லஸ்...

" வாய்ப்பு இருக்கு சார்லஸ்... நாம இன்னைக்கே ஹெட் குவார்டர்ஸ் போய் இந்த மூணு பேரோட புல் ட்டிடைல்ஸ் எடுத்துப் பார்த்திடுவோம்..." தொல்காப்பி-யன் சொல்ல...

" எல்லாம் சரிதான் தொல்ஸ்... ஆனா உன்னோட ஸ்டேசனுக்கு பக்கத்தில் ஸ்டூடண்ட் ஒருத்தன் செத்துப் போய் இருந்தானே... அவனும் இந்தக் கேஸில் இணையுவானா??? போலீஸ் மட்டும் தற்கொலை பண்ணி இறந்துக்கிட்டு இருந்த நேரத்தில் ஒரு ஸ்டூடண்ட்டும் அதே மாதிரி இறந்து போய் இருக்கான்... இது ஏதேட்சையா நடந்ததா இல்லை பின்னாடி வேற எதுவும் இருக்குமா???"

" தெரியல சார்லஸ்... இவங்க மூணு பேருக்கும் வயசு கிட்டத்தட்ட 40 கு மேல... ஆனா இவன் சின்ன பையன் 20 வயசு தான் ஆச்சு... இவங்க நாலு பேருக்குள்ள அப்படி என்ன தான் கனெக்சன்...." என்றான் தொல்காப்பியன்...

4

மாம்பலம் காவல் நிலையம்...

" நான் கேட்ட விஷயங்கள் என்ன ஆச்சு சபாபதி..." சார்லஸ் கேட்க...

" சார் ஏசி கோவிந்தன் சார் 2000 ல இருந்து 2015 வரைக்கும் இங்கே தான் இருந்திருக்காரு... இந்த ஸ்டேசனில் இன்ஸ்பெக்டரா வேலைக்கு சேர்ந்து அதுக்கு அப்புறம் ஏசி யா பிரமோட் ஆகி இருக்காரு...

ஏட்டு சாலமோன் 2011 ல வேற இடத்தில் இருந்து ட்ரான்பர் ஆகி வந்து 2013 வரை இரண்டு வருஷம் இந்த ஸ்டேசனில் வேலை பார்த்து இருக்காரு... 2013 ல விஆர்எஸ் வாங்கிட்டு சொந்த ஊரில் போய் செட்டில் ஆகி இருக்காரு...

அதே மாதிரி எஸ்ஐ பூங்காவனம் 2009 ல இருந்து 2013 வரைக்கும் இங்கே வேலை பார்த்து அதுக்கு அப்புறம் வேற இடத்துக்கு ட்ரான்பர் ஆகி இருக்காரு...

வேற வேற கால கட்டத்தில் இவங்க இந்த ஸ்டேசனில் வேலை பார்த்து இருந்தாலும் இவங்க மூணு பேரும் ஒன்னா வேலை பார்த்தது இரண்டு வருஷம்... அதாவது 2011 ல இருந்து 2013 வரைக்கும் இவங்க மூணு பேரும் ஒன்னா வேலையில் இருந்திருக்காங்க...

நீங்க சந்தேகப்படுற மாதிரி ஏதாவது இருக்கனும் னா அது இந்த குறிப்பிட்ட இரண்டு வருஷத்துக்குள்ள தான் நடந்திருக்கனும்...

ஆனா பாருங்க சார்... அது என்னவோ அந்த இரண்டு வருஷத்தில் பெரிய கேஸ் எதுவுமே இந்த ஸ்டேசனோட எப்ஐஆரில் பதிவாகல... இந்த இரண்டு வருஷத்தில் பதிவான கேஸ் எல்லாம் சின்ன சின்ன திருட்டு... இல்லைன்னா இரண்டு தரப்பும் உட்கார்ந்து பேசி பைசல் ஆன கேஸஸ் தான்...

ஒரே ஒரு ரேப் கேஸ் பதிவாகி இருக்கு... ஆனா அந்தக் குற்றவாளியை பாதிக்கப்பட்ட பொண்ணோட புருஷன் கொன்னுட்டு ஜெயிலுக்குப் போயிட்டான்... அவனைப் பத்தி விசாரிக்கும் போது தான் ஜெயிலில் அவன் தற்கொலை பண்ணிக்கிட்டான்னு தெரிய வந்தது...

இதில் பெருசா பாதிக்கப்பட்டவங்களோ இல்லை நியாயம் கிடைக்காம கஷ்டப்பட்டவங்களோ இல்லை..." என்று தனக்குக் கிடைத்த அனைத்து தகவல்களையும் சொல்லி முடித்தான் சபாபதி...

" பெருசா நடந்தா தான் முக்கியம்ன்னு இல்லை... ஒரு சின்ன விஷயம் போதும்... மனசைப் பெரிய அளவில் பாதிக்கிற சின்ன விஷயம் கூட மிகப்பெரிய முடிவுகளை எடுக்க வைக்கும்...

அவசரத்தில் தப்பு பண்றவனையும் கொலை பண்றவனையும் கண்டு புடிக்கிறது ஈஸி... ஆனா இப்படி நிதானமா திட்டம் போட்டு செயல்படுறவனை கண்டு புடிக்கிறது ரொம்பக் கஷ்டம்... எப்பவுமே அவசரத்தை விட ஆபத்து நிதானம் தான்...

அதனால என்ன பண்றீங்க... குறிப்பிட்ட இந்த இரண்டு வருஷத்தில் இந்த மூணு பேர் கூட யார் எல்லாம் வேலை பார்த்தாங்க... அதில் எத்தனைபேர் இன்னமும் டிபாரேட்மெண்ட் ல இருக்காங்க... எத்தனை பேர் ரிடயர்டு ஆகியிருக்காங்கன்னு விசாரிங்க...

இன்னைக்கு நைட்டுக்குள்ள அவங்களில் யாராவது ஒருத்தரையாவது நான் சந்திச்சே ஆகனும்..." என்றான் உடன் இருந்த தொல்காப்பியன்...

" ஹலோ மிஸ்டர் சத்யா... நான் சென்னையில் இருந்து ஏசி தொல்காப்பியன் பேசுறேன்..."

" சொல்லுங்க சார்..."

" இறந்து போன அந்த ஏட்டு சாலமோன் பத்தி முழுசா விசாரிச்சீங்களா??? அவரோட தற்கொலைக்கு பின்னால என்ன காரணம் இருக்குன்னு தெரிய வந்ததா???"

" குடும்ப பிரச்சனை சார்... வீட்டில நிதிப் பிரச்சனை வேற... இவரோட பெனன்சன் பணத்துல தான் இவங்க குடும்ப வாழ்க்கையே ஓடி இருக்கு... இனி அதுக்கும் வழி இல்லைன்னு சொல்லி அவரோட வொய்ப் பயங்கர அழுகை சார்..."

" என்ன பிரச்சனைன்னு ஏதாவது தெரிஞ்சதா???"

" சொந்தமா ஒரு வீடு கட்டனும்... அதுக்கு உங்க பென்சன் அமௌண்ட் ல லோன் போட்டுக் கொடுங்கன்னு அவரோட பையன் கேட்டு இருக்கான்... அதுக்கு அவர் முடியாது, எல்லா பணத்தையும் உன்னால மொத்தமா கட்ட முடியாதுன்னு சொல்லி இருக்காரு... அதில் தான் பிரச்சனை ஆரம்பமாகி இருக்கு..."

" உன்னால கட்ட முடியாதுன்னு சொன்னாரா???? ஆனா லோன் வாங்கினா இஎம்ஐ ஐ பேங்க் மாசா மாசமா அவரோட பென்சன் அமௌண்ட் ல இருந்து தானே எடுத்து இருப்பாங்க... அதை விட்டுட்டு அந்தப் பணத்தை எதுக்காக அவரோட பையன் கட்டனும்..."

" அதையே தான் அவரோட பையனும் கேட்டு இருக்கான்... அதுக்கும் தனியா ஒரு சண்டை போட்டு இருக்காரு மனுசன்..." என்றான் சத்யா...

" ஓ ஓகே சத்யா... ரொம்ப தேங்க்ஸ்... ஏதாவது தேவைப்பட்டா மறுபடியும் கால் பண்றேன்..."

" சீக்கிரம் இதுக்கு ஒரு முற்றுப்புள்ளி வைங்க சார்... இறந்து போன மூணு பேரும் மாம்பலம் ஸ்டேசன் ல வேலை பார்த்தவங்கன்னு சொன்னாங்க... நான் கூட ஒரு வாரம் அங்க டியூட்டி பார்த்து இருக்கேன்..."

" என்ன... நீங்க அங்க டியூட்டி பார்த்தீங்களா????"

" ஆமா சார்... ஒரு தடவை வெளிநாட்டு மந்திரி ஒருத்தர் சென்னைக்கு வராருன்னு எல்லா மாவட்டத்திலும் இருந்து போலீஸ் ஆபிஸர் பாதுகாப்புக்காக சென்னைக்கு வந்திருந்தோம்... அப்ப எனக்கு மாம்பலத்தில் தான் டியூட்டி போட்டு இருந்தாங்க..."

" இது எப்ப நடந்தது..."

" ஒரு ஆறு வருஷம் இருக்கும் சார்..."

" அச்சோ... கரெக்ட்டா சொல்லுங்க..."

" ஆறு வருஷத்துக்கு முன்னாடின்னா 2014 இல்ல இல்ல 2013 சார்..."

" ஓகே சத்யா தேவைப்பட்டா நான் திரும்பக் கூப்பிடுறேன்... தேங்க்ஸ்..." என்றுவிட்டு போனை அணைத்த தொல்காப்பியன் யோசனையில் ஆழ்ந்தான்...

இறந்து போன மூணு பேருக்குள்ள போலீஸ் அப்படிங்கிறதையும் தாண்டி குடும்பப் பிரச்சனையும் காமனான ஒன்னா இருந்திருக்கு... அதிலும் எல்லாருக்கும் அவங்க அவங்க பசங்க கூடத் தான் பிரச்சனை... இது ஏதேட்சையா நடந்ததா இல்லை திட்டம் போட்டு நடத்தப்பட்டதா...

சாலமோன் எதுக்காக பென்சன் அமௌண்ட்டில் லோன் வாங்கித்தர முடியாதுன்னு சொல்லி இருக்கனும்... உன்னால அவ்வளவு பெரிய அமௌவுண்ட்டை எப்படி தனியா கட்ட முடியும் னு கேட்கிறாருன்னா என்ன அர்த்தம்... ஒருவேளை அவரு சாகத்தான் போறாருன்னு அவருக்கு முன்னாடியே தெரிஞ்சிருக்குமா??? அதனால் தான் பையன்கிட்ட அப்படி சொல்லி இருப்பாரா???

2013 வது வருஷம் கிட்ட தட்ட ஒரு மாசம் எல்லா போலீஸிம் அவங்க அவங்க ஸ்டேசனை விட்டு டியூட்டி போட்ட இடத்தில் வேலை பார்த்து இருக்கோம்... இதுப்படி பார்த்தா மாம்பலத்தில எத்தனையோ பேர் அப்படி வந்து வேலை பார்த்து போய் இருப்பாங்க... அதுக்கு ப்ராப்பர் என்ட்ரி கூட இருக்காது... அப்புறம் எப்படி அத்தனை பேரையும் கண்டு புடிக்கிறது... எப்படி ஒருத்தரை மீட் பண்றது..." தலைவலிக்க ஆரம்பித்த பின்னரே சிந்தனையைக் கைவிட்டு எழுந்தான் தொல்காப்பியன்....

" ஷாலு... ரூமில் லைட் எறியுது எப்ப வந்தான்..." சார்லஸ் கேட்க...

" மதியமே வந்துட்டான்... என்னன்னு தெரியல வந்ததில் இருந்து ரூமுக்குள்ளே இருக்கான்... நான் போய் கூப்பிட்டதுக்கு கூட வரல..."

" நீ கூப்பிட்டும் வரலையா??? அப்படி என்ன வெட்டி முறிக்கிற வேலை பார்க்கிறான் அவன்..."

" அதை நீயே போய் கேளு..."

" ம்ம்ம்... நான் போய் கேட்டுட்டா மட்டும் அவன் அப்படியே எனக்கு பதில் சொல்லிடப் போறான்... சரி அவனை விடு... இன்னைக்கு என்ன ஸ்பெசல்..." என்று ஆரம்பித்த அவர்களின் பேச்சு நீண்டு கொண்டே போனது...

அடுத்த நாள் காலை கமிஸ்னர் அலுவலகம்...

சார்லஸ் மற்றும் தொல்காப்பியன் இருவரும் சல்யூட் அடித்து நிற்க அவர்களை அமரச் சொன்ன கமிஷ்னர், " மிஸ்டர் தொல்காப்பியன் அப்புறம் சார்லஸ் நான் உங்க இரண்டு பேரையும் எதுக்காக இங்க வரச் சொல்லி இருக்கேன் தெரியுமா???"

" இல்லை சார்..."

" இப்போதைக்கு நீங்க ஏதாவது முக்கியமான கேஸ் பார்த்துட்டு இருக்கீங்களா??"

சார்லஸ் ஏதோ சொல்ல வர...

" அப்படியெல்லாம் ஒன்னும் இல்லை சார்... எல்லாம் சின்ன சின்ன கேஸ் தான்... அதை மத்தவங்க கிட்ட கூட பிரிச்சுக் கொடுத்திடலாம்... நீங்க கேட்கிறதைப் பார்த்தா ஏதோ ஒரு முக்கியமான கேஸ் பத்தி சொல்லப் போறீங்களா சார்..." கேட்டான் தொல்காப்பியன்...

" ஆமாம் தொல்காப்பியன் இது அன் அபிஸியல்... அண்ட் ரொம்ப சீக்ரெட்டா நடத்த வேண்டிய இன்வெஸ்டிகேசன்... இந்தக் கேஸைப் பத்தி போலீஸ் விசாரிக்கிறாங்கன்னு தெரிஞ்சாலே குற்றவாளிகள் தப்பிக்க வாய்ப்பு இருக்கு...

எனக்கு இந்தக் கேஸை யார்கிட்ட கொடுக்கிறதுன்னு தெரியல... எனக்கு நம்பிக்கையான சில பேருல இரண்டு பேர் நீங்க ... அதனால நீங்க தான் இதைக் கண்டு புடிக்கனும்...."

" கண்டிப்பா சார்... கேஸோட டைடல்ஸ் கொடுங்க..."

" என்னோட ப்ரண்டு ஹைதாராபாத் ல கமிஷ்னரா இருக்கான் அவன் பையன் ஒரு இன்ஸ்பெக்டர்... செல்வம் னு பேரு... அவன் நேத்து அவனோட வீட்டுக்கு வெளியே இருந்த ஒரு வேப்ப மரத்தில் தூக்கு மாட்டி தற்கொலை பண்ணிக்கிட்டான்...

மோப்பநாய், போஸ்ட்மார்டம் பண்ற டாக்டர்ஸில் இருந்து பாரன்சிக் ஆளுங்க வரைக்கும் எல்லாரும் அதை தற்கொலை தான்னு கன்பார்ம் பண்றாங்க... ஆனா எனக்கும் என்னோட ப்ரண்டுக்கும் இதில் சந்தேகம் இருக்கு...

என்பிரண்டு அன்அபிஸியல் கம்ப்ளைண்ட்டா எழுதி கொடுத்து இருக்கான்.... இந்தக் கேஸை நீங்க தான் விசாரிக்கனும்... இது உண்மையில் தற்கொலை தானா இல்லை கொலையான்னு கண்டு பிடிக்கனும்...

கொலையா மட்டும் இருந்ததுன்னா இதில் சம்மந்தப்பட்டவங்களுக்கு கடுமையான தண்டனை வாங்கிக் கொடுக்கனும்..." முடித்துவிட்டு கலங்கிய கண்களை துடைத்துக் கொண்டார் கமிஷ்னர்....

" சார் நான் கேட்கிறேன்னு தப்பா எடுத்துக்க வேண்டாம் இறந்து போன செல்வம் மாம்பலம் ஸ்டேசனில் வேலை பார்த்தவரா???" சார்லஸ் கேட்டான்...

" இல்லைப்பா... அவன் திருவான்மியூர் ஸ்டேசனில் தான் வேலை பார்த்தான்... ஏன் கேட்கிறீங்க..."

" இல்லை சார் இந்த மாதிரி பேர் உள்ள ஒருத்தரை அங்க பார்த்த நியாபகம்... அதனால் தான்..." தொல்காப்பியன் சமாளித்தான்...

இருவரும் வெளியே வந்தவுடன்,

" என்ன சார் இது... ஒரு ஏசி, ஒரு எஸ் ஐ, ஒரு ஏட்டு, ஒரு இன்ஸ்பெக்டர், ஒரு காலேஜ் ஸ்டூடண்ட் அப்படின்னு மொத்தமா ஐந்து பேரு செத்துப் போய் இருக்காங்க.. அதுவும் இந்த ஒரு வாரத்திற்குள்ள..."

" செத்துப் போனவங்களுக்கும் மாம்பலம் போலீஸ் ஸ்டேசனுக்கும் பலத்த சம்பந்தம் இருக்கு சார்லஸ்... நீ சொன்னது தான் சரி... ஏதோ ஒரு சம்பவம்.... ஒருத்தனுக்கு கிடைச்ச நீதியோ அநீதியோ அவமானமோ ஏதோ ஒன்னு அவனை அந்த போலீஸ் ஸ்டேசனுக்கு எதிரா மாற்றி இருக்கு...

எனக்குப் புரிஞ்ச வரைக்கும் அவனுக்கு பாதிப்பு ஏற்பட்ட அன்னைக்கு அங்க இருந்த அவன் பார்த்த அத்தனை பேரையும் கொல்ல நினைச்சிருக்கான்..... அதை இப்ப இம்ப்ளிமெண்ட் பண்ண ஆரம்பிச்சுட்டான்... ஆனா என்னோட குழப்பம் ஒன்னே ஒன்னு தான்.... எதையும் உடனே பண்ணாம எதுக்காக இத்தனை வருஷம் காத்துக்கிட்டு இருந்திருக்கான்... இடைப்பட்ட காலத்தில் என்ன நடந்து இருக்கும்...

ஏதோ பண்ணி எல்லாரையும் தற்கொலை பண்ணிக்க வைக்கிறான்.... சார்லஸ்... அவன் ரொம்ப ஆபத்தானவன்... அவனை நாம சீக்கிரம் கண்டுபுடிக்காம விட்டுட்டா இன்னும் எத்தனையோ உயிர்கள் போக வாய்ப்பு இருக்கு...

ஆனா அந்த ஒரு நாள் என்னைக்குன்னு தெரியாம நாம அவன் கொல்ல நினைக்கிற ஆளுங்களுக்கு பாதுகாப்பு கொடுக்க முடியாது... அவன் யாருன்னு தெரியாம அவனை அரஸ்ட் பண்ணவும் முடியாது... என்ன பண்றது..." தலையைப் பிடித்துக்கொண்டு அமர்ந்தான் தொல்காப்பியன்....

5

" ஷாலு.... ஷாலு... இவனைக் கொஞ்சம் பாரு..." என்று தன் தோளில் மயக்கத்தில் கிடந்தவனைக் காட்டி சொன்னான் சார்லஸ்...

" அய்யய்யோ... என்னாச்சு..." பதறியபடி ஓடி வந்தவள் சார்லஸின் பிடிமானத்தில் இருந்த தொல்காப்பியனை தன் பக்கம் கொண்டு வந்து அவன் அறைக்குள் அழைத்துச் சென்று படுக்க வைத்தவள் கடும் கோபத்துடன் திரும்பி வந்து தண்ணீர் குடித்துக் கொண்டிருந்த சார்லஸை நோக்கி....

" சார்லஸ்... எத்தனை தடவை சொல்றது உங்களுக்கு... அவன் எது பண்ணாலும் கொஞ்சம் பொறுத்துப் போங்கன்னு..."

" ஷாலு என்ன நடந்துச்சுன்னு தெரியாம பேசாத..."

" பெருசா என்ன நடந்திருக்கும்... வழக்கம் போல அவன் ஏதாவது சொல்லி இருப்பான்... அதுக்கு பதிலுக்கு பதில் நீங்க பேசி இருப்பீங்க... அதனால டென்சன் ஏறி மயக்கம் போட்டு விழுந்திருக்கான்..."

" ஷாலு நான் சொல்றதைக் கேளு..." என்றவனைப் பேசவிடாமல்...

" நான் உங்களுக்கு எத்தனை தடவை சொல்லி இருக்கேன்... அவன் நம்மளை மாதிரி சாதாரணமானவன் கிடையாது... அவனுக்குள்ள இருக்கிற பிரச்சனைகளை நாம இல்ல அந்தக் கடவுள் நினைச்சாக் கூட சரி பண்ண முடியாதுன்னு...

அவன் ரொம்பப் பாவம் சார்லஸ்... நம்மளால அவனோட கஷ்டத்தை குறைக்க முடியாது... முடிஞ்ச வரைக்கும் நாம அவனுக்கு பாதகமா எதுவும் பண்ணாமலாவது இருக்கலாம் இல்லையா??"

"ஷாலினி இதையே எத்தனை தடவை என்கிட்ட சொல்லுவ... இவனுக்காக நான் இன்னும் என்ன தான் பண்ணனும்...

இவன் கோபப்பட்டா பதிலுக்கு நான் கோபப்படக் கூடாதுங்கிற ஒரே எய்ம் தான் எனக்கு....

அவன் பண்றதால எப்பெல்லாம் எனக்குக் கோவம் வருதோ அப்பெல்லாம் நான் அமைதியாகி பிரச்சனையை சமாளிச்சிடுவேன்...

ஆனா இன்னைக்கு இவனுக்கு இப்படி ஆனதில் எனக்கு எந்தப் பங்கும் இல்லை... இந்த தொடர் தற்கொலைள் கேஸை அவன் ரொம்ப சீரியஸா எடுத்துக்கிறான்... எதுக்குன்னே தெரியல... அதுக்காக ரொம்ப யோசிக்கிறான்... அதுதான் இவனை இப்படி ஒரு நிலமையில் கொண்டு வந்து விட்டு இருக்கு... "

" இந்தக் கேஸைப் பத்தி அவன் ஏன் இவ்வளவு யோசிக்கனும்..."

" அதுதான் எனக்கும் புரியல..." என்றான் சார்லஸ்...

"சரி விடு... அவனை நினைச்சு நீ வருத்தப்பட்டு உடம்பைக் கெடுத்துக்காத... தூங்கி எழுந்தா எல்லாம் சரி ஆகிடும்..." என்றான் சார்லஸ்...

அடுத்த நாள் காலை பத்து மணி...

" சார்... உங்களைப் பார்க்க மாம்பலம் ஸ்டேசனில் இருந்து இன்ஸ்பெக்டர் வாசு வந்து இருக்காரு..."

" வாங்க சார்... என்ன இவ்வளவு தூரம்..." சார்லஸ் கேட்க...

" நான் தான் வரச் சொன்னேன்..." என்றபடி பின்வந்தான் தொல்காப்பியன்...

சார்லஸ் எழுந்து அவனுடைய சீட்டைக் கொடுக்க அதில் அமர்ந்த வண்ணம் அந்த இன்ஸ்பெக்டர் கொண்டு வந்த தகவல்களைப் படிக்க ஆரம்பித்தான்...

"சார் நீங்க சொன்ன இன்ஸ்பெக்டர் செல்வம் ஆறு மாசம் ட்ரெயினிங் பிரீயடில் எங்க ஸ்டேசனில் அதாவது மாம்பலம் ஸ்டேசனில் வேலை பார்த்து இருக்காரு... கரெக்ட்டா சொல்லனும் னா 2013 ம் வருஷம் மார்ச் ல இருந்து செப்டம்பர் வரைக்கும்...

இந்த ஆறு மாச காலத்தில் பதிவான அத்தனை கேஸைப் பத்தின தகவலையும் நான் கொண்டு வந்துட்டேன்... எப்ஐஆர் போடாம செட்டில்மெண்ட் ஆன கேஸ், பஞ்சயத்தில் முடிஞ்ச கேஸோட தகவல்களைக் கூட எடுத்திட்டு வந்திருக்கேன்...

அப்புறம் சார் இன்னொரு முக்கியமான விஷயம் ரஷ்யா நாட்டோட மந்திரி ஒருத்தர் தொழில் முறைப் பயணமா இந்தியா வந்தார்...

இந்தியாவில் சில மாநிலங்களுக்கு மட்டும் அவர் சுற்றுப்பயணம் வந்தாரு... அதில் தமிழ்நாடும் ஒன்னு... அவரோட பாதுகாப்புக்காக எல்லா போலீஸையும் ஸ்டேசன் விட்டு ஸ்டேசன் மாத்தி மாத்தி போட்டு இருந்தாங்க... அது உங்களுக்குத் தெரியும் னு நினைக்கிறேன்... இது நடந்ததும் இந்த குறிப்பிட்ட ஆறு மாசத்துக்குள்ள தான் வருது..." என்றார் வாசு...

" ஓகே குட்... தென் வேற ஏதாவது சொல்லனுமா???" தொல்காப்பியன் கேட்க...

" எஸ் சார்... இந்த டைரி பழைய எப்ஐஆர் பைல்களுக்கு நடுவில் கிடைச்சது... யாரோடதுன்னு படிச்சுப் பார்த்தப்ப அது அங்க வேலை பார்த்த ஹெட் கான்ஸ்டபிள் வரதன்னு ஒருத்தரோடதுன்னு தெரிய வந்தது... அவர் வேலை

பார்த்த பிரீயடை பார்த்தா வேலிடான க்ளூ மாதிரி தெரிஞ்சது...

ஆமா சார் நீங்க நினைக்கிறது சரி... இவர் 2010 ல இருந்து 2013 வரைக்கும் வேலை பார்த்து இருக்காரு... ஆனா அதுக்கு அப்புறம்..." வந்தவர் இழுக்க...

" அதுக்கு அப்புறம் என்ன ஆச்சு... சொல்லுங்க சார்..." என்று துரிதப்படுத்தினான் சார்லஸ்...

" அவர் 2013 நவம்பர் 19 ம் தேதி அவரோட வீட்டிலே தற்கொலை பண்ணி இறந்து போயிட்டாரு..."

" வாட்..." என்று சார்லஸ் மற்றும் தொல்காப்பியன் இருவரும் ஒரு சேர அதிர...

" இதில் நாம நோட் பண்றதுக்கு இன்னொரு விஷயமும் இருக்கு சார்..." என்றார் அவர்...

" என்னது அது..." தொல்காப்பியன் கேட்க...

" அவரு... வொர்க் ப்ரஷர் தாங்க முடியாம தற்கொலை பண்ணிக்கிறதா எழுதி வைச்சிட்டு அவரோட வீட்டில் பேனில் தூக்கு மாட்டி தற்கொலை பண்ணி இருக்காரு..."

" நிஜமாத் தான் சொல்றீங்களா?" தொல்காப்பியன் நம்ப முடியாமல் கேட்க...

" ஆமா சார்... ரெக்கார்ட் ல இவரு தற்கொலை பண்ணிக்கிட்டதால அவரோட பிஎப் இஎஸ்ஐ அமௌண்ட் அப்புறம் அவர் இன்சியூரன்ஸ் அமௌண்ட் எல்லாம் செட்டில் பண்றதுக்கு கொஞ்சம் தாமதாம் ஆனதால அவங்க வீட்டு ஆளுங்க பிரச்சனை பண்ணியதா பதிவாகி இருந்தது... நான் மப்டியில் போய் விசாரிச்சு மத்ததை தெரிஞ்சிக்கிட்டேன்... " என்றார் மாம்பலம் ஸ்டேசன் இன்ஸ்பெக்டர் வாசு...

"சரி அவரோட தற்கொலைக்கு பழிவாங்குற அளவுக்கு அவருக்கு நெருங்கிய சொந்தம் னு யாரும்..." தொல்காப்பியன் கேட்க...

" சார் சாகுறப்ப அவருக்கு சின்ன வயசு தான்... கல்யாணம் கூட ஆகல... அவருக்கு அப்பாவும் ஒரு தம்பியும் மட்டும் தான்... இப்ப சில மாசங்களுக்கு முன்னாடி அவரோட அப்பாவும் இறந்து போயிட்டாரு... இப்ப அந்தக் குடும்பத்தில் உயிரோட இருக்கிறது வரதனோட தம்பி மட்டும் தான்... அண்ணன் சாகுற நேரத்தில் அவனுக்கு வயசு 14 இல்ல 15 இருக்கும்... இப்ப காலேஜ் பைனல் இயர் படிக்கிறான்..."

" ஏன் வாசு... உங்களுக்கு அந்த கேரக்டர் மேல சந்தேகம் வருதா..." சார்லஸ் கேட்க...

" ஏன் அவன் பண்ணி இருக்கக் கூடாது சார்லஸ்... மேபி அவனோட அண்ணன் சாவுக்கும் அந்த ஸ்டேசனுக்கும் சம்பந்தம் இருக்குன்னு அவன் நினைச்சிருக்கலாம்...

எல்லாரையும் பழிவாங்கனும் னு நினைச்சி இருக்கலாம்... அப்ப ரொம்ப சின்-னப் பையன் திட்டம் போட்டு பழிவாங்க முடியாதுன்னு வெயிட் பண்ணி இருக்-கலாம்... நினைச்ச மாதிரி இப்ப அவன் வேட்டையை இப்ப ஆரம்பிச்சு இருக்க-லாம்...." என்றான் தொல்காப்பியன்...

" அப்ப அந்தப் பையன் தான் குற்றவாளின்னு முடிவு பண்ணிட்டீங்களா சார்..." சார்லஸ் கேட்க...

" இந்த கேஸே ஒரு யூகம் தானே சார்லஸ்... இப்ப வரைக்கும் நடந்த அத்-தனையும் கொலைன்னு நிரூபிக்க நமக்கு எந்த ஆதாரமும் கிடைக்கல... சந்தே-கத்தின் பேரில் தான் எல்லா விசாரணையும் நடக்குது...

அதே மாதிரி இந்தப் பையன் மேலையும் எனக்கு சந்தேகம் மட்டும் தான்... இன்னைக்கு சாயங்காலத்துக்குள்ள அந்தப் பையன் இங்க இருக்கனும்... பத்தே பத்து நிமிஷம் உண்மையை வாங்கிடுவேன்..." என்றான் தொல்காப்பியன்...

சொன்னது போல அன்றைய மாலைக்குள் எல்லாம் இறந்து போன வரதனின் தம்பி விசாரணைக்காக காவல் நிலையம் அழைத்து வரப்பட்டான்...

" என்னாச்சு சார்... அந்தப் பையன் ஏதாவது சொன்னானா???" சார்லஸ் தொல்காப்பியனிடம் கேட்க...

" இல்ல சார்லஸ்... அவனுக்கும் இந்த கேஸீக்கும் சம்பந்தம் இல்லை... அவன் ரொம்பத் தெளிவா இருக்கான்... அவனோட கவனம் முழுக்க படிப்பில் மட்டும் தான் இருக்கு... கமிஷ்னர் கிட்ட பெர்மிஷன் கேட்டு லை டிடெக்டர் சோதனை கூட பண்ணியாச்சு...

அதனால எதையும் இவன் பண்ணி இருக்க வாய்ப்பு இல்லை... இருந்தாலும் கொஞ்ச நாளைக்கு மப்டி போலீஸ் ஒருத்தரை இவனை பாலோ பண்ணச் சொல்லு... டைம் ஆச்சு... நான் இன்னைக்கு வீட்டுக்கு வர மாட்டேன்... ஷாலினி கிட்ட சொல்லிடு... " என்றுவிட்டு வேகமாக வெளியேறானான் தொல்-காப்பியன்...

" என்னாச்சு இவனுக்கு... இவனோட நடை பேச்சு எதுவுமே சரி இல்லையே... இவன் எதையும் மறைக்கிறானா என்ன!!!" சார்லஸ் யோசிக்க ஆரம்பித்தான்...

காட்டுமன்னார் கோவில்...

" சார்... எங்க வீட்டு காம்ப்பவுண்ட் சுவற்றில் யாரோ இந்தக் கம்பியை வைச்-சிட்டு போய் இருக்காங்க... இது எங்க வீட்டில் உள்ளது கிடையாது... ஏதோ சந்தேகமா இருந்தது... அதனால் தான் அதை எடுத்திட்டு இங்க கொண்டு வந்-தோம்..." என்று கொடுத்துவிட்டுப் போனார் ஒருவர்...

" தான் சென்னை போவதை எஸ்ஐ சத்யாவிடம் சொல்லிவிட்டுப் போகலாம் என்று நினைத்த ஸ்ரீதர் அங்கு வர அன்று அந்த மழை இரவில் இதை வைத்தி-ருந்தவன் நினைவுக்கு வர நடுங்கிப் போனான்...

வேக வேகமாக ஒரு பேப்பர் பேனா எடுத்தவன் அன்று இதோடு தான் ஒருவனைப் பார்த்ததை எழுதிக் காட்டினான்...

" அடக் கடவுளே இந்த ஆளைப் பத்தி நான் தொல்காப்பியன் சார் கிட்ட சொல்லவே இல்லையே... ஒருவேளை அவர் தேடிக்கிட்டு இருக்கிற ஆள் இவனா இருக்கிறதுக்கும் வாய்ப்பு இருக்குமே.." யோசித்த சத்யா அடுத்த கணமே போன் செய்து முகம்தெரியா அந்த ஒருத்தனைப் பற்றி சொன்னான்....

ஏற்கனவே அங்கு தான் வந்து கொண்டிருந்தான் என்பதால் அடுத்த சில மணி நேரங்களில் தொல்காப்பியன் காட்டுமன்னார் கோவில் போலீஸ் ஸ்டேசனில் இருந்தான்...

அவன் வரும் முன்னரே அவன் கேட்டிருந்த சிசிடிவி காட்சிகள் வந்து சேர்ந்தது...

" என்ன சத்யா... இதை நீங்க என்கிட்ட முன்னாடியே சொல்லி இருக்கலாம் இல்லை..."

" ஸ்சாரி சார்... எனக்கு தோணவே இல்லை..."

" மொத்தமே ஒரே ஒரு வீடியோ தானா???"

" சார் அன்னைக்கு நல்ல மழை... நிறைய சேதம்... அதில் நிறைய சிசிடிவி கேமராக்களும் உண்டு... சம்பவம் நடந்த தெருவில் ஒரே ஒரு சிசிடிவி தான் ஆக்டிவ்வா இருந்தது..."

" சரி அதை ப்ளே பண்ணுங்க..."

" ச்சே... இதில் நாம சந்தேகப்படுற மாதிரி எதுவுமே இல்லையே... என்ன சார் பண்றது..."

"தெரியல... ஏதாவது பண்ணலாம்... சரி என்னை க்ரைம் ஸ்பாட்டுக்கு கூட்டிக்கிட்டு போங்க..." என்றான் தொல்காப்பியன்...

சத்யா அழைத்துச் சென்ற நேரம் நன்றாக இருட்டி விட்டிருந்தது... லேசாக மழைத் தூரலும் விழ ஆரம்பித்திருந்தது...

அனைத்தும் தொல்காப்பியனுக்கு புதிதாகத் தோன்றுவது போல் அல்லாமல் ஏதோ பழக்கப்பட்ட ஒன்றைப் போல் இருந்தது...

அன்று பார்த்த அதே ஆலமரம் அதே மைல்கல்... தொல்காப்பியனின் மூளை எதையோ அவனுக்கு படமாகக் காட்ட நினைத்து முயற்சித்தது... அதைப் பார்க்க விரும்பாமல் திணற ஆரம்பித்தான் அவன்...

மூளையின் கட்டுப்பட்டை அவன் மீற ஆரம்பித்த காரணத்தால் அவன் தடுமாற ஆரம்பித்தான்... சத்யா அவனைத் தாங்கிப் பிடிக்க...

" சத்யா... எனக்கு கொஞ்சம் உடம்பு சரியில்லை... என்னை ஏதாவது ஒரு ஹோட்டலில் தங்க வைங்க..." என்றுவிட்டு அவன் மீதே சாய்ந்தான்...

" சார்... சார்... சார்... என்ன சார் ஆச்சு உங்களுக்கு..." அவன் கண்ணத்தில் தட்டிப் பார்த்தவன் பின்பு வேறு வழியில்லாமல் அவனுடைய வீட்டிற்கே கொண்டு சென்று படுக்க வைத்தான் தொல்காப்பியனை...

" ஷாலு... நான் அவனைப் பத்தி ஏதாவது சொன்னா மட்டும் கோவப்படுறியே... அவன் நல்லதுக்குன்னு நாம சொல்ற எதையாவது அவன் கேட்கிறானா???

ரொம்ப நாளுக்கு அப்புறம் நேத்து ரொம்ப டென்சனாகி மயக்கம் போட்டு விழுந்தான்... இன்னைக்கு காட்டு மன்னார்கோவிலுக்கு போய் இன்வெஸ்டிகேசன் பண்றேன்னு மறுபடியும் மயக்கம் போட்டு விழுந்திருக்கான்... எஸ்ஐ சத்யா இப்ப தான் போன் பண்ணி சொன்னாரு..."

" அய்யோ... இப்ப எப்படி இருக்கானாம்..."

" இப்ப நல்லா தூங்குறானாம்... ஷாலு டாக்டர் சொன்னது உனக்கு நியாபகம் இருக்கு இல்ல... அவனுக்கு ஒருவாரத்துக்குள்ள நாலைந்து முறை இப்படி ஆச்சுன்னா அவனோட உயிருக்கே ஆபத்தாகிடும்... நாளைக்கு அவன் வந்ததும் ஒழுங்கா மெடிக்கல் லீவ் போட்டு வீட்டில் இருக்கச் சொல்லு..." எண்ணையில் இட்ட கடுகாகப் பொரிந்தான் சார்லஸ்...

6

" ரொம்ப தேங்க்ஸ் சத்யா இவனைப் பார்த்துக்கிட்டதுக்கு..." என்றான் சார்லஸ்...

" சார் இவரு..." அவன் இழுக்க...

" இவனும் நானும் ரிலேட்டிவ்ஸ்... எங்களுக்குள்ள கொஞ்சம் ஈகோ நிறைய மிஸ் அண்டர்ஸ்டேன்டிங்..." என்று லேசாக சிரித்தான்...

தூக்கத்தில் இருந்தவனை குழந்தை போல அணைத்தவண்ணம் நடத்தி வந்து தன்னுடைய காரில் பின்பக்கம் ஏற்றி தலையை ஷாலினியின் மடியில் வைத்து படுக்க வைத்து கதவைச் சாற்றிவிட்டு திரும்பி வந்தான்...

" சத்யா என்ன நடந்தது..."

" சார் நேத்து என்னை க்ரைம் ஸ்பாட்டுக்கு கூட்டிட்டு போகச் சொன்னாரு... நானும் கூட்டிக்கிட்டு போனேன்... ஏதோ இருட்டைப் பார்த்து பயப்படுற குழந்தை மாதிரி பயந்தாரு... அப்புறம் என் மேல மயங்கி விழுந்திட்டாரு... சார்... சாருக்கு ஏதாவது... " என்றான் அவன்...

" அதெல்லாம் ஒன்னும் இல்லை சத்யா... அவனுக்கு இருட்டைப் பார்த்தா கொஞ்சம் பயம்.... அதைத் தவிர்க்கனும் னு அப்ப அப்ப இப்படித்தான் ஏதாவது பண்ணி வம்புல மாட்டிக்குவான்... சரி நாங்க பார்த்துக்கிறோம்..." என்றுவிட்டு கிளம்பினான்....

காரில் செல்லும் நேரத்தில், " ஏதோ சரி இல்லை... நாலு வருஷமா இந்த மாதிரி பிரச்சனை இல்லாம நல்லா தானே இருந்தான்... இப்ப மறுபடியும் ஆரம்பிச்சிருக்கு... எதுக்காக???" யோசனையில் இருந்த சார்லஸை கலைத்தாள் ஷாலு...

" ஏங்க... இவனுக்கு மட்டும் ஏன் இப்படி நடக்கிது... இவன் வாழ்க்கையில் நல்லதே நடக்காதா??? இவனுக்கு இப்படி ஒரு வியாதி இருக்கிறதால அன்னைக்கு வேலையே போகிற நிலைமையில் இருந்தது...

இனிமேல் இவனுக்கு எந்தப் பாதிப்பும் வராதுன்னு டாக்டர் சர்டிபிகேட் கொடுத்த அப்புறம் தான் உங்க மேலிடம் இவனை மறுபடியும் வேலையில் சேர்த்துக்கிட்டாங்க... இப்ப மறுபடியும் இப்படி ஆகுதுன்னு தெரிய வந்தா... இவனோட

வேலை...."

" தெரிய வந்தா தானே..." என்றான் சார்லஸ்...

" என்ன சொல்றீங்க..."

" இல்லை ஷாலு... இது யாருக்கும் தெரியக் கூடாது... தெரிய வந்தா அவனோட போலீஸ் வேலை மட்டும் இல்லை அவனோட எதிர்காலமும் சேர்ந்து பாதிக்கப்படும்..."

" என்ன பண்ணலாம் னு இருக்கீங்க..."

" அவனை மெடிக்கல் லீவ் அப்ளே பண்ணச் சொல்லு... நீ சொன்னா மட்டும் தான் கேட்பான்... கையில் ஒரு முக்கியமான கேஸ் இருக்கு... அதை முடிச்சதும் நானும் கொஞ்ச நாள் லீவ் போடுறேன்... இவனை வெளிமாநிலம் இல்லை வெளி-நாட்டுக்கே கூட கூட்டிக்கிட்டு போகலாம்... இவன் மனசு லேசானதுக்கு அப்புறம் ஒரு நல்ல பொண்ணைப் பார்த்து கல்யாணம் பண்ணி வைப்போம்... எல்லாம் சரி-யாகிடும்...."

" எனக்கும் இப்ப தான் ஒரு நம்பிக்கை வந்து இருக்கு..." என்றாள் ஷாலினி...

" இந்த கேஸ் தான் இவனைப் பாதிச்சு இருக்கு... அதனால இனி இவன் இந்த கேஸீற்குள் வராமல் இருக்கிறது தான் நல்லது..." தனக்குள் நினைத்துக் கொண்டவன் அடுத்தடுத்து தான் செய்ய வேண்டிய அனைத்தையும் மனதிற்குள் திட்டமிடலானான்...

அடுத்த நாள் காலை கமிஷ்னர் அலுவலகம்...

" என்னாச்சு சார்லஸ்... உங்களையும் தொல்காப்பியனையும் நம்பி தானே நான் இந்த கேஸை உங்க கையில் ஒப்படைச்சேன்... இப்ப அவரு என்னடான்னா மெடிக்கல் லீவ் கேட்டு பெர்மிசன் லெட்டர் கொடுத்து இருக்காரு... என்ன நடக்-கிது..." கமிஷ்னர் கேட்க...

" சார் தயவுசெய்து இந்தக் கேஸில் இருந்து அவனை ரிலீவ் பண்ணிடுங்க... இந்தக் கேஸில் அவன் தொடர்ந்து இருந்தா அவனை மொத்தமா நாங்க இழந்தி-டுவோமோன்னு பயமா இருக்கு...

நான் இருக்கேன் சார்.. கூடிய சீக்கிரமே நான் குற்றவாளியைக் கண்டுபுடிச்சி உங்ககிட்ட கூட்டிக்கிட்டு வரேன்... ஒருவேளை உங்களுக்கு என் மேல நம்பிக்கை இல்லை அப்படின்னா.... "

" ச்சே... என்ன சார்லஸ் அப்படி சொல்லிட்டீங்க... உங்க மேல எனக்கு முழு நம்பிக்கை இருக்கு... நம்பிக்கை இல்லாமலா உங்களுக்கு இரண்டு தடவை ப்ரமோஷன் ஆபர் கொடுத்தேன்... ஆனா நீங்க தான் வேண்டாம் னு சொல்-லிட்டீங்க... நீங்க தனியா இன்ஸ்வெஸ்டிகேசன் பண்ணனுமேன்னு தான் நினைச்-சேன்... மத்தபடி எனக்கு இதில் எந்த அப்ஷெக்சனும் இல்லை... " மனம் திறந்-

தார் அவர்...

" தேங்க் யூ சார்..." சார்லஸ் கிளம்ப எத்தணித்த வேலையில்...

" நான் ஒன்னு கேட்டா தப்பா நினைக்காம உண்மையைச் சொல்ல முடி-யுமா???" பூடகமாய்க் கேட்க சார்லஸ் விழித்தான்...

"தொல்காப்பியனுக்கு என்ன ஆச்சு... அவருக்கு அப்படி என்ன பிரச்சனை... "

" சில வருஷத்துக்கு முன்னாடி அவனோட கூடப் பிறந்த தம்பி... அவன் கண்ணு முன்னாடியே செத்துப் போயிட்டான்... தம்பின்னா அவனுக்கு அப்புறம் பிறந்தவன் இல்லை... அவன் கூடவே பிறந்தவன்...

அவங்க இரண்டு பேரும் நெஞ்சோடு நெஞ்சு ஒட்டிப் பிறந்த இரட்டையர்கள்... ஆபரேசன் மூலம் அவங்க உடலைத் தான் டாக்டர்ஸ்ஸால பிரிக்க முடிஞ்சது... அவங்களோட உணர்வுகளை இல்லை... இரண்டு பேரும் அவ்வளவு க்ளோஸ்...

அப்படிப்பட்டவன் இவனோட கண்ணு முன்னாடியே செத்துப் போனதை இவனால தாங்கிக்க முடியல... தம்பி சாவுக்கு காரணமானவங்களுக்கு தண்டனை வாங்கிக் கொடுக்க ரொம்ப தீவிரமா இருந்தான்... ஆனா அவங்க தப்பிச்சிட்-டான்... அதை இவனால தாங்கிக்க முடியல... மனசால ரொம்ப பாதிக்கப்பட்டுட்-டான்...

எப்படியாவது அவங்களுக்கு தண்டனை வாங்கிக் கொடுக்கனும் னு உறுதி-யோட இருந்தவன் கொஞ்ச நாளில் அமைதி ஆகிட்டான்.. நாங்க கூட அவன் நிதர்சனத்தை ஏத்துக்கிட்டான்னு நினைச்சு விட்டுட்டோம்...

ஆனா அவனோட பழக்க வழக்கத்தில் மாற்றம் வர வர எங்களுக்குள்ள பயம் வந்தது... இறந்து போன அவன் தம்பி தயாளன் ஒரு இடது கையாளன்... இவனும் அவனை மாதிரியே இடது கையால எழுத ஆரம்பிச்சப்ப தான் பிரச்-சனையோட தீவிரத்தை உணர்ந்தோம்...

டாக்டர்ஸ்கிட்ட காமிச்சப்ப... தம்பியோட இறப்பை அவனோட மனசு ஏத்துக்க விரும்பலங்கிறதையும் தம்பி தனக்குள்ள இருக்கிறதா அவன் உணருறான்னு புரிஞ்சிக்கிட்டோம்...

பல மாச கவுன்சிலிங்கு அப்புறம் அவன் நார்மலாகிட்டான்... அவன் புல்லா ரிகவர் ஆகிட்டான்னு தெரிய வந்ததுக்கு அப்புறம் தான் அவன் மறுபடியும் வேலையில் சேர்ந்தான்...

ஆனா இப்ப மறுபடியும் என்ன ஆச்சுன்னு தெரியல... அதான் ரிஸ்க் எடுக்க வேண்டாம் னு முடிவு பண்ணி அவனை லீவ் அப்ளை பண்ண சொன்னோம்..." சொல்லி முடித்தான் சார்லஸ்...

" ச்சே... என்ன கொடுமை... பத்திரமா பார்த்துக்கோங்க..."

" கண்டிப்பா சார்... இந்த கேஸ் முடிஞ்சதுக்கு அப்புறம் நாங்க அவனுக்கு கல்யாணம் பண்ணி வைக்கலாம் னு இருக்கோம்... கல்யாணம் அவனை பழையபடி கலகலப்பா மாத்தும் னு நம்புறேன்... வரேன் சார்..." என்றுவிட்டு கிளம்பினான் சார்லஸ்...

" என்னாச்சு எனக்கு... காட்டுமன்னார் கோவிலுக்கு நான் போகவே இல்லை... ஆனா ஏன் அந்த இடம் ஏற்கனவே எனக்கு பரிட்சயம் ஆன மாதிரி இருக்கு... அதோட அந்த காலேஜ் பையன்...

அவன் முகமும் எனக்கு பரிட்சயம் ஆன மாதிரி தோணுதே... இதெல்லாம் உண்மையா??? ஆனா எப்படி உண்மையா இருக்கும்.... எனக்குள்ள என்ன நடக்கிது..." யோசித்தபடி அவன் அறைக்குள் இருந்தான் தொல்காப்பியன்...

தனக்கு மனநோய் இருந்தது உண்மை... ஆனால் அதில் இருந்து முழுதாய் குணமாகி விட்டதை அவனால் நன்றாக உணர முடிந்தது... அப்படி இருக்க இது எப்படி சாத்தியம்...

படங்களில் காட்டுவது போல் ஒரே உடலுடன் இரண்டு விதமான வாழ்க்கை வாழ்கிறேனா?? இல்லை எங்கோ நடப்பது எல்லாம் எனக்கு கனவில் வருகிறதா??

இல்லையே.. நான் பார்த்த இடம் முகம் எதுவும் கனவில் பார்த்தது போல் இல்லையே... நேரில் மிக அருகில் பார்த்தது போல் அல்லவா இருக்கிறது... ஏதோதோ யோசனையில் இருந்தவன் மாத்திரை உதவியால் ஆழ்ந்த உறக்கத்திற்கு சென்றான்....

அடுத்த நாள் காலை...

" சார்... சார்..." என்றபடி கையில் லேப்டாப்புடன் வந்தான் சபாபதி...

" என்னாச்சு சபாபதி..."

" சார்.... ஊருக்குள்ள இரத்தக் காட்டேரி வந்திடுச்சு சார்..."

" இரத்தக் காட்டேரியா??? என்ன ஊளறுறீங்க... காலையிலே குடிச்சிருக்கீங்களா???"

" அய்யோ சார் நான் சொல்றதை நம்ப முடியலைன்னா இங்க பாருங்க..." என்றுவிட்டு கையில் இருந்த லேப்டாப்பில் ஒன்றை ப்ளே செய்தான் சபாபதி...

" இதில் என்ன இருக்கு சபாபதி... ஏற்கனவே டென்சன் ல இருக்கேன்.. இதில் நீங்க வேற... பேசாம போங்க..."

" அய்யோ சார் இந்த மரக்கிளையைப் பாருங்க..."

" என்ன இது... ஒரு மனுசனோட கை மட்டும் தெரியுது... அதுவும் இவ்வளவு பெரிய நகங்களோட.... கை மட்டும் தான் தெரியுது... வேற ஆங்கிள் ட்ரை பண்ணுங்க..."

" இல்லை சார்... வேற எந்த ஆங்கிளிலும் எதுவும் தெரியல... நான் தான் சொன்னேன் இல்ல இது இரத்தக்காட்டேரி தான்.. நான் படங்களில் பார்த்து

இருக்கேன்... இந்த மாதிரி கையில் பெரிய பெரிய நகம் இருக்கும்... சிங்கப்பல் இல்ல சிங்கப்பல் இரண்டும் ரொம்ப ஸ்ஷார்ப்பா இருக்கும்..."

" யோவ் நிறுத்துயா???"

" யோவ்வா???"

" பின்ன என்ன... இந்தக் காலத்துல போய் இரத்தக் காட்டேரி அது இதுன்னு... இது ஏதோ திருடன்..."

" ஏது திருடன் தான் இவ்வளவு காஸ்ட்லியான வாட்ச் போட்டு இருக்-கானா???"

" இந்த வாட்ச்..." என்று யோசித்தவன்... அதை சபாபதி முன் காட்டிக்-கொள்ளாமல் " ஓகோ திருடன் காஸ்ட்லியான வாட்ச் போட மாட்டான் ஆனா வேம்பயர் மட்டும் போடுமாக்கும்... ஆமா முதலில் இந்த வீடியோ எப்படி உங்க-ளுக்குக் கிடைச்சது..."

" அது தொல்காப்பியன் சார் ஸ்டேசனுக்கு முன்னாடி ஒரு காலேஜ் பையன் தற்கொலை பண்ணிக்கிட்டான் இல்ல.... அது பக்கத்தில் இருந்த எல்லா சிசிடிவி வீடியோக்களும் வேணும் னு சார் கேட்டு இருந்தாராம்... அது இப்ப தான் கிடைச்சு இருக்கு... அவர் லீவில் இருக்கிறதால உங்ககிட்ட கொடுக்க சொல்லி கொடுத்தாங்க..." என்றான் சபாபதி...

" கொடுத்திட்டீங்கல்ல போங்க சார் போய் வேற வேலையைப் பாருங்க... நான் இதைப் பார்த்துக்கிறேன்... மறக்காம இந்த வீடியோவை எனக்கு மெயில் பண்ணி-டுங்க..."

" இந்த வாட்ச்.... இதே மாதிரி ஒன்னு தொல்ஸ் கிட்ட இருக்குமே... ச்சே... ச்சே... அவனா இருக்காது... அவன் எதுக்காக இப்படி நட்ட நடு ரோட்டில் இராத்திரி நேரத்தில் மரத்தில் உட்கார்ந்து இருக்கனும்..."

" ஆனா அவனும் ஷாலு சொல்ல சொல்லக் கேட்காம இந்த மாதிரி பெரிய நகம் வைச்சு இருப்பானே..." சந்தேக வட்டத்திற்குள் இருந்து அவனை வெளியே கொண்டு வர வேண்டும் என்று அவன் நினைத்தாலும் சந்தேக வளையம் என்-னவோ அவனையே சுற்றி சுற்றியே வந்தது...

தொல்ஸ்ஸோட கையில் ஆள்காட்டி விரலோட மேற்பக்கத்தில் பெரிய மச்சம் ஒன்னு இருக்கும் அது இதில் இல்லை... ஆனா... இதில் இருக்கிற இந்த ரிங்... இதே மாதிரி ஒன்னு அவன்கிட்ட இருக்குமே... கடவுளே இது என்ன புது சோதனை...

சரி குழம்பிக்க வேண்டாம் நாம ஷாலுகிட்டையே கேட்டுத் தெரிஞ்சிக்கலாம் என்று மனைவியிடம் பேசியவனுக்கு பதிலாக, அவன் எப்பவோ லேசர் சிகிச்சை மூலம் அந்த பெரிய மச்சத்தை அழித்துக் கொண்டான் என்பது தெரிய வந்தது...

"சபாபதி வீடியோவில் இருந்தது இந்த மரம் தானே..."

"ஆமாம் சார்... "

" இப்ப நீங்க என்ன பண்றீங்க இந்த மரத்தில் ஏறுறீங்க.." என்றான் சார்லஸ்...

" என்னது நான் மரம் ஏறனுமா???"

" ஏன் தெரியாதா??? தெரியலனாலும் பரவாயில்லை பக்கத்தில் யார் வீட்டி-லாவது ஏணி இல்லை ஸ்டூல் மாதிரி ஏதாவது இருக்கான்னு கேட்டு எடுத்திட்டு வந்து ஏறுங்க சீக்கிரம்..."

எப்படியோ அதில் ஏறிவிட்டான் சபாபதி... " எப்பா டேய் ஏதோ நைட் டைம்மா இருக்கப் போய் என்னை யாரும் பார்க்கல... இதுவே பகலா இருந்தி-ருந்தா.... அப்பப்பா... இவரு கூட சேர்ந்ததுக்கு இன்னும் நான் என்னென்ன படப் போறேனோ தெரியல...."

" சபாபதி என்ன தெரியுது...???"

" கிளையும் இலையும் தெரியுது சார்..."

"ப்ச்... விளையாடாம பாருங்க... நான் சொன்ன மாதிரி புளியமரம் ஏதாவது தெரியுதா பாருங்க... " கத்தினான் சார்லஸ்...

" சார் ஒரு ஒத்தை புளியமரம் தெரியுது சார்..."

" நிஜமாவா??"

" ஆமா சார் ஸ்டேசனுக்கு பக்கத்தில் இருக்கிற அந்த ஒற்றைப் புளியமரம் ரொம்பத் தெளிவாத் தெரியுது..." என்றார் சபாபதி...

" சரி இறங்குங்க..."

" குறிப்பா அந்த மரத்தைப் பத்தி ஏன் சார் கேட்டீங்க...."

" அந்த மரம் தான் காலேஜ் ஸ்டூடண்ட் சரவணன் தற்கொலை பண்ணிக்கிட்ட மரம்... நீங்க காட்டிய வீடியோ ரெக்கார்டு ஆன தேதியும் நேரமும் சரவணன் இறந்து போன தேதி நேரத்தோட மேட்ச் ஆச்சு... அதனால் தான் இதெல்லாம்...."

" சார் அப்படின்னா... நடந்தது..."

" அதைத் தான் கண்டுபுடிக்கனும் சபாபதி..." என்றான் சார்லஸ்...

7

" ஹலோ மிஸ்டர் சத்யா... நான் சார்லஸ் பேசுறேன்..."

" சொல்லுங்க சார்..."

" அன்னைக்கு தொல்காப்பியன் உங்க ஊருக்கு வந்தப்ப என்ன நடந்தது கொஞ்சம் தெளிவா சொல்லுங்க..."

" என்னாச்சு சார் ஏதாவது பிரச்சனையா???"

" இல்லை அவரை ட்ரீட் பண்ற டாக்டர் அங்க நடந்த எல்லா விரபமும் தெரியனும் னு சொல்றாரு... அதனால் தான்.." சமாளித்தான் சார்லஸ்...

" இங்க சாலமோன் தற்கொலை நடந்த இடத்திற்கு பக்கத்தில் அடையாளம் தெரியாத ஒருத்தன் இருந்ததா எங்களுக்கு தகவல் கிடைச்சது... நான் இதை சாருக்கு சொன்னேன்... அதை விசாரிக்க தான் சார் இங்க வந்தாரு...

சிசிடிவி வீடியோவில் பெருசா எதுவும் கிடைக்கல... சார் க்ரைம் ஸ்பாட்டுக்கு கூட்டிட்டு போகச் சொன்னதால கூட்டிக்கிட்டு போனேன்... அங்க போனதும் அவருக்கு என்ன ஆச்சோ தெரியல... திடீர்னு தலைவலின்னு சொல்லி என் மேல சாஞ்சு மயக்கம் போட்டுட்டாரு..."

" வெயிட் வெயிட்... அவனை நீங்க க்ரைம் ஸ்பாட்டுக்கு கூட்டிட்டு போனதுக்கும் அவனுக்குத் தலைவலி வந்ததுக்கும் இடையில் அவன் ஏதாவது பேசினானா???? கொஞ்சம் நல்லா யோசிச்சு பாருங்க..."

"ம்ம்ம்.... அந்த க்ரைம் ஸ்பாட்டை அதுக்கு முன்னாடி எங்கேயோ பார்த்த மாதிரி இருக்குன்னு சொன்னாரு சார்... வேற எதுவும் சொல்லல..." என்றான் சத்யா...

" தட்ஸ் த மேட்டர்..." என தனக்குள் நினைத்துக் கொண்டவன் லைனைக் கட் செய்து யோசிக்கலானான்...

" சார் நான் சார்லஸ்... எனக்கு நீங்க ஒரு உதவி பண்ணனுமே..."

" என்ன சார் சொல்லுங்க... உங்களுக்கு பண்ணாம நான் யாருக்கு பண்ணப் போறேன்..."

" நான் ஒரு வண்டியோட நம்பர் தரேன்... அது பத்து நாளுக்கு முன்னாடி சென்னையில் இருந்து கடலூர் மாவட்டத்துக்கு போன டோல்கேட் ரெக்கார்டு எதாவது இருக்கான்னு கொஞ்சம் பார்த்துச் சொல்ல முடியுமா???"

" ஐந்து நிமிஷத்தில் போன் பண்றேன் சார்..." என்றவர் சொன்னது போலவே போன் செய்து, " நீங்க சொன்ன அந்த வண்டி இரண்டு தடவை இதே ரூட்டில் போய் திரும்பி இருக்கு... நான் அதை வாட்ஸ்அப் பண்றேன்..." என்றார்...

தொல்காப்பியன் வண்டி முதல்முறையாக காட்டுமன்னார் கோவிலை அடைந்த தேதி சாலமோன் தற்கொலை செய்து கொண்ட அதே தேதி...

" என்ன நடக்குது இங்கே... காலேஜ் ஸ்டூடண்ட் சரவணன் ஏட்டு சாலமோன் எஸ் ஐ பூங்காவனம்... மூணு பேரோட சாவு நடக்கும் போதும் தொல்ஸ் அங்க இருந்திருக்கான்... எதுக்கு... ஏன்..." யோசித்தவனுக்கு விடை மட்டும் கிடைத்தபாடில்லை...

அன்றைய இரவு...

" ஷாலு தொல்ஸ் என்ன பண்றான்..."

" நல்லாத் தூங்குறான்..."

" சரி நான் போய் அவனைப் பார்த்திட்டு வரேன்..." என்றவன் அவனுடைய அறைக்குள் வந்தான்... சலனமே இல்லாமல் உறங்குபவனைக் கண்ட சார்லஸ் கவனத்தை அவன் மீதிருந்து மாற்றி அறையைச் சுற்றி பார்த்தான்...

அந்த அறையின் ஓரத்தில் ஹேங்கரில் ஜர்க்கின் ஒன்று தொங்கிக் கொண்டு இருந்தது... அந்த மழை இரவில் ஸ்ரீதர் கண்ட அந்த அடையாளம் தெரியாத மனிதன் வெள்ளை நிற ஜர்கின் அணிந்திருந்ததாக ஸ்ரீதர் சொன்னதாக சத்யா சொன்னது நியாபகம் வந்தது சார்லஸிற்கு... அதே யோசனையுடன் அனிச்சையாய் தன்னறைக்கு வந்தான்...

" என்னாச்சு... ஆசை தீர பார்த்திட்டீங்களா அவனை... இந்த அன்பை அவன் முழிச்சிருக்கும் போது காட்டினா எவ்வளவு நல்லா இருக்கும்..." ஷாலினியின் கேள்வியால் விழித்தவன்...

" நம்ம தொல்ஸ் கிட்ட ஏதோ சரியில்லை ஷாலு... உனக்கும் எனக்கும் தெரியாம நிறைய பண்றான்..."

" ப்ச்... உங்களுக்கு அவனைக் குறை சொல்லலன்னா தூக்கமே வராதே.... சீக்கிரம் நீங்க எடுத்து இருக்கிற கேஸை முடிங்க.... அவனை வெளியிடத்துக்கு கூட்டிக்கிட்டு போகனும்..." மேற்கொண்டு அவனைப் பேசவிடாமல் லைட் ஆப் செய்து படுத்துவிட்டாள்....

அடுத்த நாள் காலையில் அந்த மனோதத்துவ மருத்துவர் முன் இருந்தான் சார்லஸ்...

" சார்... தொல்காப்பியனுக்கு முழுசா குணமாகிடுச்சின்னு நீங்க தானே சார் சர்டிபிகேட் கொடுத்தீங்க..."

" எஸ் நான் தான் கொடுத்தேன்... அதில் இப்ப என்ன பிரச்சனை உங்களுக்கு..."

" இல்ல சார்... தொல்ஸ் மறுபடியும் வித்தியாசமா நடந்துக்க ஆரம்பிச்சிட்டான்...."

" வித்தியாசமா அப்படின்னா... மறுபடியும் அவர் தம்பியோட ரிசம்பல்ஸ் அவர்கிட்ட தெரியுதா???"

" அப்படி இல்லை சார்... ஆனா வேற மாதிரி நடந்துக்கிறான்... அப்ப அப்ப மயங்கி வேற விழுறான்..."

" நீங்க சொல்றதை வைச்சுப் பார்த்தா அவரோட மனசில் இல்லை உடலில் தான் ஏதோ ப்ராப்ளம்..." என்றார் அவர்...

" சார்... இதுவரைக்கும் இதை நான் யார்கிட்டையும் சொல்லல... தொல்காப்பியன் மூணு பேரோட சாவில் சம்பந்தப்பட்டு இருக்கான்..."

" எப்படி சொல்றீங்க... கண்ணால பார்த்த சாட்சி ஏதாவது இருக்கா..."

" இல்லை... ஆனா அதிகப்படியான சந்தேகம் எனக்கு இருக்கு...." என்ற வண்ணம் நடந்த அனைத்தையும் விவரித்தான் சார்லஸ்..

" அட என்ன சார் நீங்க... இதை வைச்சா அவருக்கு மறுபடியும் மனநோய் வந்திடுச்சோன்னு நினைக்கிறீங்க.... அவரை ட்ரீட் பண்ண டாக்டர் அப்படின்ற முறையில் சொல்றேன் அவரு முழுமையா குணமாகிட்டார்...

இப்ப நடக்கிறது ஏன் திட்டம் போட்டு நடத்துற நாடகமா இருக்கக் கூடாது..."

" வாட் டூ யூ மீன்..." அதிர்ச்சியாய் சார்லஸ் கேட்க...

" நீங்க மறந்திருந்தாலும் எனக்கு நல்லா நியாபகம் இருக்கு... தொல்காப்பியனோட தம்பி தயாளன் தூக்கில் தொங்கி தானே தற்கொலை பண்ணிக்கிட்டார்... அவர் இறந்ததுக்கு கொஞ்ச நாள் முன்னாடி தானே அவரை போலீஸ் ஸ்டேசனில் இருந்து கூட்டிக்கிட்டு வந்தீங்க..."

" ஆமா... ஆனா...."

" ப்ச்... ரொம்ப சிம்பிள் மிஸ்டர் சார்லஸ்... தம்பி இறந்ததை உணராம இருந்தவரை கவுன்சிலிங் கொடுத்து உணர வைச்சோம்... நாம என்ன தான் ஆறுதலா இருந்தாலும் கருவாய் உருவானதில் இருந்து கூடவே இருந்த ஒருத்தரோட இழப்பு கொடுக்கிற வலியும் வேதனையும் தாங்கிக்க முடியாத ஒன்னு...

தயாளன் இறப்புக்கு காரணமானவங்களுக்கு தண்டனை கிடைக்காமல் போனதில் அவருக்கு இருந்த மனஉளைச்சல் அந்தத் தண்டனையைத் தானே கொடுத்தால் என்ன என்று யோசிக்க வைத்திருக்கும்... அதனால தான் அவர் எல்லாத்தையும் திட்டம் போட்டு கொலைகளை தற்கொலைகளா பண்ண ஆரம்பிச்சு

இருக்கார் போல... வெரி க்ளவர் ப்ளான்...

தன்னோட தம்பி தன்னோட கண்ணு முன்னாடி செத்துப் போன மாதிரி அத்தனை பேரும் அவர் கண்ணு முன்னாடியே செத்துப் போற மாதிரி பண்ணி இருக்கார்....

நாளை பின்னே அவர் மேல எந்த விதமான சந்தேகமும் வராமல் இருக்க தான் தனக்கு மனநோய் இன்னும் இருப்பதாக காட்டி இருக்கலாம்..."

" ஆனா சார்.. என்னால நீங்க சொல்ற எதையும் நம்ம முடியல... இப்ப நீங்க சொன்ன எல்லாம் வெறும் உங்களோட யூகம் மட்டும் தானே...." சார்லஸ் கேட்க...

" ஏன் சார் கண்ணு முன்னாடி ஒருத்தன் தற்கொலை பண்ணிக்கிட்டதை பார்த்தும் அது கொலைன்னு நீங்க யூகிக்கிற மாதிரி நாங்க எதையும் யூகிக்கக் கூடாதா???

இல்லை வெறும் நகத்தையும் ஒரு வாட்சையும் வைச்சு அந்த வீடியோவில் இருந்தது தொல்காப்பியன் தான்னு நீங்க உறுதியா சொல்றதை நான் நம்பனும்... நான் சொல்றதை நீங்க நம்ப மாட்டிங்களா???" டாக்டர் சற்று கோபமுடனே கேட்க...

" ஸ்சாரி டாக்டர் உங்களை நம்பக் கூடாதுன்னு இல்லை..." சமாளிக்க நினைத்தான் சார்லஸ்...

" ஓ... ஐம் ரியலி ஸ்சாரி சார்லஸ்... நான் ஏதோ கோபத்துல பேசிட்டேன்... எனக்குத் தெரிஞ்சி அவருக்கு மனசளவில் எந்தப் பாதிப்பும் இருக்கிற மாதிரி தெரியல... எதுக்கும் ஒரு சின்ன டெஸ்ட் பண்ணி பார்க்கலாம்... அடிக்கடி மயக்கம் வருவதால டாக்டர்கிட்ட போய் பார்க்கலாம் னு சொல்லுங்க...

அவருக்கு உண்மையில் மனநோய் இருந்தா நிச்சயம் என்கிட்ட வர அவர் சம்மதிப்பார்... இல்லையா??? நீங்க அவரை அரஸ்ட் பண்ற நிலைமை சீக்கிரமே வரும்...

இப்பக் கூட என்னோட வார்த்தையில் உங்களுக்கு முழு நம்பிக்கை வரல இல்ல... சரி நான் சொல்றதைக் கேளுங்க...

தயாளன் அரஸ்ட் ஆகி எந்த ஸ்டேசனில் இருந்தாருன்னு விசாரிச்சுப் பாருங்க... அது மாம்பலம் ஸ்டேசனா இருந்தா எல்லாம் ஒரு தெளிவுக்கு வரும்..." என்றார் டாக்டர்...

ஷாலுவிடம் கேட்டறிந்த பின்னர் யோசித்த சார்லஸ்... "தயாளன் அரஸ்ட் ஆனது மாம்பலம் ஸ்டேசன் தான்னு உறுதி ஆகிடுச்சு... இப்ப விசாரிக்க வேண்டியது... அவன் அரஸ்ட் ஆனதுக்கும் இறந்து போன போலீஸ் காரங்களுக்கும் ஏதாவது சம்பந்தம் இருக்கான்னு தான்... நான் நினைக்கிறது மட்டும் உண்மையா இருந்தது... என்னை மன்னிச்சிடு தொல்ஸ் உன்னை அரஸ்ட் பண்றதைத் தவிர

எனக்கு வேற வழி இல்லை" நினைத்தவண்ணம் கிளம்பினான் சார்லஸ்....

நாலு பேர் தற்கொலை பண்ணி செத்துப் போன இடத்திலும் நான் இருந்திருக்-கேன்... ஆனா எனக்கும் அந்த தற்கொலைகளுக்கும் எந்தவிதமான சம்பந்தமும் இல்லைன்னு யாராவது என்கிட்ட சொன்னா நானே அதை நம்ப மாட்டேன்...

அப்படி இருக்கும் போது நான் சொல்றதை யார் நம்புவா??? செல்வம் இறந்து போன முந்தின நாள் நான் அவனைப் பார்க்கப் போய் இருந்தேன்... நல்லா தான் பேசிக்கிட்டு இருந்தான்... அடுத்த நாள் காலையில் அவன் செத்துப் போயிட்-டான்...

காட்டுமன்னார் கோவிலில் அந்த சாலமோன் தற்கொலை பண்ண இடத்தில் நான் இருந்திருக்கேன்... அந்த ஸ்டூடண்ட் சரவணன் அவன் சாகும் போதும் நான் அங்க தான் இருந்திருக்கேன்...

பூங்காவனம் செத்தப்ப நானும் சார்லஸூம் இருந்தோம்... இதெல்லாம் என்ன... எனக்கு ஒன்னுமே புரியல... கரெக்ட்டா என்னோட கண்ணு முன்னாடி அவங்க செத்துப் போக காரணம் என்ன...

நான் அவங்க செத்ததை பார்த்தது மட்டும் தான் எனக்கு நியாபகத்தில் இருக்கு... அந்த இடங்களுக்கு நான் எப்படி போனேன்... அங்க இருந்து திரும்ப வீட்டுக்கு எப்படி வந்தேன் எதுவுமே நியாபகத்தில் இல்லை...

என்னை சுத்தி எதுக்காக இத்தனை மர்மங்கள்..." யோசித்தவண்ணம் அமை-தியாய் ஜன்னலை வெறித்துக் கொண்டிருந்தான் தொல்காப்பியன்...

" பண்றதை எல்லாம் பண்ணிட்டு எப்படி டா உன்னால அமைதியா இருக்க முடியுது..." அவனைப் பார்த்தவண்ணம் நினைத்தான் சார்லஸ்...

" என்னாச்சு சார்லஸ்... மணி நாலு தான் ஆகுது... சீக்கிரம் வந்திட்ட.... அதுக்குள்ள வேலை முடிஞ்சிடுச்சா..." ஷாலினி கேட்க...

" கிட்டத்தட்ட... நடந்த எதுவும் தற்கொலை இல்லை... எல்லாம் திட்டம் போட்டு தூண்டப்பட்டதால் நடந்த தற் கொலைகள் னு கண்டுபுடிச்சாச்சு... இன்-னும் குற்றவாளியை அரஸ்ட் பண்றது மட்டும் தான் மிச்சம்..." என்றான் சார்லஸ் தொல்காப்பியனை பார்த்தபடி...

தொல்காப்பியனுக்கு அதைக் கேட்ட பின்பு தான் ஏனோ முகத்தில் ஒரு வெளிச்சம் பரவியது... சார்லஸிடம் இதைச் சொல்வது தான் சிறந்தது என்னும் முடிவிற்கு வந்தவனாக பேச வாயைத் திறந்தான்...

" ஆனால் அதற்குள் ஷாலு எனக்கு ஒரு முக்கியமான வேலை இருக்கு... நான் கிளம்புறேன்..." என்றுவிட்டுக் கிளம்பிவிட்டான் சார்லஸ்...

" என்னாச்சு... ஏன் எல்லாரும் அமைதியா இருக்கீங்க..." தன்னுடைய ஸ்டே-சனில் இருந்த அனைவரையும் பார்த்து சார்லஸ் கேட்க...

" சார்... நம்ம... சபாபதி சார்..."

" சபாபதியா??? ஆமா அவருக்கு என்ன..."

" அவரு தற்கொலை பண்ணிக்கிட்டாரு சார்..." என்று ஒரு கான்ஸ்டபிள் சொல்ல திடுக்கிட்டு எழுந்து நின்றான் சார்லஸ்...

" என்ன சொல்றீங்க... எங்க எப்படி நடந்தது..."

" சார் நம்ம ஸ்டேசனுக்கு பின்னாடி இருக்கிற வேப்ப மரத்தில் தான் சார் அப்படிப் பண்ணிட்டாரு... "

" கடவுளே... என்னாச்சு அவருக்கு... நல்லா தானே இருந்தாரு..." சார்லஸ் கேட்க...

" அதுதான் சார் எங்களுக்கும் புரியல... நம்மகிட்ட ஜாலியா தானே சார் இருந்தாரு... ஆனா வேலை ரொம்ப ப்ரஷரா இருக்கிறதா வீட்டில் அடிக்கடி சொல்லி இருக்காரு...

வொர்க் ப்ரஷரால தான் சார் தற்கொலை பண்ணிக்கிட்டாருன்னு அவர் வீட்டு ஆளுங்க வந்து ஒரே பிரச்சனை..."

சிறிது நேர அமைதிக்குப் பின்னர்...

" தொல்காப்பியன் இங்க வந்தாரா???"

" ஆமா சார்... சார் காலையில் வந்து சபாபதி சார் கிட்ட பேசிக்கிட்டு இருந்தாரு.... அவரு போன கொஞ்ச நேரத்தில் தான் சபாபதி சார் இப்படிப் பண்ணிக்கிட்டாரு... " என்றார் அவர்...

8

" ஷாலு..."

" ஹே... அர்ச்சனா... எப்ப இந்தியா வந்த... எப்படி இருக்க..." என்றாள் ஷாலினி உற்றாகத்துடன்...

அர்ச்சனா என்ற பெயரைக் கேட்டதும் தன் அறைக்குள் இருந்து அடித்துப் பிடித்து ஓடி வந்தான் தொல்காப்பியன்....

தொல்காப்பியனைப் பார்த்ததும் ஷாலினி, " அர்ச்சனா நீங்க பேசிட்டு இருங்க... நான் டீ போட்டு எடுத்துட்டு வரேன்..." என்று உள்ளே சென்றுவிட இவர்கள் இருவரும் சில நொடிகளுக்கு ஒருவரை ஒருவர் மெய்மறந்து பார்த்துக் கொண்டிருந்தனர்...

" என்னாச்சு தொல்ஸ்... என்கிட்ட பேசமாட்டியா???" அர்ச்சனாவே பேச்சை ஆரம்பித்தாள்...

" அப்படி எல்லாம் ஒன்னும் இல்லை... உன்கிட்ட பேசாம யார் கிட்ட பேசப் போறேன்... என்ன திடீர்னு இந்தியா..." வார்த்தைகள் தடுமாறியது அவனுக்கு...

" ஏன் வரக் கூடாதா??? "

" அப்படியெல்லாம் ஒன்னும் இல்லை..." தொல்காப்பியன் உதடுகள் தானாய் அசைந்து சொற்களை உதிர்க்க... கண்களோ இத்தனை நாளாய் காணத் தவித்த காதலியை ஆசையுடன் பார்த்துக் கொண்டிருந்தது....

" தொல்ஸ்... நான் உங்கிட்ட சில முக்கியமான விஷயம் தனியாப் பேசனும்.. பெட்டர் உன்னோட ரூமுக்குள்ள போயிடலாமா????"

"வா..."

அவனுக்கு முதுகை காட்டி நின்றவண்ணம்... " ம்ம்ம்.. தொல்ஸ்... எப்படி ஆரம்பிக்கிறதுன்னு தெரியல... நீயும் நானும் லவ் பண்ணோம்... ரொம்ப லவ் பண்ணோம்... அந்த டைம் ல தான் உன் தம்பி செத்து உனக்கு ஹெல்த் ப்ராப்ளம் வந்து... நம்ம இரண்டு பேமிலிக்குள்ள குழப்பம் வந்தது... நான் கனடா போனது... ப்ச்... எக்ஸ்டட்ரா எக்ஸ்டட்ரா...

எல்லாம் பாஸ்ட்... பாஸ்ட் இஸ் பாஸ்ட்... நான் இப்ப இங்க எதுக்கு வந்து இருக்கேன்னா...." அவளை முழுமையாக சொல்லி முடிக்க விடாமல் தன்னை நோக்கித் திருப்பியவன் ஆழமான அதே சமயத்தில் அழுத்தமான இதழ்முத்தம் ஒன்றை பரிசளித்தான்...

இத்தனை வருட பிரிவையும் இந்த நிமிடமே சரிகட்ட நினைக்கும் அவனுடைய இயலாமையை அவனுடைய செயலில் உணர்ந்தாள் அர்ச்சனா...

சில நிமிடங்களுக்குப் பிறகு அவளை விடுவித்தவன்... திரும்பி நின்றவண்ணம்... " போயிடு... நீ என்கிட்ட வந்தன்னா என்னையும் மீறி இப்படித்தான் ஏதாவது நடந்திடும்.... உன் கல்யாணத்தைப் பத்தி தானே சொல்ல வந்த... உனக்காவது நிம்மதியான வாழ்க்கை கிடைக்கட்டும்...

போயிடு இங்க இருந்து... தெரிஞ்சோ தெரியாமலோ உனக்குக் கல்யாணம் ஆனதுக்கு அப்புறம் உன் புருஷனோட என் கண்ணு முன்னாடி வந்திடாதே..."

" எப்படி எப்படி இவரு உருகி உருகி காதலிப்பாராம்... பார்க்கும் போதெல்லாம் இப்படி வேற நடந்துப்பாராம்... அப்புறமா வந்து அப்பா பார்க்கிற ஆட்டுக்குட்டியை கட்டிக்கோன்னு அட்வைஸ் பண்ணுவாராம்...

ஏன்டா அவன் என்ன இளிச்சவாயனா டா... கல்யாணம் பண்ணிக்கிட்டா அன்னைக்கு நைட்டே தலையில் கல்லைத் தூக்கிப் போட்டு கொன்னுட்டு ஆசைப்படுறவன் கூட போயிடுவாங்கிற பயம் இல்லாம என்னைக் கல்யாணம் பண்ணிக்கிறதுக்கு..." என்றாள் அர்ச்சனா...

" அப்ப நீ உன்னோட கல்யாணத்தைப் பத்தி சொல்ல வரலையா???"

" ஏன் என்னை பாலோ பண்ண நீ அப்பாயிண்ட் பண்ண உன்னோட கனடா ப்ரண்டு என்னோட கல்யாணம் நின்னு போனதைப் பத்தி உன்கிட்ட சொல்லலையா??"

" நிஜமாவா அச்சும்மா சொல்ற..."

" ஹலோ... நாங்களும் உண்மையாத் தான் காதலிச்சோம்... என்ன உனக்கும் என் அப்பாவுக்கும் ஆகாது... உனக்கு மனசளவில் பிரச்சனை இருந்ததை சொல்லிக்காட்டி உன்னையும் என்னையும் பிரிச்சு என்னை கனடா கூட்டிக்கிட்டு போயிட்டாரு... நீதான் இப்ப சரியாகிட்டியே... அப்புறம் என்ன..."

" உங்க அப்பா இதுக்கு ஒத்துக்குவாரா???" கவலையுடன் அவன் கேட்க...

" பின்ன வயசு இருபத்தியெட்டைத் தாண்டினதுக்கு அப்புறமும் பொண்ணு ஒருத்தனை மனசில் வைச்சிக்கிட்டு யாரையும் வேண்டாம் வேண்டாம் னு சொல்றான்னா எந்த ஒரு நல்ல அப்பாவும் இந்த முடிவைத் தான் எடுப்பாரு... எங்க அப்பா ரொம்ப நல்ல அப்பா..."

" அப்ப உங்க அப்பா நம்ம கல்யாணத்துக்கு சம்மதிச்சுட்டாரா?"

" சம்மதிச்சிட்டாரு டா ப்ராடு..." என்றவண்ணம் ஓடி வந்து அவனைக் கட்டிக்கொண்டாள் அர்ச்சனா....

அந்த நேரத்தில் அவர்கள் இருந்த அறைக் கதவு பலமாகத் தட்டப்பட்டது...

தொல்காப்பியன் கதவைத் திறந்த அடுத்த நொடி அவன் சட்டைக் காலரைப் பற்றி இருந்தான் சார்லஸ்...

" சார்லஸ்... என்ன பண்றீங்க..." அர்ச்சனா கேட்க...

அர்ச்சனாவை அங்கு எதிர்பாராத சார்லஸ் விதியை நொந்தவனாக ஏதும் பேசாமல் தொல்காப்பியனை இழுத்துக் கொண்டு வெளியே வந்தான்...

" ஏய் என்ன பண்ற... விடு என்னை..." உடலை உதறி அவனுடைய பிடியில் இருந்து தன்னை விடுவித்துக் கொண்டான் தொல்காப்பியன்...

" என்னங்க என்ன பண்றீங்க... " ஷாலினி அதிர்ச்சியில் கேட்க...

" தொடர்ச்சியா நடந்த சில கொலைகளில் தொல்காப்பியனுக்கு சம்பந்தம் இருக்கிறதுக்கான வலுவான ஆதாரம் கிடைச்சிருக்கு... அதனால இப்ப இவனை அரஸ்ட் பண்ணச் சொல்லி ஆர்டர் எனக்கு..." ஷாலினிக்கு சொல்வதைப் போல அர்ச்சனாவிடம் சொன்னான் சார்லஸ்...

அவன் சொன்னதைக் கேட்டு முதலில் திடுக்கிட்ட தொல்காப்பியன் அடுத்தகணம் தன்னைச் சுதாரித்துக்கொண்டு, " ஏய் என்ன... நான் உன்னோட ஹையர் அபீஸியல்... என்னை உன்னால அரஸ்ட் பண்ண முடியாது.. அப்படி என்னை அரஸ்ட் பண்ணனும் னா அதுக்கு கமிஷ்னர்ர் நேர்ல வரனும்... அதுக்குள்ள நீயா என் மேல கையை வைச்ச உன்னை நான் சும்மா விட மாட்டேன்..."

" தொல்காப்பியன் மேல எந்தத் தப்பும் இருக்காது சார்லஸ்... கொஞ்சம் நல்லா விசாரிச்சுப் பாருங்க..." என்றாள் அர்ச்சனா...

" ஹலோ... நான் என்ன பண்ணனும் னு நீங்க எனக்குச் சொல்லித் தர வேண்டாம்... உங்க வேலையை மட்டும் பாருங்க..." என்றான் பட்டென்று...

" சார்லஸ்... யார்கிட்ட என்ன பேசுறோம் னு தெரிஞ்சு தான் பேசுறியா??? அவ யாருன்னு தெரியும் தானே..." தொல்காப்பியன் கோபத்தில் கேட்க...

" இங்க பாரு தொல்ஸ்... இதுக்கு மேல நீ தப்பிக்கவே முடியாது... ஒழுங்கா என் கூட ஸ்டேசனுக்கு வந்து உண்மையை ஒத்துக்கோ..."

" சார்லஸ் என்னாச்சு உங்களுக்கு... அவன் மேல இருக்க கோபத்தைக் காட்டுறதுக்கு வேற வழியே கிடைக்கலையா??? என்னோட அப்பா அம்மா இன்னும் கொஞ்ச நேரத்தில் வந்திடுவாங்க...

நடக்கவே நடக்காதுன்னு நினைச்ச ஒரு விஷயம் எங்க வாழ்க்கையில் நடக்கப் போகுது... அதை நீங்களே கெடுத்திடாதீங்க..." என்றாள் அர்ச்சனா சற்று கெஞ்சும் தோரணையில்.....

" இங்க பாருங்க அர்ச்சனா... பெட்டர் நீங்க இதில் தலையிடாதீங்க... அப்புறம் நீங்க எவ்வளவு முடியுமோ அவ்வளவு சீக்கிரம் கனடாவுக்கு திரும்பப் போயிடுங்க...

ஏன்னா இனி இவன் வெளியே வருவதற்கு வாய்ப்பே இல்லை... இவனோட ஆயுள் முழுக்க ஜெயில் ல தான் இருக்க வேண்டியது தான்... உங்க லைப்பை காப்பாத்திக்கிறது தான் நல்லது..." என்ற சார்லஸ் தொல்காப்பியனை இழுத்துச் சென்றான்...

அவர்கள் வீட்டு வாசலை அடைந்த அதே நேரம் சரியாக அர்ச்சனாவின் அம்மா அப்பா இருவரும் என்ட்ரி கொடுக்க தன் விதியை நினைத்து தன் தலையில் தானே அடித்துக் கொண்டாள் அர்ச்சனா...

அவர்களையும் தன்னை இழுத்துச் செல்லும் சார்லஸையும் பார்த்தவாறு இல்லை இல்லை முறைத்தவாறு தொல்காப்பியன் இதுவரை தான் கம்பீரமாக பயணித்த காவல் வாகனத்தில் இப்பொழுது குற்றவாளியாக ஏறி அமர்ந்தான்...

" இப்படி ஒருத்தனுக்காக தான் நீ இவ்வளவு நாளா காத்துக்கிட்டு இருந்தியா... காலம் முழுக்க என்னோட பொண்ணா நீ என் வீட்டிலே இருந்திட்டு போ... ஆனா இனி என்ன நடந்தாலும் அவனுக்கு உன்னைக் கல்யாணம் பண்ணிக் கொடுக்க மாட்டேன்..." என்றுவிட்டு அர்ச்சனாவின் கரத்தை இழுத்துக்கொண்டு சென்றார் அவளுடைய அப்பா...

" என்ன நினைச்சிட்டு இருக்கீங்க சார்லஸ்... அவர் ஒரு அசிஸ்டண்ட் கமிஸ்னர்... எந்த ஒரு ஸ்பெஷல் பெர்மிசனும் வாங்காம நீங்க எப்படி அவரை அரஸ்ட் பண்ணலாம்.... அப்படி என்ன எவிடன்ஸை வைச்சு அவரை அரஸ்ட் பண்ணீங்க..." கமிஷ்னர் கேட்க...

" எஸ் ஐ பூங்காவனம் டெத்தப்ப இவரு ஸ்பாட்ல தான் இருந்தாரு..." சார்லஸ் சொல்ல...

" அப்படிப் பார்த்தா அன்னைக்கு இவரோட இவருக்குப் பக்கத்தில் நீங்களும் தான் இருந்தீங்க... அப்ப நான் உங்க மேலையும் சந்தேகப்படலாமா????" கமிஷ்னர் சார்லஸை மடக்க...

" சார் அன்னைக்கு அந்த சம்பந்தமே இல்லாத இடத்தில் இவர் காரை நிறுத்த சொன்ன சில நிமிடத்திலே அந்த பூங்காவனம் அங்கே தற்கொலை பண்ணிக்கிட்டாரு... ஒருவேளை அவரு இங்க இந்த நேரத்தில் தற்கொலை பண்ணிக்கப் போறாருங்கிறது ஏசி சாருக்கு முன்கூட்டியே நெரிஞ்சி இருக்க வாய்ப்பு இருக்கு இல்லையா???"

" ஸ்டுப்பிட் மாதிரி பேசாதீங்க சார்லஸ்... நடந்தது ஒரு கோஇன்சிடண்ட்... அப்புறம் இன்னும் என்னென்ன அர்த்தமில்லாத குற்றங்களை சுமத்தப் போறீங்க..."

" சார்... காட்டுமன்னார் கோவிலில் நடந்த தற்கொலையப்ப தொல்காப்பியன் கிட்ட இருக்கிற மாதிரி ஜர்க்கினோட ஒருத்தனைப் பார்த்ததா ஸ்ரீதர் வாக்குமூலம் கொடுத்து இருக்கான்..." சார்லஸ் சொல்ல...

"ஒரே மாதிரி இருந்த ஜர்க்கினை வைச்சு அது தொல்காப்பியன் தான்னு முடிவு பண்ணீங்களா??? இப்படி தான் எல்லாக் கேஸையும் சால்வ் பண்றீங்களா மிஸ்டர் சார்லஸ்..."

" சரி சார்... நம்ம சபாபதி செத்தப்ப இன்ஸ்பெக்டர் செல்வம் செத்தப்ப எல்லாம் அதுக்கு கொஞ்ச நேத்துக்கு முன்னால சொல்லி வைச்ச மாதிரி ஏசி சார் போய் அவங்க இரண்டு பேரையும் சந்திச்சு இருக்காரு... இதுக்கு என்ன சொல்லப் போறீங்க...."

" சார்லஸ் குழந்தை மாதிரி பேசாதீங்க... அவங்க இரண்டு பேரும் டிபார்ட்மெண்ட்டைச் சேர்ந்தவங்க தான்.... அவங்களை தொல்காப்பியன் பார்க்க காரணமே இருக்காதா???

அதோட சபாபதி ஸ்டேசனில் அத்தனை பேர் இருக்கும் போது தான் தற்கொலை பண்ணிக்கிட்டாரு... அத்தனை பேர் இருக்கிற ஒரு இடத்தில இவரு வந்து எதைப் பத்தி பேசி அவரை தற்கொலைக்கு முயற்சி பண்ணி இருப்பாருன்னு நினைக்கிறீங்க..." கமிஷ்னரின் கேள்விக்கு சார்லஸிடம் பதில் இல்லை...

" சார்... இந்தத் தொடர் மரணங்களில் எனக்கு கிடைச்ச ஒரு க்ளூ ஏசி சார் தான்... ஒரே ஒரு தடவை அவரை லை டிடெக்டர் மிஷன் சோதனக்கு உட்படுத்தி நான் கேட்கிற நினைக்கிற கேள்விக்கு பதிலைத் தெரிஞ்சிக்கிறேன்...

அவரு மேல தப்பில்லைன்னு நிரூபணம் ஆனா நான் அவரோட காலில் விழுந்து கூட நான் மன்னிப்பு கேட்கிறேன்..." சார்லஸின் இந்த கோரிக்கையைக் கேட்டதும் கமிஷ்னர் சிறிது யோசிக்க தொல்காப்பியன் கொந்தளித்தான்...

" என்ன... என்ன நினைச்சிக்கிட்டு இருக்க... என்னை ஒரு அக்யூஸ்ட் மாதிரி லை டிடெக்டர் வைச்சு செக் பண்ணப் போறியா??? நான் அதுக்கு ஒத்துக்க மாட்டேன்...

என் மேல சந்தேகப்பட்டு என்னை அரஸ்ட் பண்ண இல்ல... ப்ராப்பரா என்னை கோர்ட்டில் ஆஜர் படுத்து... ரிமாண்ட் கேளு... அவங்க கொடுத்தாங்கன்னா அப்ப வந்து என்கிட்ட விசாரி..." கடுகடுத்தான்...

" தொல்காப்பியன் சார்லஸீம் நீங்களும் தான் இந்தக் கேஸைப் பார்த்துக்கிட்டு இருக்கீங்க... உங்களுக்குள்ள ஒரு உறவும் இருக்கு... அப்படி இருக்கும் போது

உங்களுக்குள்ள எதுக்காக இந்தப் பிரச்சனை... சார்லஸ் சொல்ற மாதிரி ஒரு தடவை நீங்க ஏன் அந்த டெஸ்ட்டுக்கு ஒத்துழைக்கக் கூடாது...

ஏன்னா ஜார்ஜ் கோர்ட்டுன்னு போனா நம்ம டிபார்ட்மெண்டுக்கு தானே கெட்ட பேரு... அந்த டெஸ்ட்டோட முடிவில் கண்டிப்பா நீங்க நிரபராதின்னு தான்

வரும்... அப்புறம் என்ன..." கமிஷ்னர் கேட்க...

" சார் கோர்ட்டு கேஸீன்னு போனா எப்படி நம்ம டிபார்ட்மெண்டுக்கு கெட்ட பெயரோ அதே மாதிரி அந்த டெஸ்ட்டுக்கு ஒத்துக்கிட்டா அது எனக்கு அவமானம்... செத்தாலும் நான் அதுக்கு ஒத்துக்க மாட்டேன்..." என்றான் தொல்காப்பியன் விடாப்பிடியாக...

9

" ஷாலு.. ஷாலு... நான் சொல்றதை கொஞ்சம் காது கொடுத்துக் கேளு.... நான் சொல்ல வருவதைக் கேட்டா தானே நான் எதுக்காக இப்படி ஒரு காரியத்தைப் பண்ணேன்னு தெரியும்.... "

" இனியும் நீங்க சொல்லித் தான் அதை நான் தெரிஞ்சிக்கனுமா!!! உங்களுக்கு அவனை சுத்தமா புடிக்காது... அவன் எப்பவும் உங்களை மட்டம் தட்டிக்கிட்டு இருப்பான் அதனால அவனைப் பழிவாங்க தான் இப்படி பண்ணி இருக்கீங்க...."

" ஏன் ஷாலு அவனைப் பழிவாங்குறதுக்கு எனக்கு வேற வழியே இல்லையா என்ன... பொய்க் கேஸ் போட்டு அவனைப் பழிவாங்கனும் னு நினைக்கிறவனா நான்.... இதை நம்பி நீ என் மேல கோவமா வேற இருக்கியா???"

" பொய்க் கேஸ் போட்டதைப் பத்தி எனக்கோ இல்லா அவனுக்கோ எந்தக் கவலையும் இல்லை... ஏன்னா அவன் மேல எந்தத் தப்பும் இல்லைன்னு நிரூபிச்சி அதில் இருந்து எப்படியும் அவன் வெளியே வந்திடுவான்...

ஆனா திட்டம் போட்டு அவனை அர்ச்சனா கிட்ட இருந்து பிரிச்சிட்டீங்களே.... அதை விட பெருசா நீங்க அவனை பழிவாங்க முடியுமா என்ன...."

" அய்யோ ஷாலும்மா நான் உனக்கு எப்படி சொல்லி புரிய வைக்கிறது... அர்ச்சனா இங்க திடீர்னு வந்து நிப்பாங்கன்னு நான் என்ன கனவா கண்டேன்..."

" பொய் சொல்லாதீங்க சார்லஸ்... தொல்ஸ்ஸை காயப்படுத்தினா அது அவனை விட எனக்குத்தான் அதிக வலியைக் கொடுக்கும் னு தெரிஞ்சும் நீங்க இப்படிப் பண்ணி இருக்கீங்க இல்ல..."

" ஷாலும்மா ப்லீஸ் என்னை நம்பு... நான் எப்ப உன்னோட கழுத்தில் தாலி கட்டினேனோ அப்ப இருந்து அவனை என்னோட அண்ணனா தான் பார்க்கிறேன்... அப்படி இருக்கும் போது அவன் ஆசைப்பட்ட பொண்ணோட அவனை சேர விடாம திட்டம் போட்டு நடந்துக்கிட்டேன்னு பழி சொல்றியே மா...."

" என்னது அண்ணனா??? உங்களுக்கா... அதுவும் அவனா??? இதை என்னை நம்பச் சொல்றீங்களா???? அவன் எப்பவும் சொல்லுவான் நாங்க

இரண்டு பேரும் எதிரெதிர் துருவம் மாதிரி... எதிரெதிரா இருக்கிற வரை தான் நல்லது... எங்களை சேர்த்து வைக்க முயற்சி பண்ணாதன்னு சொல்லுவான்...

அவன் உங்களை எதிரின்னு நேர்மையா எதிர்க்கிறான்... ஆனா நீங்க கூடவே இருந்து அவனுக்கு குழிதோண்டிட்டீங்க இல்லை... மறக்க மாட்டேன் சார்லஸ் மறக்கவே மாட்டேன்..."

" ஷாலும்மா... நான் சொல்றதைக் கேளு ப்லீஸ்... எனக்கு தொல்ஸ் மேல எப்பவும் ஒரு நட்பும் மரியாதையும் உண்டு... அதை வெறுப்புங்கிற பேரில் மறைச்சிக்கிட்டு இருக்கேன்..."

" பொய்... நீங்க சொல்றது எல்லாமே பொய்... உங்களுக்கு அவன் மேல பொறமை... அவன் ஏசி நீங்க இன்ஸ்பெக்டராவே இருக்கீங்களேன்னு பொறாமை... அவனை இப்படி அரஸ்ட் பண்ணி உள்ள வைச்சு அவனோட ஏசி பொஸிஸசனுக்கு நீங்க வந்திடலாம் னு பேராசை உங்களுக்கு... "

" ஏய் நிறுத்துடி... நானும் பார்த்துக்கிட்டே இருக்கேன் ரொம்ப பேசிக்கிட்டு இருக்க... உனக்குத் தெரியுமா அவனோட போஸ்டிங் மேல எனக்கு ஆசைன்னு...

எனக்கு இதுவரைக்கும் இரண்டு தடவை ஏசி ப்ரமோஷன் கிடைச்சது... நான் தான் அது வேண்டாம் னு விட்டுட்டேன்... எதுக்காக அவனுக்காக... நானும் அவனுக்கு சமமா ஏசி ஆகிட்டேன்னா அவனோட ஈகோ தோத்து போய் வருத்தப்படக் கூடாதுங்கிறதுக்காக மட்டும் தான்...

நீ நம்பினா நம்பு... நம்பலன்னா போ... எனக்கு அவன் மேல மரியாதை இருக்கு... அதுக்கு மேல பாசமும் இருக்கு... நாங்க எதிரெதிர் துருவம் தான்... ஆனா எங்களுக்குள்ள யாருக்கும் தெரியாத ஏன் எங்களுக்கே தெரியாத ஒரு ஈர்ப்பு இருக்கும்... இருந்துக்கிட்டே தான் இருக்கும்... அதைப் பத்தி உங்க யாருக்கும் சொல்லிப் புரிய வைக்க முடியாது...

இது தான் நீ என்னைப் புரிஞ்சி வைச்சிக்கிட்ட இலட்சணம்... ச்சே போ... என் முகத்திலே முழிக்காத..." கோபமாய் கத்திவிட்டு சென்றான் சார்லஸ்...

" ஐம் ஸ்சாரி அச்சும்மா... நீ எவ்வளவோ கனவோட இந்தியா வந்து இருப்ப... எல்லாம் வீணாப் போகிடுச்சு... எல்லாம் அந்த சார்லஸ்ஸால வந்தது... இத்தனை நாள் வன்மத்தை மொத்தமா வைச்சு காட்டிட்டான்... அவனை சும்மா விடக் கூடாது..." என்றான் தொல்காப்பியன் அர்ச்சனாவிடம்....

" இனி அவரை ஏதும் பண்ணி என்ன ஆகப் போகுது தொல்ஸ்.... எங்க அப்பா என்னை உடனடியா கனடாவுக்கு கூப்பிடுறாங்க..."

" நீ கிளம்பி போ அச்சும்மா... உன்னைத் தவிர என்னோட வாழ்க்கையில் யாருக்கும் இடம் கிடையாது... நம்பிக்கையோட இரு..." நம்பிக்கை தர வந்தவளுக்கு நம்பிக்கை தந்து அனுப்பி வைத்தான் தொல்காப்பியன்....

" என்ன ஏசி சார் விசாரணையை ஆரம்பிக்கலாமா???" சார்லஸ் கேட்க...

" என்ன நீ நினைச்ச மாதிரி எல்லாம் நடக்கிதுன்னு உனக்கு ரொம்ப சந்தோஷமா இருக்கா... நிலைக்காது இந்த சந்தோஷம் நிலைக்காது... எப்படியும் கடைசியில் நான் ஜெயிப்பேன்..."

" பெஸ்ட் ஆப் லக்..." சார்லஸ் சொல்லி முடித்து அருகே நின்றிருந்த கான்ஸ்டபிளிடம் கண் ஜாடை காட்ட அவர் லை டிடெக்டர் மிஷின் ஒயர்களை தொல்காப்பியனின் விரல்கள் இதயத்தின் மேற்பகுதி கைகள் மடங்கும் இடத்தின் மீது பொருத்தினான்...

சார்... ரொம்ப சிம்பிள்.... மூனு டிரான்சிஸ்டர் ஐந்து ரெஸிஸ்டர் ஒரு கெப்பாசிட்டர் இரண்டு எல்ஈடி... ஒரு வேரியபிள் ரெஸிஸ்டர்... சிம்பிள் சர்க்கியூட்... பட் உங்களுக்கு பிரச்சனை தரக்கூடிய சர்க்கியூட் தான்...

இந்த மிஷின் உங்களோட இதயத் துடிப்பு... இரத்த ஓட்டத்தோட அளவு... தோலோட மின்கடத்துத்திறனை தொடர்ந்து மானிட்டர் பண்ணிட்டே இருக்கும்... நீங்க பொய் சொல்ல ட்ரை பண்ணா உங்க உடம்பே உங்களைக் காட்டிக் கொடுத்திடும்... அதனால பெட்டர் உண்மையை சொல்லிடுங்க...

" எதுக்காக இத்தனை பேரை கொலை பண்ணீங்க... ஸ்சாரி ஸ்சாரி (தற்)கொலை பண்ணீங்க... என்ன பண்ணி எல்லாரையும் தற்கொலை பண்ணிக்க வைச்சீங்க... கமான் ஆன்சர் மீ சார்..."

" கேட்கிற கேள்வியில் ஏதாவது நியாயம் இருந்தா தான் என்னால பதில் சொல்ல முடியும்... உன்னோட யூகத்துக்கு என்னால பதில் சொல்ல முடியாது..."

" ஓகே எஸ் ஐ சபாபதியை மீட் பண்ணி என்ன பேசினீங்க..."

" இந்த கேஸில் உன்னோட மூமண்ட் எப்படி போகுதுன்னு விசாரிச்சேன்..." அவன் சொல்ல பச்சை லைட் எரிந்து அவன் சொல்வது உண்மை என்று காட்டிக் கொடுத்தது....

" அதை என்கிட்டையே கேட்டு இருக்கலாமே... எதுக்காக அதை அவர்கிட்ட கேட்டீங்க..."

" உன்னைத் தேடி தான் வந்தேன்.. நீ இல்லை அதனால் சபாபதி கிட்ட கேட்டேன்..." சிகப்பு லைட் எரிய சார்லஸ் முறைத்தான்...

" உன்கிட்ட கேட்க எனக்கு விருப்பம் இல்லை... போதுமா..." பச்சை லைட் எரிய அடுத்த கேள்விக்கு சென்றான் சார்லஸ்...

" எதுக்காக அன்னைக்கு நைட் பூங்காவனம் இறந்து போன இடத்துக்கு பக்கத்தில் வண்டியை நிறுத்த சொன்னீங்க..."

" அவர் அங்க இறந்து போவாருன்னு எனக்கு என்ன தெரியும்... நான் ஏதேட்சையாக உன்னை கொஞ்சம் வெறுப்பேத்த நினைச்சு தான் நிறுத்த சொன்னேன்..." பச்சை விளக்கு எரிந்தது...

" ஏட்டு சாலமோன் தெரியுமா???"

" பழக்கம் இல்லை..." பச்சை விளக்கு எரிந்தது...

" அவரு தற்கொலை பண்ணிக்கிட்டப்ப ஸ்பாட்டில் நீங்க இருந்ததா ஒரு ஐ விட்ணஸ் சொல்லி இருக்காங்களே... உண்மையா???"

"இல்லை..." தொல்காப்பியன் சொல்ல சார்லஸ் மிஷினை கவனித்தான்... அது பச்சை லைட்டை காண்பித்தது...

" இல்லையே என்னோட கணிப்பு சரின்னா இந்தக் கேள்விக்கு மிஷின் தொல்ஸ் பொய் சொல்றான்னு தானே காட்டனும்... ஏன் மாத்தி காட்டுது.." யோசித்தவண்ணம் அடுத்த கேள்விக்கு தாவினான்...

" நாலு நாளைக்கு முன்னாடி காட்டு மன்னார் கோவிலுக்குப் போய் இருக்கீங்க... அதுக்கு முன்னாடி எப்பவாவது அங்க போய் இருக்கீங்களா???"

" இல்லை..." சிகப்பு விளக்கு எரிந்தது...

" அதுக்கு முன்னாடி போய் இருக்கீங்க... ஏன் பொய் சொல்றீங்க..."

" நான் பொய் சொல்லல... இந்த மிஷினில் ஏதோ பிரச்சனை..."

" அப்ப இவ்வளவு நேரம் கேட்ட கேள்விக்கும் அது தப்பா தான் காட்டுச்சுன்னு சொல்ல வறீங்களா ஏசி சார்... உண்மையைச் சொன்னா உங்களுக்கு நல்லது... மறைக்காம உண்மையைச் சொல்லுங்க... காட்டு மன்னார் கோவிலுக்கு எப்ப போனீங்க... எதுக்காக போனீங்க..."

" நான் போனது உண்மை... ஆனா ஏன் போனேன் எதுக்காக போனேன்... எப்ப போனேன்... எப்படி போனேன்... அங்க போய் என்ன பண்ணேன்... திரும்ப எப்படி வீட்டுக்கு வந்தேன் எதுவுமே எனக்கு நியாபகத்தில் இல்லை..." தொல்ஸ் சொல்ல பச்சை விளக்கு தொடர்ந்து எரிந்தது...

" காலேஜ் ஸ்டூடண்ட் சரவணன் இறந்தப்ப நீங்க அந்த ஸ்பாட்டுல இருந்து இருக்கீங்க..."

" இல்லை..." சிகப்பு லைட்...

" இருந்தேன்..."

" அங்க அந்த நேரத்தில் அவன் தற்கொலை பண்ணிக்கப் போறான்னு உங்களுக்கு எப்படித் தெரியும்..."

" அதெல்லாம் எனக்குத் தெரியாது... ஆனா அந்தப் பையன் தற்கொலை பண்ணிக்கிட்டது ஏதோ கனவு மாதிரி என்னோட நினைவில் நிக்கிது... " பச்சை லைட்...

" எஸ் ஐ பூங்காவனம், ஏட்டு சாலமோன் காலேஜ் ஸ்டூடண்ட் சரவணன் மூணு பேரோட சாவையும் நேரில் பார்த்து இருக்கீங்க அப்படித்தானே..."

" இல்லை" சிகப்பு லைட்...

" மூணு பேர் சாவையும் நீங்க நேரில் பார்த்து இருக்கீங்க... ஏன்னா மூணு பேரையும் சாகடிச்சதே நீங்க தான்..."

" இல்லை... நான் அவங்க சாகுற நேரத்தில் அந்த இடங்களில் இருந்தது உண்மை... ஆனா அவங்க இறந்ததுக்கும் எனக்கும் எந்த சம்பந்தமும் கிடை- யாது..." பச்சை லைட்...

" அப்புறம் எப்படி கரெக்ட்டா அந்த மூணு இடத்திலும் நீங்க இருந்தீங்க..."

" தெரியாது... நான் அங்க எப்படி போனேன் எப்படி திரும்ப வந்தேன் எது- வுமே எனக்குத் தெரியாது.. என்னை யாரோ இயக்குற மாதிரி தோணுது... என்- னைக் கண்ட்ரோல் பண்ற மாதிரி தோணுது... என்னை இந்தக் கேஸில் மாட்டி விட யாரோ போட்ட பக்கா ப்ளான் தான் இதெல்லாம்...

ஒன்னு மட்டும் உண்மை... எனக்கும் அவங்க சாவுக்கும் எந்த விதமான சம்- பந்தமும் கிடையாது கிடையாது கிடையாது... " தொடர்ச்சியாக பச்சை லைட் எரிந்து அவன் சொல்லியது அத்தனையும் உண்மை என்று காட்டியது...

" ஓகே சார் நீங்க இப்ப போகலாம்... மத்த ப்ரொஸிஷர் முடிச்சிட்டு நான் வந்து உங்களைப் பார்க்கிறேன்..." சார்லஸ் சொல்ல...

" சிங்கம் இளைச்சா நரிக்குக் கொண்டாட்டமாம்... அந்த மாதிரி தான் இருக்கு நடக்கிறது... இப்ப பண்ற எல்லாத்துக்கும் ஒருநாள் நீ நல்லாவே அனுபவிப்ப..." முறைத்துவிட்டு அறைக்குள் சென்று அமர்ந்து கொண்டான் தொல்காப்பியன்...

" தொல்ஸ்... நான் பண்ற எல்லாமே உன்னோட நல்லதுக்கு தான்.. நான் உன்னோட கண்ணுக்குத் தெரிஞ்ச எதிரி... ஆனா கண்ணுக்குத் தெரியாத நண்- பன்... இந்த நண்பனை நீ உணரும் நாள் வரும்... அப்ப உன்னைப் பேசிக்கிறேன் நான்.." தனக்குள் நினைத்துக் கொண்டான் சார்லஸ்...

" எல்லாத்தையும் கேட்டவன் நான் இன்ஸ்பெக்டர் செல்வம் சாகுறதுக்கு முன்- னாடி நாள் அவன்கிட்ட என்ன பேசினேன்னு கேட்கல... நல்லவேளை... தப்- பிச்சேன்... இல்லைன்னா நிலைமை ரொம்ப மோசமாகி இருக்கும்..." நினைத்- துக் கொண்டான் தொல்காப்பியன்... வெளியே ஏதோ சலசலப்பு கேட்க அறையை விட்டு வெளியே வந்து பார்த்தான்...

" என்னய்யா சொல்ற... நடக்கிற எல்லாத்துக்கும் காரணம் இவர் தான்னு இவரைப் புடிச்சி வைச்சு இருக்கிற இந்த நேரத்தில் ரௌடி ஒருத்தன் அதே மாதிரி வீட்டுக்கு முன்னாடி உள்ள மரத்தில் தூக்கில் தொங்கிட்டு இருக்கான்னு வந்து சொல்ற... இந்த கேஸ் அனுமார் வால் மாதிரி நீளமாவே போய்க்கிட்டு இருக்கு... எப்ப தான் இதுக்கு ஒரு விடிவுகாலம் வரப் போகுதோ..." புலம்பிக்கொண்டே போனான்... சார்லஸ்...

10

" ஏய்... ஷாலு... ஷாலு... ஏய் ரொம்பப் பண்ணாத... பசிக்கிது டி..." கிட்டதட்ட கெஞ்சிக் கொண்டிருந்தான் சார்லஸ்...

" ஒருவேளை சாப்பிடாம இருந்தா செத்துப் போயிட மாட்டீங்க... பேசாம போய்த் தூங்குங்க... இல்லை கண்டிப்பா சாப்பிட்டே ஆகனும் னா நீங்களே ஏதாவது பண்ணி சாப்பிட்டுங்கோங்க..

தொல்ஸ் இங்க வந்து சேருர வரைக்கும் என் கையால உங்களுக்கு சமைச்சு போட மாட்டேன்... இது உறுதி..." என்றுவிட்டு உள்ளே சென்றுவிட்டாள் அவள்....

அவள் பின்னே சென்றவன்....

" ஷாலு... என்னோட வேலை விஷயத்தில் நான் என்ன பண்ணாலும் அதில் நீ தலையிட மாட்டன்னு நீ எனக்கு வாக்கு கொடுத்து இருக்க... அதை மறந்துட்டியா???

நான் தொல்ஸ்ஸை தூக்கில் போடவோ இல்லை ஆயுள் தண்டனை வாங்கிக் கொடுக்கவோ அவனை போலீஸ் ஸ்டேசனில் இருக்க வைக்கல..."

" அப்புறம் எதுக்காக அவனை இழுத்துட்டுப் போனீங்க... அதுவும் அர்ச்சனா முன்னாடி..."

" அவன் வெளில இருந்து உயிரை விடுறதுக்கு பதில் உள்ளே பாதுகாப்பா இருக்கிறது தான் சரின்னு தோணுச்சு அதனால் தான் மனசைத் தேத்திக்கிட்டு இப்படி ஒரு காரியத்தைப் பண்ணேன்..."

" என்ன சொல்றீங்க.. தொல்ஸ் உயிருக்கு ஆபத்தா... யாரால ஆபத்து... சொல்லுங்க சார்லஸ்..."

" அவனால தான்..."

" என்ன..." ஷாலினி புரியாமல் குழம்ப...

"எஸ் ஷாலு.. அவனால தான் அவனோட உயிருக்கு ஆபத்து..."

" கொஞ்சம் புரியுற மாதிரி சொல்லுறீங்களா???"

" சொல்றேன் ஷாலு... இப்ப நான் ஒரு கேஸை இன்வெஸ்டிகேட் பண்ணிட்டு இருக்கேன் இல்ல அது தொடர் தற்கொலைகள் இல்லை... தொடர் கொலைகள்..."

" இதைத் தானே இத்தனை நாளா சொல்லிக்கிட்டு இருக்கீங்க.." அவள் நிதானம் இல்லாமல் எகிற..

" ஷாலும்மா... என்னைக் கொஞ்சம் பேச விடு... பல நாளா திட்டமிட்டு பார்த்து பார்த்து பண்ற கொலைகள் இது எல்லாம்... இந்த கொலைகளைப் பண்றவன் நாம நினைக்கிறதை விட அதிபுத்திசாலி...

இருந்த இடத்தில் இருந்தே ஒரு மனிதனை கண்ட்ரோல் பண்ற திறமை அவன்கிட்ட இருக்கு... அந்தத் திறமையை வைச்சு தான் அவன் இவ்வளவும் பண்றான்...

முதலில் அவனோட திட்டம் அவனுக்கு வேண்டாத அத்தனை பேரையும் தற்கொலைங்கிற பேரில் கொண்ணுட்டு அந்தப் பழியை தொல்காப்பியன் மேல போடுறது தான்..."

" என்ன சொல்றீங்க சார்லஸ்..."

" ஆமா ஷாலு... அவன் இதுவரை இறந்து போன அத்தனை பேரையும் எப்படி தன்னோட விரல் அசைவுக்கு ஏத்த மாதிரி பொம்மை மாதிரி நகர்த்தினானோ அதே மாதிரி நம்ம தொல்காப்பியனையும் அவனோட கண்ட்ரோலில் தான் வைச்சிருக்கான்...

எஸ் ஐ பூங்காவனம், இன்ஸ்பெக்டர் செல்வம் ஏட்டு சாலமோன் காலேஜ் ஸ்டூடண்ட் சரவணன் எஸ் ஐ சபாபதி இத்தனை பேரோட சாவிலும் அவன் திட்டம் போட்ட மாதிரி தொல்காப்பியனை கனெக்ட் பண்ணிட்டான்...

நம்ம தொல்ஸ்க்கு எல்லாம் ஏதோ கனவில் நடந்தது மாதிரி தான் நினைவில் இருக்கு... அதுக்கும் அந்தக் குற்றவாளி தான் காரணம்... தொல்ஸ்ஸை பகடைக் காயாய் பயன்படுத்த நினைச்சவன் என்ன நினைச்சானோ தொல்ஸ்ஸை கொல்ல முடிவு பண்ணிட்டான்...

ஆமா ஷாலு... நேத்து நைட் தூக்கம் வராம நான் ரூமுக்குள்ள நடந்துக்கிட்டு இருந்தேன்... அப்ப நம்ம வீட்டுக்கு எதிரே உள்ள மரத்தில் யாரோ தூக்கு கயிறு மாட்டுறது தெரிஞ்சது....

இந்த முறை நான் துரிதமா யோசிச்சு சைலன்ஸரோட இருந்த என்னோட துப்பாக்கியால அந்தக் கயிறை சுட்டுட்டு உடனடியா நம்ம ரூம் ஜன்னல் வழியா குதிச்சுப் போய் அவரைத் தடுத்தேன்... பார்த்தா அது நம்ம தொல்ஸ்...

அந்த இடத்தில் அப்படி ஒரு நிலைமையில் அவனைப் பார்த்ததும் எனக்கு பயங்கர அதிர்ச்சி... அவனை எவ்வளவோ உலுக்கிப் பார்த்தேன் அவன் நினைவுக்கு வரல... அவனை கஷ்டப்பட்டு இழுத்துட்டு வந்து ரூமில் படுக்க வைச்-

சேன்...

எனக்கு மனசில் ஓடியது எல்லாம் ஒன்னே ஒன்னு தான்... இன்னொரு முறை தொல்காப்பியின் இப்படி ஒரு முயற்சி பண்ணாம இருக்கனும்... அதுக்கு எனக்கு வேற வழியே தெரியல ஷாலும்மா... அவன் போலீஸ் பாதுகாப்பில் போலீஸ் ஸ்டேசனில் இருந்தா தான் அவனைப் பாதுகாக்க முடியும் னு தோணுச்சு... அதனால் தான் இப்படிப் பண்ணேன்..."

" என்னால இதை நம்ப முடியல... தொல்ஸ்ஸை இந்தக் கேஸில் மாட்டி விட ப்ளான் பண்ணி இருந்தவன் ஏன் திடீர்னு தொல்ஸ்ஸையும் கொல்ல ப்ளான் பண்ணி இருக்கனும்..."

"தொல்ஸ் இந்தக் கேஸை நோண்ட ஆரம்பிச்சான்... எனக்குத் தெரிஞ்சி அவன் இதில் ஏதோ ஒன்ன கண்டு புடிச்சி இருக்கனும்... அதைப் பேசா வைச்சு இவன் தன்னை நெருங்கிடக் கூடாதுன்னு அவன் நினைச்சி இருக்கனும்.. அதனால் தான் திட்டத்தை மாத்தி இருக்கனும்...

அவனை எப்படிக் கண்டு புடிக்கிறதுன்னும் எனக்குத் தெரியல... தொல்ஸ்ஸை எப்படிக் காப்பாத்தப் போறேன்னும் எனக்குத் தெரியல... எனக்கு ரொம்பப் பயமா இருக்கு ஷாலு..."

" பேசாம தொல்ஸ் கிட்ட இதைப் பத்தி சொல்லிட்டா என்ன..."

" அவன் ஏற்கனவே என்மேல ரொம்பக் கோவமா இருக்கான்... இப்பப் போய் நான் இதெல்லாம் சொன்னா அவன் நிச்சயம் நம்ப மாட்டான்..."

" நீங்க சொன்னா தானே நம்ப மாட்டான்... நான் சொல்றேன்.. என்னை ஒரு முறை அவன்கிட்ட கூட்டிக்கிட்டு போங்க... நான் அவன்கிட்ட எல்லாத்தையும் சொல்றேன்... அவன் நிச்சயம் புரிஞ்சிப்பான்..."

" சரி ஷாலு... நாளைக்கு அவனைப் பார்க்க சைக்கார்ட்ஸிட் டாக்டர் வராங்க... அவனை அந்தக் குற்றவாளி எப்படி கண்ட்ரோல் பண்றான்னு கண்டுபு-டிக்க முயற்சி பண்ணப் போறோம்... அதைத் தெரிஞ்சிக்கிட்டா நிச்சயம் குற்றவா-ளியை நெருங்கிடலாம்... அப்படின்ற நம்பிக்கை எனக்கு இருக்கு..." என்றான்...

நேரம் இரவு பதினோரு மணி...

காலிங்பெல் சத்தம் கேட்டு கண்விழித்த சார்லஸ் இந்த நேரத்தில் யாராக இருக்கும் என்னும் குழப்பத்துடன் வந்து லென்ஸ் வழியாக பார்த்துவிட்டு கதவைத் திறந்தான்...

வெளியே நின்றிருந்த ஹெட் கான்ஸ்டபிள் மணியைப் பார்த்து...

" என்னாச்சு மணி... எதுக்காக இந்த நேரத்தில் இங்க வந்தீங்க... ஏசி சார் ஏதாவது பிரச்சனை பண்றாரா???"

" சார் நீங்க உடனே ஸ்டேசனுக்கு வரனும்..."

" ஏன் என்னாச்சு... ஏசி சாருக்கு ஒன்னும் இல்லல்ல... ஏன் அமைதியா இருக்கீங்க... சொல்லுங்க... தொல்ஸ் நல்லா இருக்கான் தானே..." என்று வந்தவனைப் போட்டு உலுக்கினான் சார்லஸ்...

" சார் என்கிட்ட எதுவும் கேட்காதீங்க... எவ்வளவு சீக்கிரம் நாம அங்க போறோமோ அவ்வளவு நல்லது... வாங்க சார் சீக்கிரம் போலாம்..."

" உங்களை நம்பி அவனை அங்க விட்டுட்டு வந்தேன் பாரு என்னைச் சொல்லனும்... அவனுக்கு மட்டும் ஏதாவது ஆச்சு உங்க யாரையும் சும்மா விட மாட்டேன்..." என்றவாறு வேக வேகமாக கமிஷ்னர் அலுவலகம் வந்தான் சார்லஸ்...

" என்னாச்சு... ஏன் எல்லாரும் அமைதியா இருக்கீங்க... தொல்ஸ் எங்க... அவனுக்கு என்னாச்சு..." சார்லஸ் கத்த...

" ஹலோ இன்ஸ்பெக்டர் நீங்க தேடுற தொல்ஸ் என்னை மாதிரி இருப்பானான்னு பாருங்க..." என்று கேலிப் புன்னகையுடன் குரல் கொடுத்தான் தொல்காப்பியன்...

" ஸ்சாரி சார்... இவ்வளவு நேரமும் இவரால ஒரே தொந்தரவு... உடனடியா உங்களை இங்க வரவழைக்கனும் இல்லைன்னா நான் சும்மா இருக்க மாட்டேன்னு ஒரே கூச்சல் சார்... அதனால் தான் உங்களை இப்படி அவசர அவசரமா கூட்டிட்டு வந்திட்டேன் சார்...." என்றான் மணி...

" என்னய்யா அவன் பிரச்சனை பண்ணான் அப்படின்னா என்கிட்ட விஷயத்தை சொல்லி கூட்டிக்கிட்டு வந்து இருக்கலாம் இல்ல... இங்க வந்து சேருர வரைக்கும் நான் நானேவே இல்லை... ச்சே.." என்று அருகே இருந்த டேபிளில் இடித்தான் சார்லஸ்...

" என்ன டென்சன் ஆகுதா... இப்படித் தான் எனக்கும் டென்சனாகுது உன்னைப் பார்க்கும் போது... திட்டம் போட்டு என்னை உள்ள கொண்டு வந்துட்ட இல்லை... இதைக் கூட நான் ஒருவகையில் மன்னிச்சிடுவேன்... ஆனா என்னோட அர்ச்சனா கிட்ட இருந்து என்னைப் பிரிச்ச பார்த்தியா அதை மட்டும் நான் மறக்கவும் மாட்டேன்... மன்னிக்கவும் மாட்டேன்..."

" தொல்ஸ்... கொஞ்சம் அமைதியா இரு... விடியட்டும் எல்லாத்தையும் நான் உனக்கு நிதானமா எடுத்துச் சொல்றேன்..."

" டேய் நீ என்னடா எனக்கு எடுத்துச் சொல்றது பொறாமை பிடிச்சவனே... நீ மட்டும் என் ஷாலுவைக் கல்யாணம் பண்ணலன்னா டிபார்ட்மெண்ட்டில் நீ இருந்த சுவடே தெரியாம பண்ணி இருப்பேன்..."

" தொல்ஸ் தூங்கு காலையில் பேசிக்கலாம்..."

" நீ சொன்னாலும் சொல்லல அப்படின்னாலும் நான் தூங்க தான் போறேன்.... அதுவும் நிம்மதியா... ஏன்னு சொல்லு...."

" ஏன்..."

" உன் நிம்மதியான தூக்கத்தைக் கெடுத்திட்டேன் இல்ல..." என்றுவிட்டு ராஜாவுக்கு ராஜா நான் டா பாட்டிற்கு விசில் அடித்தபடி படுத்துக் கொண்டான் தொல்காப்பியன்...

அடுத்த நாள் காலை...

" என்ன ஷாலு... அவன் சொன்னதை நீ அப்படியே நம்பிட்டியா???"

" அவன் எனக்கு மறுபடியும் பைத்தியக்காரன் பட்டம் கட்டப் பார்க்கிறான்... அதைப் புரிஞ்சிக்காம நீ என்னென்னமோ உளறிக்கிட்டு இருக்க..."

" தொல்ஸ்... நான் சொல்றதை நம்பு... உன்னை யாரோ கண்ட்ரோல் பண்றாங்க... உன்னை யாரோ இந்த தொடர் கொலை வழக்கில் மாட்டிவிடப் பார்த்து அது முடியாமப் போனதால உன்னைக் கொல்லப் பார்க்கிறாங்க...

உன்னைக் காப்பாத்த தான் சார்லஸ் உன்னை இங்கே கொண்டு வந்து பாதுகாப்பா வைச்சிருக்கார்... நான் சொல்றதைக் கேளு... எங்ககூட டாக்டர் கிட்ட வா... உனக்கு ட்ரீட்மெண்ட் பண்ணி உனக்கு என்ன பிரச்சனைன்னு கண்டு புடிப்போம்..."

" எனக்கு ரொம்பக் கஷ்டமா இருக்கு ஷாலு..."

" அய்யோ நீ எதுக்கு தொல்ஸ் கவலைப்படுற... உனக்காக நான் இருக்கேன் சார்லஸ் இருக்காரு... அவரு எப்படியும் உன்னை இதில் இருந்து காப்பாத்திடுவாரு..."

" யாரு அவன் என்னைக் கப்பாத்துவானா???? நான் தான் அவனைக் காப்பாத்தி இருக்கேன்... ஷாலு உனக்கு நேத்து உண்மையில் என்ன நடந்ததுன்னு தெரியுமா???

நேத்து தூக்கம் வராம நான் மெத்தையில் புரண்டுகிட்டு இருந்தேன்... கீழே ஹாலில் ஏதோ சத்தம் கேட்டுச்சு... நான் போய் பார்த்தா உன் அருமை புருஷன் அதான் இன்ஸ்பெக்டர் சார்லஸ் எதையோ மும்முரமா தேடிக்கிட்டு இருந்தான்...

இவன் அப்படி என்ன தேடுறான்னு நான் பார்த்துக்கிட்டு இருந்தேன்... தேடி ஒரு கயிறை எடுத்தவன் வீட்டு மெயின் கதவைத் திறந்து வெளியே போனான்... என்னோட முளையில் எச்சரிக்கை மணி அடிக்க நான் அவன் பின்னாடியே ஓடினேன்...

நான் நினைச்சது ரொம்ப சரி அவன் நம்ம வீட்டுக்கு எதிரே இருந்த மரத்தில் தூக்கில் தொங்க முயற்சி பண்ணான்... நான் அவனை அடிச்சு நிறுத்தி உங்க ரூமில் வந்து படுக்க வைச்சிட்டு அந்தக் கயிறை அவிழ்க்கலாம் னு நினைச்சி போய் அதை அவிழ்த்திட்டு இருக்கும் போது யாரோ அந்தக் கயிறை சுட்டு இரண்டு துண்டாக்கிட்டாங்க...

நான் யாருன்னு பார்க்கும் போது உன் புருஷன் வந்தான்... நான் இவன் என்ன பண்ணுவான்னு பார்க்கலாம் னு நினைச்சி என்னோட நினைவில் இல்லாத மாதிரி நடிச்சேன்... அவன் என்னை இழுத்து வீட்டுக்குள்ள கூட்டிக்கிட்டு வந்தான்... இது தான் நடந்தது..." என்றான் தொல்காப்பியன்...

" என்ன சொல்ற தொல்ஸ்... என்னால நம்ப முடியல.. எப்படி இது...." ஷாலினி யோசிக்க ஆரம்பிக்க...

" பார்த்தியா பார்த்தியா... நான் சொன்னதை நீ நம்பிட்ட... நீ ரொம்ப நல்லவ... ரொம்ப வெகுளி ஷாலினி நீ... அதனால் தான் யார் என்ன சொன்னாலும் நம்புற...

இப்ப நான் சொன்னது எப்படி கற்பனையோ அதே மாதிரி உன்கிட்ட உன் புருஷன் சொன்னதும் கற்பனை தான்... என்னைப் பழிவாங்க அவன் போட்ட நாடகம்... ஆனா நீ பயப்படாதே... இதை எப்படி சமாளிக்கனும் னு எனக்குத் தெரியும்..." என்றான் தொல்காப்பியன்...

11

" உங்களோட சந்தேகம் எல்லாம் தீர்ந்திடுச்சா சார்லஸ்..." கமிஷ்னர் கேட்க...

தொங்கிய தலையுடன் எதிரே நின்ற சார்லஸிற்கு சற்று இடைவெளி விட்டு நின்றிருந்த தொல்காப்பியனோ புன்னகை பூத்த முகத்துடன் இருந்தான்...

" சார்லஸ்... உங்களோட தனிப்பட்ட வெறுப்பைக் காட்டுறதுக்கு இது சரியான இடமோ இல்லை சரியான நேரமோ இல்லை... இனிமேலாச்சும் உங்களோட கவனத்தை வேலையில் காட்டுங்க... இப்ப கொஞ்சம் வெளியே இருங்க..." சற்று காட்டமாகவே சொன்னார் கமிஷ்னர்...

சார்லஸின் மனம் இதனால் துழியும் வேதனை அடையவில்லை... தொடர்ந்து தொல்காப்பியனை எப்படி பாதுகாப்பது என்பதைச் சுற்றி தான் அவனுடைய யோசனை எல்லாம் இருந்தது...

பூட்டிய அறையின் உள்ளே தொல்காப்பியன் எதையோ கமிஷ்னரிடம் விளக்-கிக் கொண்டிருந்தான்...

" நீங்க சொல்றதை இப்போதைக்கு நான் நம்புறேன் மிஸ்டர் தொல்காப்பியன்... இன்னும் பத்து நாள் உங்களுக்கு டைம்... அதுக்குள்ள நடந்தது கொலைன்னு நிரூபிக்கிறதுக்கு நீங்களோ இல்லை சார்லஸோ ஒரு ஆதாரமாவாது கொண்டு வரனும்...

அப்படி முடியலையா நடந்தது எல்லாம் தற்கொலைன்னு சொல்லி கேஸை க்ளோஸ் பண்ணிட்டு அடுத்த வேலையைப் பார்க்கனும்..." என்றார் அதிகாரத் தோரணையில்...

சார்லஸ் தொல்காப்பியன் இருவரும் சார்லஸின் வண்டியில் வீடு நோக்கி சென்று கொண்டிருந்தனர்...

" என்னப்பா சார்லஸ்... ரொம்ப அமைதியா வர... அடுத்து என்ன பண்-ணலாம்.... எதைச் சொல்லி இவனுக்குப் பிரச்சனை கொடுக்கலாம் னு யோசனையோ..."

" சார்... நான் உங்களுக்கு பதில் சொல்ற நிலைமையில் இல்லை... என்னைக் கொஞ்சம் அமைதியா இருக்க விடுறீங்களா???"

" நீ கேட்கிற மூடில் இல்லாமல் இருக்கலாம்... ஆனா நான் உன்கிட்ட பேசுற மூடில் இருக்கேனே..." ஆரம்பித்து வீடு வந்து சேரும் வரை சார்லஸை வம்பிழுத்துக் கொண்டே வந்தான் தொல்காப்பியன்...

தொல்காப்பியன் சார்லஸைப் பற்றி சொன்னதும் சார்லஸ் தொல்காப்பியனைப் பற்றி சொன்னதும் ஷாலினியின் மூளைக்குள் ஓடிக் கொண்டே இருந்தது...

இரண்டில் ஏதோ ஒன்று உண்மை... அந்த ஒன்று எதுவாக இருக்கும்... உண்மை இரண்டில் எதுவாக இருந்தாலும் அதனால் ஏற்படும் பாதிப்பு என்னமோ அவளுக்குத் தான்...

அவளுடைய உள்ளுணர்வு தொல்காப்பியன் சொன்னது பொய்யாக இருக்காது என்று நம்பியது... ஆனால் அதை கற்பனை என்று அவனே ஒப்புக் கொள்கிறானே என்று புத்தி தெளிவு படுத்தியது...

தன்னைத் தானே குழப்பிக் கொள்வதற்குப் பதில் தொல்காப்பியன் அறைக்குள் சென்று தேடினால் நிச்சயம் ஏதாவது கிடைக்கும் என்று நம்பி அவன் அறைக்குள் சென்று என்ன தேடுகிறோம் என்றே புரியாமல் எதையோ தேடினாள்...

அவசரத்தில் நாம் தெரிந்து தேடும் பொருளே கிடைக்காது... இதில் என்னவென்றே தெரியாத அந்த ஒன்றா கிடைத்துவிடும்...

தலைவலி எடுக்க தலையில் கை வைத்தவண்ணம் மெத்தையில் அமர்ந்தவளுக்கு தொல்காப்பியனின் பழக்கம் நினைவுக்கு வந்தது...

அவனுக்கு முக்கியமான அனைத்தையும் அவனுடைய கட்டிலில் மெத்தையின் கீழே மறைத்து வைப்பது அவனுடைய வழக்கம்... இப்பொழுதும் அதே போல் எதையேனும் மறைத்து வைத்திருந்தால் என்ன செய்வது என்று நினைத்தவண்ணம் அவள் மெத்தையைத் தூக்கிய நேரத்தில் வாசலில் ஏதோ ஒரு குரல் கேட்க வெளியே சென்றாள்...

" ஷாலு.... ஷாலு... எங்க இருக்க... நான் வந்துட்டேன் பாரு..." குரல் கொடுத்தவண்ணம் உள்ளே வந்தான் தொல்காப்பியன்... அமைதியாக எதுவும் பேசாமல் அவன் முன் வந்து நின்றாள் அவள்...

" என்ன ஷாலு நான் வந்து நிக்கிறேன்... உன் முகத்தில் துழியும் சந்தோஷம் இல்லையே... ஒருவேளை உனக்கும் உன்னோட புருஷனை மாதிரி நான் வந்ததில் இஷ்டம் இல்லையோ... "

" அப்படி எல்லாம் ஒன்னும் இல்லை... நீ எப்படியும் வீட்டுக்குத் திரும்ப வந்திடுவன்னு எனக்குத் தெரியும்... உன்னைப் பார்க்க உன்னோட ப்ரண்டு ஒருத்தர் வந்து இருக்காரு..." என்றாள் இவள் பதிலாக...

" என் ப்ரண்டா... யாரு அது..." தொல்காப்பியன் கேட்க ஷாலினி ஒரு அறையைக் கை காட்டினாள்...

இவள் கை காட்டிய அதே நேரத்தில் அந்த அறைக் கதவைத் திறந்து கொண்டு வெளியே வந்தான் ஒருவன்... அவனைப் பார்த்ததும் பேயறைந்தது போல் ஆனான் தொல்காப்பியன்...

" ஷாலினி... இவன்..."

" கார்த்திக்..."

" இவன் என்னோட..."

" உன்னோட ஸ்கூல் மெட்... ஒரு பெரிய ஹாஸ்பிட்டல் ல டாக்டரா இருக்-காரு சரிதானே..."

" அவன் எப்ப இங்க வந்தான்.... ஏதாவது சொன்னானா???" என்ற தொல்க்-காப்பியனின் கேள்விக்கு பதில் சொல்லாமல்...

அவனை நெருங்கி வந்தவள் பளாரென்று ஒரு அறை விட்டாள்... அந்த அறையைப் பார்த்த சார்லஸ் அதிர்ச்சியில் தானாக தன்னுடைய கண்ணத்தில் கை வைத்துக் கொண்டான்...

" என்ன நினைச்சுக்கிட்டு இருக்க உன்னோட மனசில... எனக்கு இப்ப ஒரு உண்மையைச் சொல்லு இன்னைக்கு காலையில் நான் உன்னைப் பார்க்க வந்தப்ப நீ என்கிட்ட சொன்ன கதை உண்மை தானே..."

" ஷாலு... என்னாச்சு உனக்கு... நான் தான் தெளிவா சொன்னேனே... எல்-லாம் என்னோட கற்பனைன்னு..."

" இல்லை இப்ப நீ பொய் சொல்ற... நீ காலையில் என்கிட்ட சொன்னது தான் உண்மை... உண்மையில் நேத்து சாகப் பார்த்தது நீ இல்லை... சார்லஸ்... அப்படித்தானே..... சொல்லு....

ஏன் எருமை மாடு மாதிரி அசராம நிக்கிற... எனக்கு அப்படி இப்படின்னு கொஞ்சம் விஷயம் தெரிஞ்சிடுச்சு.... அதனால இனியும் உண்மையை என்கிட்ட மறைக்க முயற்சி பண்ணாத...."

" ஷாலு... இங்க என்ன நடக்கிது... கொஞ்சம் புரியுற மாதிரி பேசுறியா???" சார்லஸ் கேட்க...

"ஏன்டா... ஏன் நீங்க இப்படி இருக்கீங்க... உண்மையில் நீங்க இரண்டு பேரும் ஒருத்தர் மேல ஒருத்தர் ரொம்ப மதிப்பும் மரியாதையும் வைச்சிருக்கீங்க....

ஒருத்தனோட உயிர் போயிடக் கூடாதுன்னு இன்னொருத்தன் ரொம்ப மெனக்-கெடுறீங்க... ஆனா அந்த அக்கறையை ஏன் சம்பந்தப்பட இன்னொருத்தனுக்கு தெரியப்படுத்த மாட்டுறீங்க... அப்படி என்ன ஈகோ பெருசாப் போகிடுச்சு உங்க-ளுக்கு...

சார்லஸ் நீ... இவனுக்காக.... எப்ப பார்த்தாலும் உன்னைக் கரிச்சுக் கொட்-டிக்கிட்டு அடுத்தவங்க முன்னாடி உன்னை அவமானப்படுத்துற இவனுக்காக... இவனோட ஈகோ ஹர்ட் ஆகிடக் கூடாதுங்கிறதுக்காக உனக்கு வந்த ஏசி ப்ர-

மோஷன் ஆபரை இரண்டு தடவை வேண்டாம் னு சொல்லி இருக்க... அப்புறம் தொல்காப்பியன் நீ செத்துப்போன இன்ஸ்பெக்டர் செல்வம் கிட்ட போய் அவன் அப்பா மூலம் இவனுக்கு இங்க ப்ரமோஷன் கிடைக்க வழி பண்ணி இருக்க...

என்ன இதெல்லாம்.... நீங்க ஒருத்தருக்கொருத்தர் சேர மாட்டிங்களான்னு நான் ஏங்காத நாளே இல்லை... உங்களுக்குள்ளேயும் அப்படி ஒரு நினைப்பு இருக்கும் போது அதை ஏன்டா செயல்படுத்த மாட்றீங்க...

ப்லீஸ் டா... இப்படி இருக்காதீங்க... இனியும் என்னால இதையெல்லாம் தாங்கிக்க முடியாது..." என்றவள் அழ ஆரம்பிக்க இருவரும் ஆளுக்கொரு புறமாய் அமர்ந்து அவளுக்கு ஆறுதல் சொல்லி சிரமப்பட்டு அவளைத் தூங்க வைத்தனர்...

சார்லஸ் கார்த்திக் தொல்காப்பியன் மூவரும் அருகருகே அமர்ந்திருந்தனர்.... எவர் பேச்சை ஆரம்பிப்பது என்று புரியாமல் மௌனம் சாதித்தனர்...

" ம்ஹீம்... இது சரிவராது... சிஸ்டரை எழுப்பினால் தான் நீங்க இரண்டு பேரும் பேசிக்குவீங்க..." என்று எழுந்த கார்த்திக்கை இழுத்திப் பிடித்து அமர வைத்தான் தொல்காப்பியன்....

அதன்பிறகும் கனத்த மௌனம்... நீண்ட நேர மௌனத்திற்குப் பிறகு தொல்காப்பியன் மனதில் இருப்பதை சொல்லிவிடலாம் என முடிவெடுத்து

" ஐம் ஸ்சாரி சார்லஸ்..." என்று சொன்ன அதே நேரத்தில்....

" ஐ ம் ஸ்சாரி தொல்ஸ்..." என்றான் அவனும்...

" பாருடா... இதில் கூட இந்த அளவு ஒற்றுமையா?" கார்த்திக் நக்கலடித்தான்...

" ஸ்சாரி சார்லஸ்... உனக்கும் ஷாலினிக்கும் கல்யாணம் ஆனப்ப நான் ரொம்ப உணர்ச்சிவசப்பட்டவனா இருந்தேன்... அதனால் தான் உன்கிட்ட ரொம்பத் தப்பா பேசிட்டேன்... நான் மட்டும் அமைதியா இருந்திருந்தா நமக்குள்ள மிஸ் அண்டர்ஸ்டேண்டிங் வந்து இருக்காது... ஷாலுவும் இந்த அளவு கஷ்டப்பட்டு இருந்திருக்க மாட்டா..."

" இல்ல தொல்ஸ்... உன் மேல எந்தத் தப்பும் இல்லை... தப்பு முழுக்க என் மேல தான்... நான் தான் தப்பு... உனக்கு கோவப்பட எல்லா உரிமையும் இருந்துச்சு... அதை நான் புரிஞ்சிக்கல... நீ கோபப்பட்டப்ப நான் அமைதியா இருந்திருந்தா பிரச்சனை வந்திருக்காது இல்ல..."

" சரி சரி சரி... எல்லாம் சரி ஆகிடுச்சு இல்ல... இப்ப எதுக்காக முதலில் இருந்து ஆரம்பிக்கிறீங்க... எல்லாத்தையும் விட்டுடுங்க... இப்ப இந்த நொடியில் இருந்து நீங்க இரண்டு பேரும் ப்ரண்ட்ஸ் என்ன ஓகே தானே..." கார்த்திக்கின் கேள்விக்கு இருவரும் ஒருவரை ஒருவர் பார்த்து புன்னகைத்துக் கொண்டனர்...

" சரி... தொல்ஸ்... இப்ப சொல்லு... எதுக்காக என்னை நீ உன்னோட வீட்டுக்கு வரச் சொன்ன... எதுக்காக சார்லஸிக்கு அவனுக்கு சந்தேகம் வராத அளவுக்கு உடம்புக்கு பிரச்சனை வராத அளவுக்கு தினமும் கொடுக்கிறதுக்காக தூக்க மாத்திரை கேட்ட....

உங்களைச் சுத்தி சிலந்தி வலை மாதிரி பிரச்சனை இருக்குன்னு சொன்னியே அது எந்த மாதிரிப் பிரச்சனை...." என்றான் கார்த்திக்...

" என்ன... எனக்கு தூக்க மாத்திரையா? என்ன தொல்ஸ் இதெல்லாம்... அப்ப ஷாலினி கிட்ட நீ சொன்னது எல்லாம் உண்மையா??? நேத்து சாகப் பார்த்தது உண்மையில் நானா???"

" ஆமாம்..." என்று தொல்காப்பியன் தலை அசைக்க வியப்பின் விளிம்பிற்குச் சென்றான் அவன்...

" என்ன தான் நடக்கிது இங்க... இந்தக் கேஸீக்கும் நமக்கும் என்ன சம்பந்தம்..." என்றான் சார்லஸ்...

" சம்பந்தம் என்னன்னு தெரியல சார்லஸ்... அதைப் பத்தி தெரிஞ்சிக்கிற முயற்சியில் தான் நான் ஒன்னைத் தெரிஞ்சிக்கிட்டேன்..."

"அப்படி என்னத்தை தான் இந்தக் கேஸில் கண்டுபிடிச்சித் தொலைச்ச... சொல்லித் தொலை..." பயம் கலந்த வேகத்தில் கேட்டான் சார்லஸ்...

" சார்லஸ்... இது சின்ன விஷயம் இல்லை... கார்த்திக் சொன்ன மாதிரி இது ஒரு சிலந்தி வலை... இதில் இருந்து வெளியே வருவது ரொம்பக் கஷ்டம்... நான் சொல்றதைக் கேளு... நீ இதை விட்டுடு... நான் எல்லாத்தையும் பார்த்துக்கிறேன்.. நான் எல்லாத்தையும் சரி பண்றேன்... என்னை நம்பு..."

" எல்லாம் சரி... ஆனா என்னை ஏன் இந்தக் கேஸில் இருந்து விலகச் சொல்ற..."

" ஏன்னா அந்தக் குற்றவாளியோட அடுத்த டார்கட் நீதான்டா..."

" என்ன..."

" ஆமா சார்லஸ்... எல்லாரும் எப்படி செத்தாங்கன்னு நேத்து நான் அனுபவப் பூர்வமா உணர்ந்தேன்... உன்னைக் கண்ட்ரோல் பண்றது எனக்கு அவ்வளவு சுலபமா இல்லை... ரொம்பவே கஷ்டப்பட்டுட்டேன்...

உன்னைக் கண்ட்ரோல் பண்ற அவனுக்கு நீ கீழ் படிஞ்சிடக் கூடாதுன்னு தான் உன்னை டென்சனாவே வைச்சிருந்தேன்... என்னைப் பத்தி மட்டுமே நீ யோசிக்கிற மாதிரி சூழ்நிலையை உருவாக்கினேன்....

எனக்கு நீயும் ஷாலுவும் ரொம்ப முக்கியம்... என்னால இன்னொரு இழப்பைத் தாங்கிக்க முடியாது... அதனால் தான் உன்னை இதில் இருந்து விலகச் சொல்றேன்..."

" விலகி எங்கடா போகச் சொல்ற..."

" எங்கேயாவது போ... ரொம்ப தூரத்துக்கு நீ போயிட்டா அவனால உன்னைக் கண்ட்ரோல் பண்ண முடியாது... நிச்சயம் நீ அவனோட டார்கட்டில் இருந்து தப்பிச்சிடுவ..."

" இப்படிப் பண்ணா நான் தப்பிச்சிடுவேன்... ஆனா நீ..."

" நான் சாக மாட்டேன் டா... ஓவர் கான்பிடன்ட்டில் பேசுறேன்னு நினைக்காத... எனக்குத் தெரிஞ்சி அவன் என்னை கண்ட்ரோல் பண்ண ஆரம்பிச்சு ரொம்ப நாள் ஆச்சு... அப்படி இருந்தும் என்னைக் கொல்லாம விட்டு வைச்சிருக்கான் அப்படின்னா ஏதோ ஒரு பெரிய காரணம் நிச்சயம் இருக்கும்..." என்று உறுதியாகச் சொன்னான் தொல்காப்பியன்...

" என்ன பெரிய காரணம் இந்த கொலைக் கேஸை உன் மேல் போட்டு அவன் தப்பிக்கிற ப்ளானா தான் இருக்கும்..." சார்லஸ் சொல்ல...

" நானும் அப்படித் தான் நினைச்சேன்... ஆனா நல்லா யோசிச்சு பார்த்தப்ப தான் எனக்குப் புரிஞ்சது அவனோட திட்டம் என்னை போலீஸில் மாட்டி விடுறது இல்லை ..."

" அப்ப வேற என்னவா இருக்கும்..." என்றான் சார்லஸ்...

12

" அவனோட திட்டம் என்னன்னு எனக்குத் தெரியாது... ஆனா என்னை இந்தக் கேஸில் மாட்டிவிட அவன் நினைக்கல.... அது மட்டும் எனக்குத் தெரியும்..." என்றான் தொல்க்காப்பியன்...

" எப்படி சொல்ற.." சார்லஸ் கேட்க..

" பஸ்ர்ட் என்னை இந்தக் கேஸில் மாட்டி விட அவன் நினைச்சிருந்தா இந்தக் கேஸை விசாரிக்கிறவங்களுக்கு எனக்கு எதிரா வலுவான ஆதாரங்கள் கிடைக்கிற மாதிரி பண்ணி இருப்பான்... ஆனா அவன் அப்படிப் பண்ணல...

அதோட ஒரு கொலை பண்ணி அந்தப் பழியை இன்னொருத்தவன் மேல போட நினைக்கிறவன் நிச்சயம் அந்தக் கொலையை தற்கொலை மாதிரி பண்ண மாட்டான்...

அவ்வளவு தூரம் ஏன் யோசிக்கனும்... அவன் தான் என்னை மீறி என்னைக் கண்ட்ரோல் பண்றானே நானே போய் குற்றத்தை ஒத்துக்கிற மாதிரி அவனால பண்ண முடியாதா இல்ல என் கையால அவங்களைக் கொல்ல வைக்க முடியாதா?? அவன் இதில் எதுவும் பண்ணலையே... அப்ப நிச்சயம் அவனோட மோட்டிவ் வேற எதுவோ தானே..."

" நீ சொல்றதும் கொஞ்சம் யோசிக்கிற மாதிரி தான் இருக்கு..."

"ஏதோ ஒரு காரணத்துக்காக தான் அவன் எல்லா தற்கொலை நடந்த இடத்திற்கும் என்னை போக வைக்கிறான்... ஆனா அது எதுக்குன்னு தான் தெரியல..."

" ஏன் தொல்ஸ்... உன்னோட தம்பி தயாளன் கூட மாம்பலம் ஸ்டேசனில் அரஸ்ட் ஆகி உள்ள இருந்த அவமானம் தாங்கிக்க முடியாம தானே தற்கொலை பண்ணி செத்தாருன்னு சொன்ன...

ஒருவேளை அவருக்குத் தெரிஞ்ச யாராவது பழிவாங்குறதுக்காக இப்படிப் பண்றாங்களா??? அவரு சாகும் போது நேரில் பார்த்து நீ கஷ்டப்பட்ட மாதிரி அவரு சாவுக்குக் காரணமானவங்க சாகுறதைப் பார்த்து சந்தோஷப்படட்டும் னு நினைச்சி இப்படிப் பண்ணி இருக்கலாம் இல்லையா???" கார்த்திக் கேட்க...

" கொஞ்சம் அதிகப்படியா யோசிக்கிற மாதிரி தெரிஞ்சாலும் நல்ல யோசனை தான்... ஆனா இப்படி நடக்கிறதுக்கும் வாய்ப்பு இல்லை... அவனுக்காக பழி-வாங்குறதா இருந்தா அதை நான் தான் பண்ணனும்... இல்லை ஷாலினி பண்-ணனும்... வேற யாரும் பண்றதுக்கு வாய்ப்பு இல்லை..."

" அதெப்படி நீ இவ்வளவு உறுதியா சொல்ற... இந்த கேஸில் எல்லா விதத்தி-லும் நாம யோசிக்கனும்.... எந்த ஒரு சின்ன விஷயத்தையும் அலட்சியப்படுத்தக் கூடாது... என்ன பார்க்கிற நீ சொன்னது தான்... அதை நியாபகப் படுத்துறேன்..." என்றான் கார்த்திக்...

" தொல்ஸ் எனக்கு ஒரு சந்தேகம் உன்னையும் என்னையும் அவன் எப்படி கண்ட்ரோல் பண்றான்... இதைப் பத்தி உனக்கு ஏதாவது ஐடியா இருக்கா..." சார்-லஸ் கேட்க...

" இப்ப வரைக்கும் எந்தப் பிடிமானமும் இல்லை சார்லஸ்... நான் மாஸ்டர் செக்கப் எடுத்திருக்கேன்... ரிசல்டில் ஏதாவது க்ளூ கிடைக்கும் னு நம்புறேன்... அதுதான் நமக்கு இதில் மிச்சம் இருக்கிற ஒரே பிடிமானமும் கூட..."

" ரிசல்ட் எப்ப வரும் கார்த்தி..."

" இவ்வளவு முக்கியம் னு நீ ஏன்டா என்கிட்ட முன்னாடியே சொல்லல... இன்னும் அரை மணி நேரத்தில் நான் அதை இங்க கொண்டு வரச் சொல்-றேன்..." என்றவன் சொன்னது போல் அதைச் செய்தும் காட்டினான்...

" என்ன கார்த்திக்... என்ன சொல்லுது என்னோட ரிப்போர்ட்... ஏதாவது வித்தியாசமா தென்படுதா..."

" வித்தியாசமா எதுவும் இல்லையே தொல்ஸ்... நம்ம உடம்பு நம்ம யாராலை-யும் புரிஞ்சிக்க முடியாத கடவுளோட அற்புதமான படைப்பு...

நம்ம உடம்புக்கு வெளியே இருந்து எந்த விதமான உயிரோ பொருளோ உள்ளே வந்தாலும் அவ்வளவு சீக்கிரம் அதை நம்ம உடல் ஏத்துக்காது... தோலில் ஆரம்பிச்சு நம்மளோட வெள்ளை அணுக்கள் வரை எத்தனையோ எதிர்ப்பை சமாளிச்சு தான் அது நம்ம உடலை வந்து அடையும்...

அப்படி நம்ம உடலுக்கு சம்பந்தம் இல்லாத அந்த ஒன்னு நினைச்ச மாதிரி நம்ம உடலை அடைஞ்சிட்டாலும்... அதோட இருப்பிடத்தை அதால மறைக்க முடியாது...

இந்த மாதிரி டெஸ்டில் அது ஈஸியா வெளியே தெரிஞ்சிடும்... ஆனா உன்-னோட கேஸில் அந்த மாதிரி எதுவுமே இல்லை... உன்னை கண்ட்ரோல் பண்-றதுக்கு நிச்சயம் அவன் வேற ஏதோ ஒரு யுக்தியை தான் பயன்படுத்திக்கிட்டு இருக்கான்... " என்றான் கார்த்திக்...

" ஏன் கார்த்திக்... ஒரு மனுசனை கண்ட்ரோல் பண்றது அவனோட மூளை... சோ ஒருத்தனை நாம கண்ட்ரோல் பண்ணனும் னு நினைச்சா அவனோட

மூளையை நம்ம கண்ட்ரோலுக்கு கொண்டு வந்திட்டா போதும் தானே... அறிவியலில் இதுக்கு முன்னாடி இது சாத்தியம் ஆகி இருக்கா..." தொல்க்காப்பியன் கேட்டான்...

" நீ சொல்றது சரிதான் தொல்ஸ்... ஆனா இது இப்ப வரைக்கும் சாத்தியம் ஆகல... நோக்குவர்மம் னு சொல்லக் கூடிய ஹிப்னாட்டிசம் மூலமா சிலரை சில மணி நேரங்கள் கண்ட்ரோல் பண்ண முடியும்...

ஆனா அதுக்கு கடினமான யுக்திகள் இருக்கு... அதை பிரயோகிக்க கத்துக்கிறது ஒன்னும் அவ்வளவு ஈஸி கிடையாது... அவ்வளவு கஸ்டப்பட்டு அதைக் கத்துக்கிட்டாலும் அதை உபயோகப் படுத்தி ஒருத்தரை சில மணி நேரங்களோ இல்லை அதிக பட்சம் சில நாட்களோ தான் நம்ம கண்ட்ரோலில் வைச்சுக்க முடியும்...

அதிகபட்சமா மூன்று இல்ல நான்கு மாதங்களுக்கு சிலரை கண்ட்ரோல் பண்ண முடியும்..."

" அவ்வளவு நாட்கள் எப்படி சாத்தியம்... இதுக்கு நம்பத்தகுந்த ஆதாரம் ஏதாவது இருக்கா..." சார்லஸ் கேட்க...

" சுமார் 1518 ஆம் ஆண்டு வாக்கில் ஜெர்மனியில் Dancing Plague அப்படின்னு ஒரு இன்சிடென்ட் நடந்தது... தெருவில் போய்க்கிட்டு இருந்த ஒரு பொண்ணு தன்னை மீறி ரோட்டில் ஆட ஆரம்பிச்சா... அவளைப் பார்த்த பலரும் தன்னையும் மீறி ஆட ஆரம்பிச்சாங்க... அவங்களை யாராலும் கட்டுப்படுத்த முடியல... கடைசியில் சாப்பாடு தண்ணீர் இல்லாமல் டேன்ஸ் ஆடிக்கிட்டு இருக்கும் போதே கிட்டத்தட்ட 400 பேர் இறந்தும் போனாங்க...

சிலர் யாரோ அவங்களைக் கண்ட்ரோல் பண்ணி இப்படி ஆட வைச்சதா சொன்னாங்க சிலர் ஒருவகையான வைரஸ் தான் இந்த நிலைக்குக் காரணம் னு சொன்னாங்க..." கார்த்திக் சொல்ல...

" இது ஹிப்னாட்டிஸம் தான்னு யாரும் கன்பார்ம் பண்ணலையே... அப்படி இருக்கும் போது இதில் எப்படி ஒரு தெளிவுக்கு வர முடியும்..." என்றான் சார்லஸ்...

" இந்த இன்சிடென்ட்டுக்கு அப்புறம் அங்கங்க சின்ன சின்னதா இந்த மாதிரி நடந்துக்கிட்டு தான் இருந்திருக்கு.... நம்மளோட சின்ன வயசில் கதை கூட கேட்டு இருப்போமே இதைப்பத்தி...

ஒருத்தனோட புல்லாங்குழல் இசைக்கு மயங்கி குழந்தைங்க எல்லாரும் அவன் பின்னாடியே போயிடுவாங்கன்னு... அதுவும் ஹிப்னாட்டிஸம் ல சேரும்...

இதை எல்லாம் பார்த்து மனிதனைக் கண்ட்ரோல் பண்ற அவனோட மூளையை வெளியே இருந்து கண்ட்ரோல் பண்ண, வாழ்நாள் முழுக்க இன்னொருத்தரோட மூளையை நம்ம கட்டுப்பாட்டில் வைச்சிக்க மேலை நாடுகளில் ஒரு

ஆராய்ச்சி நடத்தினாங்க...

உயிர் இல்லாத பொருளை நம்ம உடல் ஏத்துக்காது... எவ்வளவு முடியுமோ அவ்வளவு சீக்கிரத்தில் அதை வெளியேத்திடும்... அதனால நாம சொல்றதை செய்யுற மாதிரி கோடிங் செய்யப்பட்ட செயற்கை பாக்டீரியா உருவாக்கப்பட்டது...

ஆமா மனிதனோட மூளையை கண்ட்ரோல் பண்றதுக்காக ஒரு புது பாக்டீரியா உருவாக்கினாங்க... அது நம்ம மூளையோட செயல் திறனைப் பாதிக்காது...

ஆனா மூளை எப்படி நம்ம உடலோட எல்லா உறுப்பையும் கட்டுப்பாட்டில் வைச்சிருக்கோ அதே மாதிரி அந்த பாக்டீரியா நம்ம மூளையை அதோட கட்டுப்பாட்டில் வைச்சிருக்கும்...

கொடுமை என்னன்னா தான் தான் உனக்கு மேலன்னு நம்ம முளையை அது நம்ப வைக்கும்... மூளையும் அதை நம்பி அது சொல்ற உத்தரவை ஏற்க ஆரம்பிக்கும்... இது தான் அவங்களோட திட்டமா இருந்தது...

மனித உடலோட எந்த பாதுகாப்பு அரணாலும் பாதிக்காதபடி அதை உருவாக்கி அதை ஒரு மனிதனின் மூளையில் செலுத்தி ஆராய்ச்சி பண்ணாங்க... ஆனா அந்த ஆராய்ச்சி பெயில் ஆகிடுச்சு...

அதை மனிதர்கள் மேல பரிசோதனை பண்ணப்ப அந்த பாக்டீரியா மூளையோட செயல்பாட்டை குழப்பி அதனால அவங்க எல்லாருக்கும் பைத்தியம் புடிச்சிடுச்சி... இது அரசாங்கத்துக்கு தெரிய வந்து அந்த ஆராய்ச்சியை தடை பண்ணிட்டாங்க..." என்றான் கார்த்திக்...

" நீ சொல்றதை வைச்சுப் பார்த்தா அந்த பாக்டீரியாவோட மூல பார்முலாவை எடுத்து அதில் தேவையான மாடிபிகேஷன் பண்ணி நமக்குள்ள செலுத்தி இருக்கனும்... "

" தொல்ஸ்... இது கொஞ்சம் ஓவர் இமஜினேசனோன்னு தோணுது..." என்றான் சார்லஸ்...

" ஆமா தொல்ஸ்... பழிவாங்கனும் னு நினைக்கிறவனுக்கு எத்தனையோ சுலபமான வழி இருக்கு... அதை எல்லாத்தையும் விட்டுட்டு அவன் இந்த பாக்டீரியாவை உருவாக்கி அதன் மூலமா பழிவாங்கனும் னு நினைப்பானா???" கார்த்திக் கேட்க...

" இப்ப நம்ம முன்னாடி இருக்கிறது இரண்டே வழி தான்... ஒன்னு நான் சொல்ற மாதிரி கொலைகாரன் இந்த பாக்டீரியாவை உபயோகப்படுத்துறான்... இல்லையா வேற ஏதோ ஒன்னு இருக்கு... எந்த வழி சரின்னு தெரியாததால இரண்டிலும் போய் பார்ப்போமே..."

" சரி தொல்ஸ்... நீ சொல்றதால நாம முதலில் முதல் வழியில் போய் பார்க்கலாம்...

இந்த ஆராய்ச்சியில் ஈடுபட்டவங்க எத்தனை பேர் அதில் இந்தியர்கள் யாராவது இருக்காங்களான்னு நான் விசாரிக்கிறேன்.." என்ற கார்த்திக் ஒரு மணி நேரத்திற்கு யார் யாருக்கோ டைல் செய்து இறுதியில் அந்த ஆராய்ச்சி குழுவில் இருந்த இந்திய டாக்டர் ஒருவரின் விலாசம் மற்றும் போன் நம்பரை கேட்டறிந்தான்...

அவர் ஜார்கண்ட் மாநிலத்தில் உள்ள தன்னுடைய மருத்துவமனையில் இருப்பதாகக் கேள்வியுற்று அங்கே போன் செய்தனர்...

என்றோ கற்றுக்கொண்ட ஹிந்தி இன்று சமயத்தில் கை கொடுத்தது சார்லஸிற்கு... அவர் அந்த ஆராய்ச்சியைப் பற்றி மறந்தே விட்டதாகவும் அதைப் பற்றிய அனைத்து தகவல்களையும் தான் மறந்து விட்டதாக கூறிவிட கையாலாக தனத்துடன் போனை வைத்தான் சார்லஸ்...

" தெரிஞ்ச முதல்வழியில் போய் முட்டுசந்தா இருந்ததால திரும்பி வந்திட்டோம்... இனி தெரியாத இரண்டாவது வழியில் போய் என்ன பண்றது..."

" அந்தக் கொலைகாரனை எப்படிக் கண்டு புடிக்கிறது... கடவுள் தான் அதுக்கு வழி காட்டனும்..." என்று கார்த்தி சொல்லிக் கொண்டிருந்த அதே நேரத்தில் இவர்கள் சற்று நேரத்திற்கு முன்பு பேசிய டாக்டரிம் இருந்து போன் வந்தது...

" இப்ப தான் எனக்கு ஒன்னு நியாபகத்துக்கு வந்தது... நான் என்னோட தனிப்பட்ட ஆராய்ச்சியா தீப்புண்களை ரொம்ப விரைவா சரிசெய்யுற மருந்தை கற்றாளையில் இருந்து தயாரிக்கிற தீஸிஸ் ஒன்னு ரெடி பண்ணி இருந்தேன்...

என்கிட்ட ஒரு மெடிக்கல் ஸ்டூடண்ட் அவனோட பைனல் இயர் ப்ராஜெக்டுக்காக கேட்டு வந்தப்ப அந்த தீஸிஸை எடுத்துக் கொடுத்தேன்... அந்த தீஸிஸோட சேர்த்து ப்ரைன் பாக்டீரியா சம்பந்தப்பட்ட பேப்பர்ஸ் ம் அவன்கிட்ட போயிடுச்சு...

அப்ப இருந்த சூழ்நிலையில் நான் அதை பெருசா எடுத்துக்கல... எதுக்கும் நீங்க அவனை விசாரிச்சுப் பாருங்க... அவன் ஜார்க்கண்டில் இருக்கிற ஹவர்மெண்ட் காலேஜில் தான் படிச்சான் பேரு தேஜா... 2017 இல்லை 2018 ல் படிப்பை முடிச்சி இருக்கனும்..." என்றார் அவர்...

கிடைத்த தகவல் மேல் முழு நம்பிக்கை வைத்து அடுத்த நாளே சார்லஸ் தொல்காப்பியன் கார்த்திக் மூவரும் ஜார்கண்ட் கிளம்பினர்...

தாங்கள் யார் என்பதைக் காட்டிக் கொள்ளாமல் அந்த டாக்டரிடம் தற்பொழுது வேலை செய்வதாவும் அவர் முடிக்காமல் விட்ட அந்த தீஸிஸை முடிக்க விரும்புவதாகவும் சொல்லி அதைப் பத்தி ஏதேனும் தெரியுமா என்று கேட்டனர் மூவரும்...

" ஓ தி ப்ரைன் பாக்டீரியான்னு இருந்ததே அதைக் கேட்கிறீங்களா... அது தேவையில்லைன்னு நான் தூக்கிப் போடப் போனேன்... ஆனா என்னோட ப்ரண்டு

அது ரொம்ப இன்ட்ரஸ்டிங்கா இருக்கிறதா சொல்லி அந்த பேப்பர்ஸை எடுத்துக்கிட்டான்..." என்றான் அவன்...

"உங்க ப்ரண்டு பேரு என்ன... இப்ப அவரு எங்க இருக்காரு... என்ன பண்றாரு... " என்றான் சார்லஸ்...

" அது என்னமோ தெரியல... காலேஜ் முடிஞ்சி போனதுக்கு அப்புறம் எங்களுக்குள்ள அவ்வளவா பழக்கம் இல்லை... நானும் எம் எஸ் சேர்ந்ததில் அவனை பெருசா கண்டுக்கல... அவன் பேரு பாலு... ஊரு தமிழ்நாடு..."

" தமிழ்நாடா... தமிழ்நாட்டில் இருந்தா இவ்வளவு தூரம் வந்து படிச்சாரு..."

" ஆமா சார்... அவன் ஸ்காலர்ஷிப்பில் தான் படிச்சான்... அவனோட மார்க்ஸ்க்கு ஸ்காரலர்ஷிப்பில் எங்க காலேஜில் சீட் கிடைச்சது..."

" அவரு பேமிலியைப் பத்தி ஏதாவது சொல்லி இருக்காரா..."

" அவனுக்குன்னு யாரும் இல்லை... படிச்சி முடிச்சதும் சொந்த ஊருக்குப் போரேன்னு சொல்லிட்டு போயிட்டான்..."

" தமிழ்நாட்டில் அவரோட ஊரு எது தெரியுமா???"

" ம்ம்ம்... அவன் ஊரு... ஏதோ பேமஸான முருகன் கோவில் இருக்கிற ஊரு... எனக்கு சடெனா நியாபகத்தில் இல்லை..."

" பேமஸான முருகன் கோவில் இருக்கிற ஊர் அப்படின்னா...

1. பழனி

2.திருச்செந்தூர்

3.திருத்தணி

4.சுவாமிமலை

5.பழமுதிர்சோலை

6. திருப்பரங்குன்றம்...

இதில் எந்த ஊர்... நியாபகம் வருதா..." என்றான் தொல்காப்பியன்..

13

" பாலுவோட ஊர் எனக்கு சரியா நியாபகத்தில் இல்லை சார்... " என்றான் தேஜா...

" சரி அவரோட போட்டோ ஏதாவது உங்ககிட்ட இருக்கா..."

" இருக்கு... ஆனா எதுக்கு அவனைப் பத்தி இத்தனை விசாரணை... உங்களுக்கு உண்மையில் தேவைப்படுறது அவன்கிட்ட இருந்த அந்த தீஸிஸ் பேப்பரா... இல்லை அவனா..."

" லுக் மிஸ்டர்... ஒரு கேஸ் விஷயமா இப்ப எங்களுக்கு இருக்கிற கடைசி நம்பிக்கை உங்க ப்ரண்டு தான்... நீங்க எதுக்காகவும் பயப்பட வேண்டிய தேவை இல்லை... சும்மா விசாரணைக்காக தான்..." சார்லஸ் நம்பிக்கை அளித்தான்...

கல்லூரியில் குழுவாக எடுத்துக் கொண்ட புகைப்படத்தில் பாலுவைப் பார்த்த தொல்காப்பியன் ஒரு கணம் குழம்பி பின் அதிர்ந்தான்...

"சார்லஸ்... இவன்..."

" இவனைத் தெரியுமா தொல்ஸ் உனக்கு..."

" சார்லஸ் உனக்கு இவனை நியாபகத்தில் இல்லையா??? இவன் வரதனோட தம்பி..."

" வரதனா?? எந்த வரதனை சொல்ற நீ..."

" ஏய்... மாம்பல ஸ்டேஷனில் நடந்த முதல் தற்கொலை இந்த வாரதனோடது தான்... அவனோட ஒரே சொந்தம் தான் இந்த பாலு..."

"எனக்கு இப்ப தான் நியாபகம் வருது... ஆனா இவனை விசாரிச்ச அன்னைக்கு இவன் மேல எந்தத் தப்பும் இல்லைன்னு சொன்னியே தொல்ஸ்.." சார்லஸ் தன் சந்தேகத்தை முன் வைத்தான்...

" அன்னைக்கு அவன் மேல தப்பு இல்லாத மாதிரி தான் இருந்துச்சு... ஆனா இப்ப... சரி நம்ம ஒருத்தருக்கு ஒருத்தர் பேசிக்கிட்டு இருந்தா பிரச்சனை சரி ஆகாது... முதல்ல அந்த பாலுவைத் தூக்கலாம்... அப்புறம் கேட்க வேண்டிய விதத்தில் கேட்டா எல்லாம் தெரிய வரும்..." தொல்காப்பியன் சொல்ல சார்லஸீம் அதை ஏற்க மீண்டும் தமிழகம் திரும்ப ஆயத்தம் ஆயினர்...

" சார்லஸ் என்னாச்சு டிமார்ட்மென்ட்டில் என்ன சொன்னாங்க... பாலுவை அரஸ்ட் பண்ணியாச்சா..." தொல்காப்பியன் கேட்க...

" சாரி தொல்ஸ்... போட்ட கணக்கு எல்லாம் தப்பாகிடுச்சி..."

" என்ன சொல்ற... பிபி ஏத்தாம கொஞ்சம் தெளிவா சொல்லு..."

" பாலு... தற்கொலை பண்ணிக்கிட்டான்..."

" என்ன... அவனும் தற்கொலை பண்ணிக்கிட்டானா???"

" ஆமா தொல்ஸ் நடந்த எல்லாத்துக்கும் காரணம் அவன் தான்னு தெளிவா ஸ்டேட்மெண்ட் எழுதி வைச்சிட்டு தற்கொலை பண்ணி இருக்கான்... அவன் செத்து ரொம்ப நேரம் ஆச்சு.... பாடியை போஸ்ட்மார்டம் பண்ண அனுப்பிச்சாச்சு... நீங்க சீக்கிரம் வந்து சேருங்கன்னு கமிஷ்னர் சார் சொல்றாரு..." சார்லஸ் சொன்னதைக் கேட்டு விமான இருக்கையில் சாய்ந்தான் தொல்ஸ்...

" என்னாச்சு தொல்ஸ்..."

" கேஸ் முடிஞ்சிடுச்சி சார்லஸ்..."

" என்ன சொல்ற..."

" எல்லா கொலைகளையும் பண்ணவன் அந்த பாலு தான்... பலபேரோட சாவை தற்கொலைங்கிற பேரில் முடிச்சு வைச்சவனோட வாழ்க்கையும் அதே தற்கொலையில் முடிஞ்சிடுச்சி..."

சில மணி நேர இடைவெளியில் சென்னை வந்தடைந்த இருவரும் நேராக பாலுவின் வீட்டிற்குச் சென்றனர்...

" யாரும் எதையும் தொடல இல்ல..." சார்லஸ் கேட்க...

" இல்லை சார்... பாடியை ரிமூவ் பண்ணி பாக்கெட்டில் இருந்த லெட்டரை எடுத்தாச்சு... மத்தபடி யாரும் எதையும் இன்னும் தொடல..." என்றார் ஒருவர்...

" இளவரசன் அண்ட் டீம் ஏன் இன்னும் வரல..."

" அவங்க இன்னொரு மர்டர் ஸ்பாட்டுல இருக்காங்க... சோ அவங்களால இங்க வர முடியல... பட் இந்நேரத்துக்கு அவங்களோட வேலை அங்க முடிஞ்சிருக்கும்..."

" சரி அவங்களை உடனடியா இங்க வரச் சொல்லுங்க..." என்றபடி கையில் கேண்ட்கிளவுஸ் அணிந்தபடி வீட்டிற்குள் நுழைந்தனர் தொல்காப்பியன் சார்லஸ் இருவரும்...

வீட்டில் கைகலப்போ திருட்டோ எதுவும் நடந்ததற்கான எந்த அறிகுறியும் இல்லை... வீட்டில் வேறு ஆட்கள் வசித்ததற்கான அடையாளமும் துழியும் இல்லை... வீட்டின் சுவற்றில் வரதனின் புகைப்படம் மாலையிடப்பட்டு இருந்தது...

" சோ நடந்த எல்லாத்துக்கும் நீங்க தான் காரணம் இல்ல... உங்க உயிருக்கு விலை ஏழு உயிர்கள்... " என்று அந்த போட்டைவைப் பார்த்து வெற்று சிரிப்பு ஒன்றை உதிர்த்தான் சார்லஸ்...

" சார்லஸ் இங்க வா..." என்று ஒரு அறையில் இருந்து குரல் கொடுத்தான் தொல்காப்பியன்...

" இந்த வீட்டில் ஒரு பெட்ரூம் ஒரு ஹால் ஒரு கிச்சன்... இதில் எதிலையும் அவன் இந்த மாதிரி ரிசர்ச் பண்ணதுக்கான எந்த அடையாளமும் இல்லையே..."

" நீ என்ன நினைக்கிற தொல்ஸ்..."

" இது வாடகை வீடு... எப்ப வேணுனாலும் ஓனர் வீட்டை காலி பண்ணச் சொல்லிடுவாருங்கிற நியாயமான பயத்தில் இவன் தன்னோட எந்த ஆபத்தான திட்டத்தையும் இங்கே வைச்சு ப்ளான் பண்ணாம இருந்திருக்கலாம்...

சோ அவன் இந்த வீடு இல்லாம வேற ஏதோ ஒரு இடத்தில் தான் எல்லா வேலையையும் பார்த்து இருக்கான்..."

" சரிதான் தொல்ஸ்... ஆனா எனக்கு இப்ப புதுசா ஒரு சந்தேகம் வந்திருக்கு... ஒருவேளை இந்த விஷயத்தில் யாரும் இவனுக்குத் துணையா இருந்திருப்பாங்களோ... ஏன் கேட்கிறேன்னா... இவ்வளவு பெரிய விஷயத்தை இவன் ஒருத்தன் பக்காவா திட்டம் போட்டு செயல்படுத்தி இருக்க முடியுமா..."

" அதான் சாகுறதுக்கு முன்னாடி தெளிவா எல்லாத்தையும் எழுதி வைச்சிட்டு செத்திருக்கானே... எல்லாத்தையும் நான் ஒருத்தன் தான் பண்ணினேன்... இதில் யாருக்கும் எந்த விதமான சம்பந்தமும் கிடையாதுன்னு..." அப்பேச்சிற்கு அப்பொழுதே முற்றுப்புள்ளி வைத்தான் தொல்காப்பியன்...

அடுத்த நாள் காலை...

கமிஷ்னர் அலுவலகம்...

"சோ... ஏட்டு சாலமோன்,

எஸ் ஐ பூங்காவனம், எஸ் ஐ சபாபதி, இன்பெக்டர் செல்வம், ஏசி கோவிந்தன், காலேஜ் ட்டூடண்ட் சரவணன், ரௌடி திரவியம் இத்தனை பேரோட சாவுக்கும் காரணமானவன் செத்துப் போன இந்த டாக்டர் பாலு தான் இல்லையா..." என்றார் கமிஷ்னர்...

" ஆமா சார்..." சார்லஸீம் தொல்காப்பியனும் சொல்ல...

" ஹெட் கான்ஸ்டபிள் வரதன் சாவுக்கு அந்த ஸ்டேசனில் இருந்தவங்க தான் காரணம் னு பாலு நினைச்சிருந்தா அந்த லிஸ்டில் சரவணனும் திரவியமும் எங்க இருந்து வந்தாங்க..."

" அதைப் பத்தி எங்களுக்கு எந்த எவிடென்சும் கிடைக்கல சார்... பாலு தான் குற்றவாளின்னு நாங்க ஒரு முடிவுக்கு வந்ததே குற்றவாளி கைப்பட எழுதி வைச்சிருந்த அந்த கடிதத்தால தான் சார்...

அதில் அவனே இவங்க எல்லாரோட சாவும் என்னோட அண்ணனின் தற்கொலைக்கு பழிவாங்குவதற்காக என்னால் நடத்தப்பட்டதுன்னு தெளிவா சொல்லி இருக்கான் சார்..."

" ஏதோ சொல்றீங்க சார்லஸ்... பட் எனக்கு இதில் முழு சேட்டிஸ்பேக்சன் கிடைக்கல... இருந்தாலும் இந்த கேஸில் இதுக்கு மேல எந்த வகையிலும் விசாரிக்க முடியாதுங்கிறதுக்காக நான் இந்த கேஸை முடிக்கிறதுக்கு சம்மதிக்கிறேன்...

கேஸை க்ளோஸ் பண்ணிடுங்க... அப்புறம் இந்த பாக்டீரியா அது இது... ப்ச்... இதைப் பத்தி மீடியாவுக்கோ இல்ல மக்களுக்கோ தெரியாம பார்த்துக்கோங்க...

ஏன் சொல்றேன்னா பாலு தான் இந்தக் கொலைகளுக்கு எல்லாம் காரணம்னு நிரூபிக்கிறதுக்கு நமக்கு ஆதாரம் இருக்கு... ஆனா இந்த பாக்டீரியா வைச்சு தான் அவன் இந்தக் கொலைகளைப் பண்ணான்னு நம்மால நிரூபிக்க முடியாது... மோர் ஓவர் அந்த தீஸிஸ் இவன் கைக்கு வந்த வரைக்கும் தான் நாம கண்டு புடிச்சிருக்கோம்... அதை பயன்படுத்தி அவன் அந்த பாக்டீரியைவைக் கண்டு பிடிச்சானாங்கிறது நமக்குத் தெரியாது...

அவனோட வீடு வேலை செய்யுற ஹாஸ்பிட்டல் ப்ரண்ட்ஸ் கொலீக்குன்னு எல்லார்கிட்டையும் விசாரிச்சுப் பார்த்தாச்சு ஆனா இவன் இப்படி ஏதும் ஆராய்ச்சி பண்ண மாதிரி தெரியல...

சோ ப்ரஸ் மீட்டில் நீங்க சொல்ல வேண்டியது என்னன்னா சரவணன் இறந்ததும் ரௌடி திரவியம் இறந்ததும் இந்த கேஸில் சேராது... அது தனின்னு சொல்லிடுங்க... தென் இறந்து போன போலீஸ் காரங்களுக்கு நெருக்கடி கொடுத்து அவங்களை பாலு தற்கொலைக்கு தூண்டி தன்னோட அண்ணன் சாவுக்கு பழிதீர்த்து இருக்கான்னு சொல்லி முடிச்சிடுச்சிடுங்க..." என்றார் கமிஷ்னர்...

இதைத் தவிர வேறு மார்க்கம் இல்லாத சார்லஸீம் தொல்காப்பியனும் சரியென்று ஒப்புக் கொண்டு விட்டனர்...

அடுத்தடுத்த ப்ரசியூஜர் முடிய மூன்று நாட்களாகிவிட்டது... சார்லஸ் தொல்காப்பியன் இருவரும் சொன்னதை அனைவரும் நம்பவும் செய்தனர்... ஒருவழியாக அந்தக் கேஸிற்கு ஒரு முற்றுப்புள்ளி வைத்ததாக நினைத்து நிம்மதி பெருமூச்சுவிட்டான் சார்லஸ்...

தொல்காப்பியன் அர்ச்சனாவைப் பார்க்கவென்று அவசர அவசரமாக விசா ஏற்பாடு செய்து கனடா புறப்பட்டான்...

" என்ன சார்லஸ்... உங்க முகம் ரொம்ப டல்லடிக்கிது... இன்னும் அந்த தற்கொலை கேஸில் இருந்து வெளிவரலியா நீங்க..." ஷாலினி கேட்க...

" அப்படியெல்லாம் இல்லை ஷாலு... ஏனோ இந்த கேஸை சரியா விசாரிக்காம விட்ட மாதிரியும் இதில் நிறைய ஓட்டை இருக்கிற மாதிரியும் தோணுது..."

" அப்படி என்ன தோணுது உங்களுக்கு... என்கிட்ட சொல்லுங்க... அதில் எனக்கு ஏதாவது தோணுச்சுன்னா நான் சொல்றேன்..." என்றாள் ஷாலினி...

" சரி ஷாலு... நான் சொல்றதை கவனமா கேளு...

இந்த கேஸ் விஷயத்தில் பாலு இதை எல்லாம் செஞ்சு இருக்கிறதுக்கு வாய்ப்பு இருக்கு தான்... நான் இல்லைன்னு சொல்லல...

அவங்க எல்லாரையும் கொல்றதுக்கான காரணமும் அதுக்காக கொலையாழி கடைப்பிடிச்ச வழிமுறையும் இவனுக்கு தெரிஞ்சிருக்க வாய்ப்பு இருக்குதான்... பேஸிக்கலி இவன் புத்திசாலி, திறமையான டாக்டரும் கூட...

நாங்க நம்புற மாதிரி இவன் அந்த பாக்டீரியா வைச்சு தான் எல்லாரையும் கண்ட்ரோல் பண்ணி தற்கொலை பண்ணிக்க வைச்சான் அப்படின்னா அந்த பாக்டீரியா எப்படி போஸ்ட்மார்டம் ல தெரியாம போச்சு... அதோட ஏன் என்னையோ இல்ல தொல்ஸ்ஸையோ மறுபடி அவன் கட்டுப்படுத்தல...

தென் அவன் அந்த பாக்டீரியா ரிசர்ஸ்ஸை அவன் இருக்கிற வீடு வேலை செய்யுற இடம் ப்ரண்ட்ஸ் யாருக்கும் தெரியாம தான் பண்ணி இருக்கான்... சோ இதில் வேற ஒருத்தன் சம்பந்தப்பட்டு இருக்கிறதுக்கு வாய்ப்பு இருக்கு... அப்படி இருந்தா அந்த ஒருத்தன் யாரு...

போலீஸ்காரங்க பண்ண கொடுமையால தான் தன்னோட அண்ணன் செத்தான்னு நம்பிக்கிட்டு இருந்த பாலு ஏன் சம்பந்தமே இல்லாம அந்த காலேஜ் ட்டூடண்ட்டையும் அந்த ரௌடியையும் கொல்லனும்...

ஒருவேளை என்னோட இந்த கணிப்பு சரியா இருந்தா பாலுவோட கூட்டு சேர்ந்த அந்த ஒருத்தன் தன்னுடைய சுயலாபத்துக்காக இவங்க இரண்டு பேரையும் கொன்னு இருப்பானா???" இப்படி ஏகப்பட்ட கேள்விகள் என் மண்டைக்குள்ள ஓடிக்கிட்டு இருக்கு என்றான் சார்லஸ்... அவன் பேசியதைக் கேட்ட ஷாலினி அமைதியாக இருக்க...

" ஏன் ஷாலினி அமைதி ஆகிட்ட...."

" நீங்க சொன்னதில் எனக்கு புதுசா ஒரு சந்தேகம் வந்து இருக்கு சார்லஸ்..."

" என்ன..."

" இல்ல வரதன் இறந்து போனதுக்கு வொர்க் ப்ரஷர் தான் காரணம் னா அதுக்கு அந்த ஸ்டேசன் சம்பந்தப்பட்ட ஆட்கள் மட்டும் தானே காரணமா இருக்க முடியும்..."

" ஆமா..."

" அப்ப இன்ஸ்பெக்டர் செல்வமும் எஸ் ஐ சபாபதியும் அந்த ஸ்டேசனுக்கு சம்பந்தம் இல்லாதவங்க தானே... அப்ப அவங்களை பாலு கொல்ல வேண்டிய அவசியம் என்ன..."

" நீ சொல்றது யோசிக்கிற மாதிரி தான் இருக்கு... ஆனா பாலு ஏன் சாகுறதுக்கு முன்னாடி அப்படி ஒரு லெட்டர் எழுதி வைச்சிருக்கனும்..."

" அந்த லெட்டர் லெட்டர்னு அதை மட்டும் ஏன் பார்க்குறீங்க சார்லஸ்... வேற ஏதாவது ஒரு எவிடன்ஸ் உங்களுக்கு பாலுவுக்கு எதிரா கிடைச்சுதா..."

" இல்ல ஷாலு..."

" ஒருவேளை அந்த லெட்டர் பாலுவை இதில் மாட்டிவிடுறதுக்கு போட்ட தூண்டிலா ஏன் இருக்கக் கூடாது..."

" நீ சொல்றதுக்கான அர்த்தம் பாலுவை இந்தக் கேஸில் மாட்டிவிட்டு உண்மையான கொலையாளி தப்பிச்சி இருப்பான்னு நினைக்கிறியா???"

" வாய்ப்பு இருக்குன்னு சொல்றேன்... திட்டம் போட்டு இத்தனை பேரைக் கொன்னவனுக்கு தன்னைக் காப்பாத்திக்க தெரியாதா??? இல்லை கொலை பண்ணும் போது இருந்த தைரியம் போலீஸ் அரஸ்ட் பண்ணிடுவாங்கன்னு தெரிய வந்ததும் கோழைத்தனமா மாறிடுமா... அதனால தற்கொலை வரைக்கும் போவானா அவன்... இதுவும் அவனோட திட்டங்களில் ஒன்னா கூட இருக்கலாம்...

இல்லை பாலுவும் அந்த லிஸ்டில் ஒன்னா இருந்திருந்து அவனைக் கொன்ன கையோட மொத்த தற்கொலைக்கான பழியையும் அவன் மேல் போட்டு இருக்காலாம்..." என்றாள் ஷாலினி...

" நீ சொல்றதை வைச்சுப் பார்த்தா எனக்கும் தொல்க்காப்பியனுக்கும் ஆபத்து முழுசா நீங்கல... கடவுளே தொல்ஸ் இப்ப கனடாவுக்கு தனியா போய் இருக்கானே..." என்று நினைத்து அதிர்ந்தான் சார்லஸ்...

14

" விடுங்க சார்லஸ்... இனி இதைப் பத்தி யோசிக்கிறதாலையோ இல்லை கவலைப்படுறதாலையோ எதுவும் மாறப் போறது இல்லை... கேஸ் முடிஞ்சி போச்சு... அதனால எல்லாத்தையும் இதோட மறந்திடுங்க..." என்றாள் ஷாலினி...

" மறக்கனும் னு தான் நினைக்கிறேன்... ஆனா மனசு கேட்க மாட்டேங்கிது... ஒருவேளை உண்மையான குற்றவாளி பாலு இல்லைன்னா அவனால வேற யாருக்கும் எந்தவிதமான ஆபத்தும் வந்திடக் கூடாதேன்னு மனசு கிடந்து அடிச்சிக்கிது..." மனதின் பயத்தை வார்த்தையில் காட்டினான் சார்லஸ்...

" ச்ச்... சார்லஸ்... போலீஸ்காரங்க நீங்களும் சாதாரண மனுசங்க தான்... உங்களாலும் ஒரு அளவுக்கு தான் ஒருவிஷயத்தில் ஈடுபட முடியும்... திருடனாய் பார்த்து திருந்தாவிட்டால் திருட்டை ஒழிக்க முடியாது..."

" உண்மை தான் ஆனா...." சார்லஸ் இழுக்க...

" ஆனாவும் இல்லை ஆவன்னாவும் இல்லை... எதுக்கு நெகட்டிவ்வாவே யோசிக்கிறீங்க... கொஞ்சம் பாஸிட்டிவ்வா யோசிச்சு பாருங்க...

கொலையாளி பாலு இல்லைன்னா அந்த ஒருத்தன் எதுக்காக பாலுவை மாட்டி விட்டு இருக்கனும்... ஒருவேளை அவனோட தேவை முடிஞ்சி போய் இருக்கலாம்... அவன் பழிவாங்க வேண்டியவங்க எல்லாரையும் பழிவாங்கி முடிச்சிருக்கலாம்...

அதனால இனி அமைதியான வாழ்க்கை வாழலாம் னு நினைச்சு கூட இப்படி பண்ணி இருக்கலாமே... சரியோ தப்போ இனி யாருக்கும் அவன் தொந்தரவு கொடுக்காம இருந்தா ரொம்ப நல்லது...

ஆயிரம் குற்றவாளிகள் தப்பிச்சாலும் ஒரு நல்லவன் பாதிக்கப்படக்கூடாதுன்னு சொல்லுவாங்க... அப்படி யாரோ ஒரு நல்லவனைக் காப்பாத்த நீங்க அந்த ஒரு குற்றவாளியை விட்டுட்டதா நினைச்சுக்கோங்க... எல்லாத்தையும் மறந்திடுங்க... நம்ம வாழ்க்கையை கொஞ்சம் பாறுங்க... இன்னும் கொஞ்ச நாளில் நமக்குப் பிறக்கப் போற நம்ம குழந்தையைப் பாருங்க..." என்றாள் ஷாலினி...

" நீ சரியா தான் சொல்ற ஷாலினி... நாம கொஞ்சம் டைம் ஸ்பெண்ட் பண்ணனும்... அப்ப தான் குழந்தை பிறந்த பிறகு என்னை அப்பான்னு ஏத்துக்கும் இல்லைன்னா யாரோன்னு நினைச்சி என்கிட்ட சேரவே சேராது..." சொல்லிவிட்டு கவலையை மறைத்து லேசாக புன்னகைத்தான் சார்லஸ்...

அடுத்த நாள் காலை....

" என்ன மிஸ்டர் சார்லஸ் அல்ரெடி தொல்காப்பியன் லீவில் இருக்காரு... இப்ப நீங்களும் லீவ் கேட்டீங்கன்னா எப்படி... " கமிஷ்னர் கேட்க...

" இல்லை சார்... வொய்ப்க்கு டெலிவரி டேட் பக்கத்தில் வந்திடுச்சி... இந்த டைம்மில் கூட நான் அவங்ககிட்ட இல்லைன்னா அப்புறம் அவங்களுக்கு ஹஸ்பெண்ட்டா பிறக்க இருக்கிற என்னோட குழந்தைக்கு அப்பாவா இருக்கிறதுல என்ன அர்த்தம் சொல்லுங்க... அதான்..."

" அப்ப நான் லீவ் கொடுக்கலன்னா வேலையை ரிசைன் பண்ணிட்டு வொய்ப் கூட இருப்பீங்க போல..."

" ச்சே ச்சே அப்படியெல்லாம் இல்லை சார்..."

" ஓகே மிஸ்டர் சார்லஸ்... தொல்காப்பியனுக்கு ஹெல்த் கண்டிஷன் காட்டி மெடிக்கல் லீவ் கேட்டீங்க... இப்ப உங்களுக்கும் அதே மெடிக்கல் லீவ் தானே... அப்ரூவ் பண்றேன்... ஆனா அதுக்கு பிரதி உபகாரமா நீங்க ஒன்னு பண்ணனும்..."

" என்ன சார் பண்ணனும்... நான் உங்க கையில் ஒரு கேஸை கொடுக்கப் போறேன் அதை நீங்க விசாரிக்கனும்... பயப்படாதீங்க உங்க வொய்ப்போட டெலிவரி முடிச்சதுக்கு அப்புறம் வந்து நீங்க இந்தக் கேஸை விசாரிக்கலாம்..."

" முக்கியமான கேஸா இருந்தா தான் நீங்க தனிப்பட்ட முறையில் கூப்பிட்டு சொல்லுவீங்க... அப்படி இருக்கும் போது இந்த கேஸை என்னோட கையில் கொடுத்துட்டு பொறுமையா இன்ஸ்வெஸ்டிகேட் பண்ணா போதும் னு சொல்றீங்க..."

" விஷயம் இருக்கு சார்லஸ்... இந்த கேஸ் எந்த விதமான துப்பும் கிடைக்காம கிடப்பில் போடப்பட்ட கேஸ்... இந்த கேஸை விசாரிக்க விடாம ஏகப்பட்ட அரசியல் தொல்லைகள் வேற... அதனால இதை நீங்க யாருக்கும் தெரியாம விசாரிக்கனும்..."

" புரிஞ்சிடுச்சி சார்... லீவில் இருக்கிற மாதிரியும் இருக்கனும் இந்த கேஸை இன்ஸ்வெஸ்டிகேட்டும் பண்ணனும்.... ஐ மே ரைட் சார்..."

" எஸ் யூ ஆர் அப்சௌலியூட்லி கரெக்ட்..."

" என்ன கேஸ் சார்..."

" ஒரு பெரிய குடும்பம்... வெள்ளக்காரங்க காலத்தில் அவங்களே பார்த்து பொறாமைப் படுற அளவுக்கு வாழ்ந்த ஐமீன் பரம்பரை... பணத்துக்கு பஞ்சமே

இல்லை... ஆனா என்ன பிரச்சனைன்னே தெரியல அவங்க எல்லாரும் தற்கொலை பண்ணி இறந்து போயிட்டாங்க..."

" மொத்த குடும்பமுமேவா சார்..."

" ஆமா சார்லஸ்... பெரிய ஜமீன் அவரோட மனைவி அவங்க இரண்டு பசங்க அவங்களோட மனைவிங்க... ஒரு பொண்ணு அவங்க புருஷன்... அப்புறம் குழந்தைங்க ஒரு ஐந்து பேர்... மொத்தமா பதிமூன்று பேர்... ஒரே நாளில் இறந்துட்டாங்க...

போஸ்ட் மார்டம் ரிப்போர்ட் படி அளவுக்கு அதிகமான தூக்க மாத்திரை தான் அவங்க எல்லாரோட இறப்புக்குக் காரணம் னு தெரிய வந்தது...

அவங்க உடலில் இருந்தது அளவுக்கு அதிகமான தூக்க மாத்திரை... அவ்வளவு அதிகமான தூக்க மாத்திரையை யாரும் வற்புறுத்தி அவங்களுக்குக் கொடுத்திருக்க முடியாது...

வீட்டில் இருந்த எந்தப் உணவிலும் தண்ணீரிலும் தூக்க மாத்திரை கலந்த சுவடே இல்லை... அந்த வீட்டுக்கு யாரும் வந்து போனதா தடயமும் இல்லை... ஆனா எல்லாரும் இறந்து போயிட்டாங்க...

அவங்க இறப்பில் எனக்கு சந்தேகம் ரொம்ப வலுவா இருக்கு... ஆனா சந்தேகத்தை உறுதிப்படுத்த எந்த ஆதாரமும் இல்லை... எம்ட்டி கிரவுண்ட் மாதிரி இருக்கிற இந்த கேஸை எவ்வளவு முடியுமோ அவ்வளவு இன்ஸ்வஸ்டிகேட் பண்ணி கொலையாளியைக் கண்டுபுடிங்க..."

" கண்டிப்பா சார்... நீங்க சொன்ன மாதிரி இன்ஸ்வஸ்டிகேசன்னு யாருக்கும் சந்தேகம் வராம எல்லாத்தையும் கண்டுபுடிச்சி கொலைகாரங்களை அரஸ்ட் பண்ணி நான் உங்ககிட்ட கொண்டு வரேன் சார்..."

"ஓகே சார்லஸ்... இதில் கேஸ் சம்பந்தப்பட்ட ஒட்டு மொத்த டைடல்ஸ்ம் இருக்கு... பொறுமையா படிச்சி பாருங்க ஏதாவது க்ளூ கிடைக்கலாம்... நான் மறுபடியும் சொல்றேன் இந்த க்ரைம் கிட்டத்தட்ட ஆறு ஏழு வருஷங்களுக்கு முன்னாடி நடந்தது... அதை தூசி தட்ட விடாம நிறைய பேர் பார்த்துக்கிட்டாங்க... அவங்களுக்குத் தெரியாம இதை நான் உங்ககிட்ட கொடுத்து இருக்கேன்... பார்த்துக்கோங்க..." என்றார் கமிஷ்னர்...

சின்ன தலையசைப்புடன் அதை ஏற்றவன் கோப்புகளோடு வெளியே வந்தான்...

அடுத்த நாள் காலை...

" ஹலோ... யாருங்க அது..." என்றான் சார்லஸ் தூக்க கலக்கத்தில்...

" சார்லஸ் நான் கமிஷ்னர் பேசுறேன்..."

" அய்யோ சார்... நீங்களா அதுவும் இவ்வளவு காலையில்..."

" அட சார்லஸ் மணி காலையில் ஒன்பது... அதை விடுங்க முக்கியமான விஷயம் நீங்க கொஞ்சம் ஆபீஸ் வரைக்கும் வர முடியுமா..."

" சார்... இன்னும் ஒரு நாற்பது நிமிஷத்தில் வந்திடுவேன் சார்..."

" அப்புறம் நேத்து உங்க கையில் ஒரு கேஸ்கட் கொடுத்தேன் இல்லை... அதை கையோடு எடுத்திட்டு வாங்க..." என்றார் அவர்...

" ஓகே சார்..." என்றவன் அவசர அவசரமாக கிளம்பி வந்தான்...

கமிஷ்னர் ஆபிஸ்....

" ஓ சார்லஸ் வந்துட்டீங்களா... மிஸ்டர் நீரஜ் இவர் தான் நான் சொன்ன சார்லஸ்..." என்றார் கமிஷ்னர்...

தனக்கே உரிய அக்மார்க் புன்னகையுடன் சார்லஸைப் பார்த்து தலையசைத்தான் நீரஜ்... சார்லஸ் குழப்பமாய் பார்க்க...

" சார்லஸ் இவங்க இரண்டு பேரும் சிபிஐ ஆபிஸர்ஸ்... இவரு நீரஜ் அப்புறம் அவரு இவரோட ப்ரண்டு பெயர் திலீப்... நேத்து நான் உங்ககிட்ட ஒரு கேஸ் பத்தி சொன்னேனே அந்தக் கேஸைப் பத்தி விசாரிக்கிறதுக்கிறதுக்காக கவர்மெண்ட் இவர் தலைமையில் ஒரு டீம் பார்ம் பண்ணி இருக்காங்க..."

" என்ன சார் திடீர்னு... இதில் ஏதோ அரசியல் உள்குத்து இருக்குன்னு சொன்னீங்க..." சார்லஸ் கேட்க...

" ஆமா சார்லஸ்... நான் சொன்ன அந்த ஜமீன் பரம்பரையை சேர்ந்த ஒருத்தர் இலண்டனில் மிச்சம் இருந்திருக்காரு... இத்தனை வருஷமா அவரு இந்த கேஸை சிபிஐக்கு மாத்தும் படி நிறைய ப்ரசர் கொடுத்திட்டே இருந்திருக்காரு... சம்பந்தப்பட்டவங்க அதைக் கண்டுக்காம இருந்ததில் அவரு இலண்டனில் இருந்து நேரடியா கிளம்பி வந்துட்டாரு போல... அவரும் நல்ல பேக்ரவுண்ட் இருக்கிற ஆள் அப்படிங்கிறதால ஒரே இராத்திரியில் கேஸ் சிபிஐ பக்கம் வந்து... ஸ்பெஷல் ஆபிஸரா இவங்க இரண்டு பேரையும் அப்பாயிண்ட் பண்ணி இருக்காங்க...

இவங்க என்கிட்ட நம்பிக்கையான ஆள் வேணும் னு கேட்டாங்க... அதனால நான் உங்க பேரை இவங்க லிஸ்டில் சேர்த்து இருக்கேன்... சோ..." அவர் இழுக்க...

அர்த்தம் புரிந்தவனாக..." என்னோட லீவ் கேன்சல் ஆகுது... நான் இன்னைக்கே இப்பவே இவரோட டியூட்டியில் ஜாயின் பண்ணனும் அவ்ளோ தானே சார்..."

" சார்லஸ் ஐம் ரியலி ஸ்சாரி... எனக்கு உங்க நிலைமை புரியுது... பட்.. நீங்க தான் கொஞ்சம் சரியா இருப்பீங்க... அதனால் தான்..."

" பரவாயில்லை சார் போலீஸ் வேலைக்குன்னு வந்திட்டா இதெல்லாம் சகஜம் தான்..." என்றபடி வலியை மறைத்து தானாக நீரஜ் திலீப்பின் கூட்டணியில் சேர்ந்து கொண்டான் சார்லஸ்...

" சோ சார்லஸ்... நாம அந்த ஜமீன் பங்களாக்கு போய் சேருற வரைக்கும் ஏதாவது இன்ட்ரஸ்ட்டிங்கா பேசிக்கிட்டே போவேமே... இதுக்கு முன்னாடி ஏதோ பெக்கியூலரியரான கேஸ் கேண்டில் பண்ணிட்டு இருந்தீங்களாமே அதைப் பத்தி கொஞ்சம் சொல்லுங்க..." என்றான் திலீப்...

நீரஜ் கேட்கவில்லை என்றாலும் அவன் மனதிலும் அதே எண்ணம் தான் இருந்தது... சார்லஸீம் தொடர் தற்கொலைகளைப் பற்றி விவரமாகக் கூறி முடித்-தான்... ப்ரைன் பாக்டீரியா என்ற பாகத்தை மட்டும் மறைத்து வைத்திருந்தான்...

" ஏன் சார்லஸ்... எந்த விதமான போன் காண்டேக்ட்டும் இல்லை... நேராவும் போய் மிரட்டல... அப்படி இருக்கும் போது அந்த பாலு எப்படி அத்தனை பேரை-யும் தன்னோட கண்ட்ரோலில் வைச்சிருந்தான்...

அத்தனை பேரையும் தைரியமா கொன்னவன் தப்பிக்க முயற்சி பண்ணாம எதுக்காக தற்கொலை பண்ணிக்கனும்... உண்மையில் ரொம்ப வித்தியாசமான ஆளாத் தான் இருப்பான் போல..." என்றான் திலீப்...

" ஏதாவது ஒரு விஷயம் இருக்கும் திலீப்... அது நமக்குத் தெரியக் கூடா-துன்னு அவன் உறுதியா இருந்திருக்கான்... அவன் செத்தா தான் அத்தனையும் இரகசியமா இருக்கும் னு முடிவுக்கு வந்து அவன் தற்கொலை பண்ணி இருப்-பான்... அதான் கேஸ் முடிஞ்சிருச்சு இல்ல... அதைப் பத்தி யோசிச்சு உன் மூளையை டயர்டு ஆக்காத... நம்ம கேஸிற்கு தேவைப்படும்..." என்றான் நீரஜ்...

வண்டி ஓரிடத்தில் பஞ்சர் ஆகிவிட திலீப் வண்டியை பரிசோதித்துக் கொண்டு நிற்க... அந்த இடத்தைக் கவனித்த சார்லஸ் வேகமாக முன்வந்து, " சார் நான் சொன்னேன் இல்ல என் கண்ணு முன்னாடி ஒரு போலீஸ் காரன் தற்கொலை பண்ணிக்கிட்டாருன்னு அது இந்த மரத்தில் தான் சார்..." என்றான்...

திலீப்பிற்கு லேசாக பயம் எட்டிப் பார்க்க நீரஜோ அந்த மரத்தை ஒரு பார்வை பார்த்துவிட்டு சுற்றி முற்றி எதையோ தேடினான்...

15

" இந்தக் கார் சனியன் சரியா இந்த இடத்தில் வந்தா ரிப்பேர் ஆகித் தொலை-யனும்..." என்று மனதிற்குள் கடுகடுத்தான் திலீப்...

" என்ன சார் தேடுறீங்க..." நீரஜைப் பார்த்து திலீப் கேட்க...

" நத்திங் சார்லஸ்... சும்மா டைம் பாஸ்க்கு..." என்று சமாளித்தான் அவன்...

அன்றைய நாளின் வேலை முடிந்ததும் தங்களுடைய வீட்டிற்கு வந்து சேர்ந்த நீரஜ் திலீப்பை அழைத்தான்...

" திலீப்... வந்து இதைக் கொஞ்சம் பாரு..." தன்னுடைய போனில் ஓடிக்-கொண்டிருந்த வீடியோ ஒன்றைக் காண்பித்தான் நீரஜ்...

" என்னடா இது கொடுமை... ஒருத்தன் தற்கொலை பண்றான் அதைத் தடுக்க முயற்சிக்காம வீடியோ எடுத்து இருக்காங்க..."

" ஆமா திலீப்... இந்த நபர் வேற யாரும் இல்ல... ஏசி கோவிந்தன்..."

" காட்... சார்லஸ் கண்ணு முன்னாடி இறந்து போனதா சொன்னாரே அவரா..."

" எஸ் அவரே தான்... இவரு சாகுற நேரத்தில் சார்லஸீம் அவரோட ரிலேட்-டிவ் தொல்காப்பியனும் அந்த இடத்தில் தான் இருந்து இருக்காங்க... ஆனா அவங்க இந்த வீடியோவை எடுக்கல..."

" அவங்க எடுக்கலையா?? அப்ப யார் எடுத்து இருக்கமுடியும்... அந்த நேரத்-தில் அங்க இருந்தது இவங்க இரண்டு பேர் தானே..."

" இல்ல திலீப் அங்க மூணாவதா ஒருத்தங்க இருந்திருக்காங்க... நல்லாப் பாரு கோவிந்தனோட உடலோட கடைசி உதறல் முடிஞ்சதும் இரண்டு பேர் அந்த இடத்துக்கு வரதோட வீடியோ முடியுது..." என்று குறிப்பிட்ட அந்த இடத்தில் ஸ்டாப் செய்து காண்பித்தான்....

" ஆமா நீரஜ்..."

"அப்ப அந்த இடத்தில் மூணாவதா இருந்த அந்த இன்னொருத்தரோட போன் தான் இது..." நீரஜ் சொல்ல...

"அப்படின்னா இது செத்துப்போன அந்த பாலுவோட இன்னொரு போனா இருக்குமோ..."

" இது பாலுவோட போன் இல்லை... இது ஒரு பொண்ணோடது..."

" என்னது பொண்ணா..."

" ஆமா... இதைப் பாரு..." என்று கேலரியை ஓபன் செய்து அதில் இருந்து ஒரு போட்டோவைக் காட்டினான் நீரஜ்...

" இந்தப் பொண்ணோட முகமே தெரியலையே டா..."

" அங்க தான் திலீப் இந்தப் பொண்ணோட அதிர்ஷ்டம் வேலை செஞ்சு இருக்கு... இந்தப் பொண்ணு கவனிக்காத நேரத்தில் ப்ரண்ட் கேமரா ஓபன் ஆகி இருக்கு...

அதை ஆப் பண்ணும் போது அந்தப் பொண்ணுக்குத் தெரியாம போட்டோ சேவ் ஆகி இருக்கு... ஆனா ஷேக்காகிடுக்கி... அந்தப் பொண்ணு நிச்சயமா இதைக் கவனிச்சு இருந்திருக்க மாட்டா...

அது இப்ப நம்ம கையில் வசமா சிக்கி இந்த கேஸில் பாலு குற்றவாளி இல்லைன்னு நிரூபிக்கிற பாதையில் முதல் அடியை நம்மளை எடுத்து வைக்க வைச்சிருக்கு..."

" எப்படி அவ்வளவு கரெக்ட்டா சொல்ற..."

" இந்த போனில் சிம் கார்டோ மெமரிகார்டோ எதுவும் இல்லை... இருக்கிறது சில வீடியோக்கள்... அந்த வீடியோக்கள் எல்லாமே இறந்து போன போலீஸ்காரங்க தற்கொலை பண்ணிக்கும் போது எடுத்த வீடியோக்கள்... அதைத் தவிர இதில் இருந்தது இந்த ஒரு போட்டோ மட்டும் தான்...

நம்மை குழப்புறதுக்காக இந்த போட்டோவை இதில் வைச்சிருக்க வேண்டிய அவசியமே இல்லை... அவளோட திட்டம் மொத்த பழியையும் பாலுமேல போட்டு கேஸை க்ளோஸ் பண்றது தான்... " தெளிவாய் விளக்கினான் நீரஜ்...

" சரி... இந்த போன் எப்படி உன்னோட கையில் கிடைச்சது..."

" இந்த போன் கமிஷ்னர் கையில் கிடைச்சதால் தான் நாம இந்தக் கதைக்குள்ளே ஐ மீன் கேஸிற்குள்ளே வந்து இருக்கோம் திலீப்..." என்றான் நீரஜ்...

" அவர் கைக்கு எப்படி கிடைச்சது..."

" மீனம்பாக்கம் ஏர்போட்டில் அநாதவரா கிடந்த இந்த போன் கான்ஸ்டபிள் ஒருத்தர் மூலமா கமிஷ்னர் கைக்கு வந்து இருக்கு...

இதில் இருக்கிற வீடியோக்களைப் பார்த்ததும் முதலில் பயந்தவரு அந்த போனோட ஓனர் யாருன்னு கண்டுபிடிக்க முயற்சி பண்ணி இருக்காரு...

அப்ப தான் இது திருட்டு போன்னு தெரிய வந்து இருக்கு... அவரு அந்தப் பொண்ணோட போட்டோவைக் கவனிச்சு குழம்பிப் போய் இந்தக் கேஸைப் பத்தி என்கிட்ட நேத்து பேசினார்... அதனால தான் நாம இப்ப இங்க இருக்கோம்..."

" ஆனா நாம விசாரிக்க வந்தது அந்த ஜமீன் பங்களா கொலைகளைப் பத்தி தானே..."

" அதை விசாரிக்கிறோம் அப்படின்ற பேரில் மறைமுகமா இதையும் தான் நாம விசாரிக்கனும் திலீப்... அதுதான் நமக்கான ஆர்டர்..."

" நீ சொல்றதைப் பார்த்தா கமிஷ்னருக்கு சார்லஸ் மேலையும் தொல்காப்பியன் மேலையும் நம்பிக்கை இல்லையா???"

" நம்பிக்கை இல்லைன்னு சொல்ல முடியாது... இரகசியமா விசாரணை இருக்கனும் னு தான் நம்மகிட்ட கொடுத்து இருக்கார்... அதோட இது கமிஷ்னர் மட்டும் சம்பந்தப்பட்ட விஷயம் இல்லை..." நீரஜ் சொல்ல...

" நீ சொல்றதோட அர்த்தம்..."

" உனக்கும் ஊருக்கும் தெரியாத விஷயம் ஒன்னு சொல்றேன் கேளு... இரண்டு நாளுக்கு முன்னாடி சரியா சொல்லனும் னா பாலு இறந்து போன அதே நாளில் மாம்பலம் தொகுதியைச் சேர்ந்த எம்எல்ஏ அவரோட பார்ம்ஹவுஸில் தூக்கில் தொங்கி தற்கொலை பண்ணிக்கிட்டாரு... மீடியாவுக்கு பயந்து ஹார்ட் அட்டாக்குன்னு அதை மாத்திட்டாங்க...

நடந்த அந்த சம்பவத்துக்கு அப்புறம் கேஸ் அரசியல் கேஸா மாறிடுச்சு... யாருக்கும் எதுவும் தெரியாம ஏகப்பட்ட ப்ரஷர் கமிஷ்னருக்கு...

இறந்து போன அந்த எம்எல்ஏ தான் இந்த ஜமீன் குடும்பத்து கொலைக் கேஸை யாரும் எடுக்கவிடாம பார்த்துக்கிட்டு இருந்திருக்காரு... இதுக்கும் அதுக்கும் ஏதோ சந்தேகம் இருக்குமோன்னு யோசிச்சு தான் கமிஷ்னர் இப்படி ஒரு முடிவுக்கு வந்து இருக்காரு...

அவருக்கு சார்லஸ் தொல்காப்பியன் இரண்டு பேரோட மூவ்வையும் யாரோ பாலோ பண்றாங்களோன்னு சந்தேகம்... அதனால் தான் நம்மளை அந்த ஜமீன் கேஸ் விஷயமா வரவைச்சதா எல்லாரையும் நம்ப வைச்சு இருக்காரு...

நீ என்ன பண்ற திலீப்... சார்லஸிற்கு சந்தேகம் வராத மாதிரி அப்பப்ப இந்த கேஸைப் பத்தி கேட்டு முழு விவரத்தையும் தெரிஞ்சிக்கிற... சார்லஸோட ஒவ்வொரு நடவடிக்கையும் நீ நோட் பண்ணனும்... ஆனா நீ நோட் பண்றது அவருக்கு எக்காரணம் கொண்டும் தெரியக் கூடாது...

அதோட ஜமீன் பங்களா கொலைக் கேஸைப் பொறுத்த வரைக்கும் கூட நாம சொல்ற விஷயங்கள் மட்டும் தான் அவருக்குத் தெரியனும்... நமக்குத் தெரியாம நம்ம நடவடிக்கையில் ஒன்னு கூட அவருக்கு தெரிய வரக் கூடாது... சொல்றது புரிஞ்சுது தானே திலீப்..." நீரஜ் கேட்க...

" நல்லா புரிஞ்சது நீரஜ்... நீ சொல்ற மாதிரியே பண்றேன்..." என்று தலையசைத்தான் திலீப்...

ஜமீன் பங்களாவில் கடைசி ஜமீன் வாரிசு ரகுநாதவர்மனுடன் நீரஜ் திலீப் சார்லஸ் கூட்டணி அமர்ந்திருந்தனர்...

" சொல்லுங்க மிஸ்டர் ரகுநாத்... உங்களுக்கு இந்தக் கேஸைப் பத்தி என்ன தெரியும்..." நீரஜ் கேள்வியை ஆரம்பித்தான்...

" சார்... நான் பெரிய ஜமீன் பூபதியோட மகள் வழிப் பேரன்... என்னோட பதினைந்தாம் வயசுல குடும்பத்தோட கோச்சுக்கிட்டு வீட்டை விட்டு வெளியே போயிட்டேன்...

நான் இந்த வீட்டை விட்டு போயிட்டாலும் என்னோட அம்மா கூட மட்டும் டச்சில் இருந்திட்டே தான் இருந்தேன்... அப்பப்ப கடிதம் போடுவேன்... அந்தக்காலம் தான் செல்போன் அப்படிங்கிற அரக்கனை மனுசன் கண்டுபுடிச்சி வளர்த்துவிட்ட காலம்... என்னோட பேசுறதுக்காகவே என்னோட அம்மா டெலிபோன் வாங்கி வீட்டில் வைச்சாங்க...

ஒருநாள் அம்மாகிட்ட நான் பேசும் போது, ' டேய் கண்ணா... உனக்கு ஒரு சந்தோஷமான விஷயம் சொல்லனும்... நம்ம ஜமீன் குடும்பம் கூடிய சீக்கிரம் பிரபலமாகப் போகுது டா... நம்ம முன்னவங்க நமக்கு எவ்வளவு பெரிய நல்லது பண்ணி வைச்சு இருக்காங்க தெரியுமா... அதை நினைச்சாலே எனக்கு சந்தோஷத்தில் வார்த்தை திக்கிது... அச்சச்சோ டேய் கண்ணா தாத்தா வராங்க நான் அப்புறம் பேசுறேன்...' அப்படின்னு சொல்லிட்டு போனை வைச்சிட்டாங்க... அதுதான் நான் அவங்ககிட்ட கடைசியா பேசினது... அதுக்கு இரண்டாம் நாள் என்னோட குடும்பத்தில் உள்ள எல்லாரும் தற்கொலை பண்ணிக்கிட்டாங்கன்னு செய்தி வந்தது...

நான் பதறிப் போய் வந்து பார்த்தேன்... நான் பார்த்தது அத்தனையும் கொடுமை சார்... அந்தக் கொடுமை என்னோட எதிரிக்கு கூட வரக் கூடாது... ஒட்டு மொத்தமா என்னோட குடும்பமே அங்க செத்துக் கிடந்தது...

போஸ்ட்மார்டம் ரிப்போர்ட்டில் அளவுக்கு அதிகமான தூக்க மாத்திரை எடுத்துக்கிட்டதால எல்லாரும் இறந்து போயிட்டாங்கன்னு இருந்தது... என்னால அதை நம்ப முடியல...

என்னோட குடும்பம் எதற்காக தற்கொலை பண்ணிக்கனும்... அவங்களுக்கு எதிலையும் குறைச்சலே கிடையாது... அப்படி இருக்கும் போது... இது ஏன் திட்டம் போட்டு செய்யப்பட்ட கொலைகளா இருக்கக் கூடாதுன்னு எனக்குத் தோணுச்சு...

நான் போலீஸ் கம்ளைண்ட் கொடுத்தேன்... அவங்களும் கடமைக்கு ஏதோ நாலு பேரை விசாரிச்சாங்க... அவங்களால எதையும் கண்டுபுடிக்க முடியல... என்னாலையும் இந்த வீட்டில் இருக்க முடியல...

இந்த பங்களாவைத் தவிர மிச்சம் இருந்த அத்தனை சொத்துக்களையும் நம்பிக்கையான ஆளுங்களுக்கு வித்துட்டு நான் வெளிநாடு போயிட்டேன்... ஆனா என்னால நிம்மதியா தூங்க முடியல...

கண்ணை மூடினாலே என்னோட குடும்பத்து ஆட்கள் வந்து வந்து போற மாதிரி இருந்துச்சு... நான் அங்க இருந்தே இங்க ஒரு லாயர் ஏற்பாடு பண்ணி கேஸை மூவ் பண்ண பார்த்தேன்... பட் நோ யூஸ்... அப்படி இருக்கும் போது கொஞ்ச நாளுக்கு முன்னாடி எனக்கு ஒரு போன் கால் வந்தது...

‘ வா... நீ இந்தியாவுக்கு வர வேண்டிய நேரம் வந்தாச்சு... உன்னோட பாதுகாப்புக்கு தான் உன்னை இத்தனை வருஷமா வெளிநாட்டில் இருக்க விட்டேன்... இனி உனக்கு இந்தியாவில் ஆபத்து இல்லை... அதனால நீ இந்தியா திரும்பியே ஆகனும்... உன்னோட வீட்டில் நீ சந்தோஷமா வாழனும்... நீ சீக்கிரம் கிளம்பி வா... வரலன்னா உன்னை வர வைப்பேன்னு...’ யாரோ ஒருத்தர் என்கிட்ட பேசினாங்க...

எனக்கு முதலில் என்னையும் கொலை பண்ணத் தான் யாரோ திட்டம் போட்டு இருக்காங்களோன்னு தோணுச்சு... ஆனா சில விஷயங்களை நான் தெரிஞ்சிக்க நேர்ந்தது... அதுக்கு அப்புறம் எந்த விதமான பயமும் இல்லாம நான் இந்தியா கிளம்பி வந்தேன்..." என்றான் ரகுநாத்...

" அப்படி எந்த மாதிரியான விஷயங்களை நீங்க தெரிஞ்சிக்கிட்டிங்க மிஸ்டர் ரகுநாத்..." திலீப் கேட்க...

" என்னோட ஒட்டு மொத்த குடும்பமும் இறந்து போனாலும் யாரோ ஒருத்தர் எனக்காக இருக்காங்கன்னு தெரிஞ்சிக்கிட்டேன்.... ஒவ்வொரு வருஷமும் அவர் நான் இருக்கிற நாட்டுக்கு வந்து என்னைப் பத்தி விசாரிச்சிட்டு என்னோட பாதுகாப்பை உறுதிபடுத்திட்டு போய் இருக்காருன்னு தெரிஞ்சிக்கிட்டேன்... அவரைப் பார்க்க தான் நான் இந்தியா வந்தேன்..."

" யார் அவர் ஆணா பெண்ணா வயசு எத்தனை..." திலீப் கேட்க...

" அவர் ஒரு ஆண்... நான் இந்தியா கிளம்பனும் னு எனக்கு உத்தரவு வந்த அடுத்த நாள் நான் வேலை பார்த்த இடத்தில் என்னோட மேலதிகாரி என்னோட வீட்டு ஓனர் இரண்டு பேரும் என்கிட்ட அவரைப் பத்தி சொல்லி அவரு எனக்காக என்னென்ன பண்ணி இருக்காருன்னு சொன்னாங்க... அவரா சொல்ற வரைக்கும் அவரைப் பத்தி எனக்கு சொல்லக் கூடாதுன்னு அவங்ககிட்ட கேட்டுக்கிட்டதையும் சொன்னாங்க... அவரோட போட்டோன்னு ஒன்னு காண்பிச்சாங்க... அவரை எனக்கு எங்கேயும் பார்த்ததா நியாபகம் இல்லை..."

" அவரோட போன் நம்பர்..." நீரஜ் கேட்க...

" அவரோட போன் நம்பர் அவங்ககிட்ட இல்லை... ஒவ்வொரு முறையும் ஒவ்வொரு நம்பரில் இருந்து போன் பண்ணுவாராம்..."

" சரி அவரோட பெயர்..."

" ராஜா ராம்..." ரகுநாத் சொன்னவுடன் கேஸ் கட்டை எடுத்து எதையோ தேடிய நீரஜ்,

" அவரு உங்க தாத்தா பூபதியோட விஸ்வாசமான வேலைக்காரர்... அப்படி இருக்கும் போது அவரை எப்படி உங்களுக்குத் தெரியாம இருக்கும்..." என்றான் நீரஜ்...

" எனக்குத் தெரியல... ஆனா அவரு எங்க குடும்பத்துக்கு ரொம்ப விஸ்வா-சமானவரா தான் இருந்திருப்பாரு அது மட்டும் உறுதி...."

" எப்படி... இவ்வளவு உறுதியா சொல்றீங்க... " என்றான் நீரஜ்...

" அவரு எனக்கு ஒரு லெட்டர் கொடுத்திட்டு போய் இருந்திருக்கார்... அந்தக் கடிதத்தில் அவர் எழுதியிருந்ததை வைச்சு தெரிஞ்சிக்கிட்டேன்..." என்றான் ரகு-நாத்...

16

" அப்படி அந்த லெட்டர் ல என்ன எழுதி இருந்தாரு..." திலீப் கேட்க...

" தம்பி... நான் உங்க குடும்பத்துக்கு ரொம்ப விஸ்வாசமானவன் அப்படின்ற முறையில் உங்க பாதுகாப்பு மேலவும் உங்களோட நல்வாழ்க்கை மேலவும் எனக்கு ரொம்ப கவனமும் அக்கறையும் இருக்கு...

இப்ப ஜமீன் குடும்பத்தில் மிச்சம் இருக்கிறது நீங்க மட்டும் தான்... உங்களை நான் நல்லா வாழ வைச்சா தான் இறந்து போனவங்களோட ஆத்மா சாந்தி அடையும்... நீங்க நினைக்கிற மாதிரி நம்ம குடும்பத்து ஆளுங்க தற்கொலை பண்ணிக்கல... சிலபேர் திட்டம் போட்டு எல்லோரையும் கொன்னு இருக்காங்க...

இதுநாள் வரைக்கும் அது யாரு என்னன்னு எனக்குத் தெரியாம இருந்தது... அதனால் தான் பாதுகாப்புக்காக உங்களை வெளிநாட்டிலே விட்டு வைச்சிருந்தேன்... இப்ப அவங்க யாருன்னு எனக்குத் தெரிஞ்சிடுச்சி... அவங்க அத்தனை பேரையும் நான் சும்மா விட மாட்டேன்...

அவங்க பண்ண தப்புக்கு தண்டனை கிடைக்கிற வரைக்கும் ஓயவும் மாட்டேன்... நீங்க உங்க வேலையை எல்லாம் முடிச்சி இந்தியா வந்து சேருவதற்குள் அவங்களுக்கு நான் தண்டனை வாங்கிக் கொடுத்து இருப்பேன்... இது செத்துப்போன நம்ம பெரியய்யா மேல சத்தியம்...

இதுதான் வீட்டு வேலைக்காரனான என்னை வீட்டில் ஒருத்தன் மாதிரி பார்த்துக்கிட்ட ஒரு நல்ல குடும்பத்துக்கு நான் பண்ற கைமாறா இருக்கும்..." இதுதான் அந்த லெட்டரில் இருந்தது என்றான் ரகுநாத்...

" சரி இப்ப அந்த ராஜாராம் எங்க இருக்காரு..."

" தெரியல சார்... நான் இந்தியா வந்ததில் இருந்து யாருமே என்னை காண்டேக்ட் பண்ணல... அவருக்கு எதுவும் ஆகி இருக்குமோங்கிற பயத்தில் தான் நான் வந்தவுடன் போலீஸ் கிட்ட போனேன்... அவங்க எனக்கு ரெஸ்பான்ஸ் பண்ணல...

என்னோட ப்ரண்டு ஒருத்தனோட அப்பா எதிர்கட்சி எம்எல்ஏ அவரை வைச்சி ப்ரஷர் கொடுத்து இந்த கேஸை சிபிசிஐடிக்கு மாத்த சொன்னேன்... அதே

மாதிரி உங்க கைக்கு கேஸ் வந்தாச்சு... ஆனா இன்னும் ராஜாராம் அங்கிள் பத்தியோ இல்லை அவரு சொன்ன அந்த கொலைகாரங்களைப் பத்தியோ எந்த விவரமும் தெரியல..." என்றான் சோகமாய்...

" சரி உங்களுக்கு ஆளுங்கட்சி எம்எல்ஏ மிஸ்டர் பழனிச்சாமி பத்தி ஏதாவது தெரியுமா..." திலீப் கேட்டதும் நீரஜ் அவனை முறைத்தான்... அதன் பிறகே சார்லஸ் இருப்பதைப் பார்த்து லேசாக அசடு வழிந்தான் திலீப்...

" இல்லை சார்... எனக்கு அவரைப் பத்தி எதுவும் தெரியாது... ஏன் சார் அவரைப் பத்தி கேட்கிறீங்க... அவரால ஏதாவது பிரச்சனையா இல்லை அவருக்கும் இந்த கேஸிற்கும் சம்பந்தம் இருக்கும் னு நினைக்கிறீங்களா???" என்றான் ரகுநாத்...

" உங்க குடும்பத்தோட கொலை கேஸை யாரும் விசாரிக்காம இத்தனை நாள் அவர் குடைச்சல் கொடுத்திக்கிட்டே இருந்திருக்காரு... அதனால் தான்... சரி அதை விடுங்க... அதைப் பத்தி பேசி பிரயோஜனமும் இல்லை...

உங்க அம்மா உங்க வீட்டில் ஏதோ பெரிய அதிசயம் நடந்திருக்கு... அதனால் உங்க குடும்பம் ரொம்ப பிரபலமடையப் போகுதுன்னு சொன்னாங்கன்னு சொன்னீங்களே அதைப் பத்தி ஏதாவது தெரியுமா??? மிஸ்டர் ராஜாராம் அதைப் பத்தி ஏதாவது உங்ககிட்ட சொன்னாரா???" நீரஜ் கேட்க...

"இல்லை சார்... அவரு பேசினவரைக்கும் அதைப்பத்தி எதுவும் எங்கிட்ட சொல்லல... ஆனா ஒரு விஷயம் சொன்னாரு... எங்க குடும்பம் இறந்து போனதுக்கு அப்புறம் அவரு அந்த வீட்டு வாசலை மிதிக்கலன்னு சொன்னாரு...

எங்க வீட்டு ஆளுங்களைக் கொன்னவங்களுக்கு தண்டனை வாங்கிக் கொடுத்திட்டு தான் அந்த வீட்டுக்கு போவேன்னு சபதம் எடுத்திருக்கிறதா சொல்லி இருந்தாரு... அதனால வீடு கொலை நடந்தப்ப எப்படி இருந்ததோ அப்படியே தான் இருக்கும்... நாம போய் வேணும் னா ஏதாவது தடயம் கிடைக்குதான்னு தேடிப் பார்க்கலாம்..." என்றான் ரகுநாத்...

" இது இந்தியா மிஸ்டர் ரகுநாத்... இங்கெல்லாம் ஒரு வீடு தொடர்ச்சியா ஒரு வாரம் ஆள் நடமாட்டம் இல்லாம இருந்தாலே அதை ஆக்கிரமிச்சிடுவாங்க...

இல்லையா தப்பான விஷயத்துக்கு பயன்படுத்த ஆரம்பிச்சிடுவாங்க... அப்படி இருக்கும் போது அந்த வீடு கிட்டத்தட்ட ஆறு வருஷமா பூட்டி கிடக்கிதுன்னு சொல்றீங்க... அப்படியே இருக்கிறது கொஞ்சம் கஷ்டம் தான்... " என்றான் திலீப்...

" அவரு தான் இவ்வளவு தூரம் சொல்றாரு இல்லை... நாமும் சும்மா வெட்டியா தானே இருக்கோம்... அங்க போய் தான் பார்ப்போம்..." என்றான் நீரஜ்...

வீட்டைச் சுற்றியுள்ள நிலங்களை நம்பகமானவர்களுக்கு விற்றுவிட்டதால் ஆங்காங்கே வீடுகள் முளைத்திருந்தது அந்தத் தெருவில்...

சீல் வைக்கப்பட்டிருந்த மெயின்கேட்டைத் திறந்து உள்ளே நுழைந்தனர் அனைவரும்... மெயின்கேட்டிற்கும் ஜமீன் பங்களாவிற்கும் இடையே எப்படியும் அரை கிலோமீட்டர் தொலைவு இருக்கும்...

தூசி படிந்து மணலாக காணப்பட்டது... மரங்கள் செடி கொடிகள் என அனைத்தும் காய்ந்து கிடந்தது... மூன்று கார்கள் சிதலமடைந்து காணப்பட்டது... அந்த காலத்து குதிரை வண்டிகள் போல தோற்றமளித்த ஒரு பழங்கால வண்டியும் உடைந்து காணப்பட்டது... அனைத்தையும் கடந்து வீட்டின் மெயின் கதவை அடைந்தனர் அனைவரும்...

வீட்டின் சாவியைத் தேடும் பொழுது மாற்று சாவி எப்பொழுதும் தனது வீட்டினர் வைக்கும் இடத்தில் போய் தேடினான் ரகுநாத்... அவன் கணிப்பு பொய்யாகவில்லை அந்த இடத்தில் சாவிக்கொத்து இருந்தது... ஆனால் லேசாக துரு ஏறி இருந்தது...

"உங்க வீட்டில் இருக்கிறவங்க சாவியை எப்பவும் இங்க தான் வைப்பாங்களா???" சார்லஸ் கேட்க...

" எங்க வீட்டுக்கு மொத்தம் மூன்று சாவிக்கொத்து... ஒன்று பாட்டியிடம் இருக்கும்... இன்னொன்று வீட்டுக்குள்ளேயே மறைக்கப்பட்டு இருக்கும்... அப்புறம் இது எப்பவும் இப்படி ஓட்டிற்கு நடுவே தான் இருக்கும்... இதில் சில முக்கிய அறைகளோட சாவி இல்லாததால் தைரியமாக இங்கே வைத்திருப்போம்..." என்றுவிட்டு வீட்டுக் கதவை சற்று சிரமப்பட்டு திறந்தான்...

இப்பொழுது அதைப் பார்ப்பவர்களுக்கு அது பங்களாவாகத் தோன்றாமல் ஒரு சாதாரண பெரிய வீடாகத் தான் தெரியும்... பழங்காலத்து கட்டிட முறைகளைப் பின்பற்றி கட்டப்பட்டிருந்த அந்த வீட்டில் பெரும்பாலும் தூண்களே இருந்தது... பல இடத்தில் வீட்டின் மேற்பறப்பு குளுமையான ஓடுகளால் நிறைந்திருந்தது...

மற்ற இடங்களில் கான்கிரீட்டிற்கு பதிலாக குளுமை தரும் மரச்சட்டகளை பயன்படுத்தி இருந்தனர்... ஜன்னல் கதவு என இருந்த அதிகமான தேக்குமரக் கட்டைகள் ஜமீனின் செல்வச் செழிப்பைக் காட்டியது...

ஜமீன் வம்சாவளிகள் வாழ்ந்து வந்த அந்த வீட்டில் இப்பொழுதோ அழையா விருந்தாளிகளாக வந்த சிலந்தி வௌவால் பூரான் எலி தேள் போன்ற ஐந்துக்கள் நிம்மதியாய் வாழ்ந்து கொண்டிருக்கின்றன...

" அதிசயம் தான் திலீப்... உண்மையிலே இந்த வீட்டிற்குள்ள இத்தனை வருஷமா யாரும் வரல போல..." என்றான் நீரஜ்...

ஒவ்வொரு இடமாகப் பார்வையிட்டுக்கொண்டே வந்த அனைவரும் வீட்டின் நடுவே மேற்கூரைக்கு பதில் கண்ணாடி பதிக்கப்பட்டு அதீத வெளிச்சத்துடன் இருந்த ஓர் இடத்திற்கு வந்து சேர்ந்தனர்...

சாணம் கொண்டு மெழுகப்பட்டிருந்த அந்த இடத்தின் தரை இப்பொழுது ஆங்காங்கே வெடித்திருந்தது... அதில் பாதி சிதிலமடைந்து இருந்த சில டெட்பாடி மார்க்குகள் பார்க்கும் அனைவரையும் கலங்கடிக்கத்தான் செய்தது...

அந்த இடத்தில் மட்டும் மொத்தமாக பதின்மூன்று மார்க்குகள் இருந்தது... ரகுநாத்திற்கு கண்கள் தானாக கலங்க ஆரம்பித்தது...

" ஏன் மிஸ்டர் ரகுநாத்... இங்க தான்... உங்க குடும்பம்..." சார்லஸ் இழுக்க...

" ஆமா சார்... இங்க தான் என்னோட ஒட்டு மொத்த குடும்பமும் செத்துக்கிடந்திருக்கு... என்னோட தாத்தா பாட்டி பெரிய மாமா பெரியத்தை சின்னமாமா சின்ன அத்தை அம்மா அப்பா இரண்டு அத்தான் இரண்டு அண்ணி என்னோட தங்கச்சின்னு மொத்த குடும்பமும் இறந்து கிடந்திருக்காங்க... " சொல்லிவிட்டு மண்டியிட்டு அந்த மார்க்கின் மேல் கை வைத்து பார்த்து வருத்தமுற்றான்...

" நடந்ததை யாராலும் மாத்த முடியாது ரகுநாத்... பெரிய இழப்பு தான்... இருந்தாலும் உங்களை நீங்களே தைரியப்படுத்திக்கோங்க.." என்றான் சார்லஸ்...

" இந்த இடம் எங்க குடும்பத்துக்கு ரொம்ப ஸ்பெஷலான இடம் சார்... தினமும் எல்லாரும் நைட் சாப்பாடு இங்க தான் சாப்பிடுவோம்... இந்த கண்ணாடி வழியா நிலா நட்சத்திரங்களைப் பார்த்துக்கிட்டு ஒருத்தருக்கொருத்தர் கேலி பண்ணி சந்தோஷமா சாப்பிட்டு முடிச்சி மனசு நிறைவோட தூங்கப் போவோம் சார்..."

" உங்க வீட்டில எப்படி எல்லாரும் வர வரைக்கும் வெயிட் பண்ணி சாப்பிடுவீங்களா... இல்லை சரியா இத்தனை மணிக்கு சாப்பாடுன்னு ரூல்ஸ் எதுவும் இருக்கா..." நீரஜ் யோசனையுடன் கேட்க...

" நைட் ஒன்பது மணிக்கெல்லாம் நாங்க சாப்பிட்டுடனும் சார்... அது எங்க தாத்தாவோட கண்டிப்பான ரூல்... எங்க இருந்தாலும் அந்த நேரத்துக்கு சரியா வீட்டுக்கு வந்திடனும்... அப்படி வர முடியலன்னா அவங்க தனியா சாப்பிடுவாங்க..."

" போஸ்ட் மார்டம் ரிபோர்ட் படி எல்லோரோட இறப்பும் தோராயமா ஒன்பது பதினைந்துக்குள் இருந்து ஒன்பதரைக்குள் தான் நடந்திருக்கு... ஏன் ரகுநாத் எல்லாரும் சாப்பிட்டு முடிச்ச உடனே தூங்குறதுக்கு ரூமுக்குள்ள போயிடுவீங்களா..."

" இல்லை சார்... அம்மா அத்தைங்க மட்டும் சாப்பிட்டு முடிச்ச பாத்திரங்களை கழுவ கிச்சனை க்ளீன் பண்ணன்னு போயிடுவாங்க மத்தவங்க எல்லாரும் அப்படி அப்படியே தான் பேசிக்கிட்டு இருப்போம்... எப்ப தோணுதோ அப்ப எழுந்து உள்ள போவோம்..."

" இது நிச்சயம் தற்கொலையா இருக்க முடியாது ரகுநாத்... நான் சொல்ற விஷயங்களை கனெக்ட் பண்ணி பாருங்க உங்களுக்கு விஷயம் புரியும்...

எல்லாரும் எப்பவும் போல ஒன்பது மணிக்கு சாப்பிட உக்கார்ந்து இருக்காங்க.. சாப்பிட்டும் இருக்காங்க... ஆனா உங்களோட அம்மா அத்தைங்க யாரும் இந்த இடத்தை விட்டு எழுந்து போகல... இந்த போட்டோஸைப் பாருங்க எல்லாரும் சாப்பிட்ட தட்டுகள் மற்ற பாத்திரங்கள் எல்லாம் பிணங்களோட அருகே தான் இருந்திருக்கு...

சோ... சாப்பிட்ட உடனே எல்லாரோட உடலிலும் ஏதோதோ மாற்றங்கள்... அதனால தான் யாரும் எங்கேயும் போகாம அவங்கவங்க இருந்த இடத்திலே அப்படியே இறந்து போய் இருக்காங்க..." என்றான் நீரஜ்...

" அப்படின்னா சாப்பாட்டுல தான் ஏதாவது கலந்து இருக்கனும் னு சொல்நீங்களா சார்..." ரகுநாத் கேட்க...

" ஆமா ரகுநாத்... நிச்சயம் சாப்பாட்டுல தான் தூக்க மாத்திரையை கலந்திருக்காங்க... அதுவும் கணக்கே இல்லாம..."

" வாய்ப்பே இல்லை சார் என்னோட தாத்தா இருக்காரே அவரு சாப்பாட்டில் ஏதாவது சின்ன வித்தியாசம் இருந்தாலும் கண்டுபிடிச்சிடுவாரு... அவரா இத்தனை தூக்க மாத்திரை கலந்த சாப்பாட்டை சந்தேகம் வராம சாப்பிட்டு இருப்பாரு... என்னால நம்ப முடியல..."

" அப்படி இல்ல ரகுநாத் உங்க தாத்தா வயசானவரு... அவரால அன்னைக்கு எதையும் கண்டுபுடிக்க முடியாம போய் இருந்திருக்கலாம்... இல்லையா எப்படியும் கண்டுபுடிக்காத அளவுக்கு கொலைகாரன் தூக்கமாத்திரையைக் கலந்திருக்கலாம்...

ஆமா உங்க வீட்டில் வழக்கமா சமைக்கிற ஆள் யாரு..." என்றான் நீரஜ்...

" அவங்க பேரு ராணி... ரொம்ப வருஷமா எங்க வீட்டில் வேலை பார்த்தாங்க..."

" அவங்க அட்ரஸ்..."

" எனக்குத் தெரியாது... ராஜாராம் அங்கிளுக்கு வேணும்னா தெரிஞ்சிருக்க வாய்ப்பு இருக்கு..." என்றான் ரகுநாத்...

" எனக்கு ஒன்னு மட்டும் புரியல ஏன் என்னோட குடும்பத்தை கொல்லனும்... என்னோட குடும்பத்தைக் கொல்றதால யாருக்கு என்ன பிரயோஜனம்..."

"சொத்துக்கு ஆசைப்பட்டு இது நடந்திருக்கலாம் இல்லையா... இல்லை உங்க குடும்பத்து மேல வன்மம் வைச்சு யாராவது பழிவாங்கி இருக்கலாம்...."

"ஜமீன் சொத்துக்களுக்கு வாரிசு இல்லைன்னா அரசாங்கமே சொத்தை அபகரிச்சிடுங்கிறது கொலை பண்ண நினைச்சவங்களுக்குத் தெரியாம இருந்திருக்குமா சார்... அதோட பழிவாங்க நினைக்கிற அளவுக்கு என்னோட குடும்பம் யாருக்கும் எந்தத் துரோகமும் பண்ணி இருக்காது சார்..."

" எதையும் நாமளே உறுதியா சொல்ல முடியாது ரகுநாத்... எதுக்கும் இந்த வீட்டை முழுசா சுத்திப் பார்க்கலாம்... ஏதாவது தடையம் கிடைக்கலாம்..." என்-

றான் நீரஜ்...

அதன்படி ஒவ்வொரு அறையாகப் பார்த்துக்கொண்டே வர தூசி படிந்த பழைய பொருட்கள் சிலந்தி வலை சில பல பூரான் தேள் இதைத் தவிர வேறு எதுவும் அவர்களுக்கு புலப்படவில்லை...

எதையோ யோசித்துக்கொண்டே வந்த நீரஜ் ஏதோ ஒன்றால் கால் இடறப்பட்டு விழப்பார்த்து திலீப் சரியான நேரத்தில் பிடித்ததால் சுதாரித்து நின்றுகொண்டான்...

தன்னை இடறிவிட்டது எது என்று பார்க்கையில் அது ஒரு இரும்பு தகடு என்பதை அறிந்தான்...

17

தன்னை இடறி விட்ட இரும்புத்தகட்டை நன்றாக உற்றுப் பார்த்தான் நீரஜ்... அதில் இரு பாம்புகள் எதிரெதிரே இருப்பது போன்று இருந்தது...

" இதைப் பத்தி ஏதாவது உங்களுக்குத் தெரியுமா ரகுநாத்..." நீரஜ் கேட்க....

" சார் இது என் தாத்தா பாட்டியோட ரூம்... அவங்க ரூமிற்குள் எப்பவும் யாரையும் அனுமதிக்க மாட்டாங்க... அதனால நான் இதைப் பார்த்தது இல்லை..."

" முக்கியமான விஷயங்களை மறைச்சு வைப்போம் அப்படின்னு ஏதோ சொன்னீங்களே... இந்த மாதிரி தகட்டிற்கு அடியில் தான் மறைச்சு வைப்பீங்-களா..." திலீப் கேட்க...

எதையோ யோசித்த ரகுநாத்.. " சார் எனக்கு இப்ப தான் நியாபகம் வருது ஒரு தடவை என்னோட தாத்தா எனக்கு ஒரு கதை சொன்னாரு... அந்தக் காலத்துல ஜமீனுக்கு யாராலையாவது பிரச்சனைன்னு வந்து ஆண்கள் வெளியே போக வேண்டிய நிலை வந்துச்சுன்னா ஜமீன் பெண்களை எல்லாம் பாதுகாப்பா ஒரு பாதாள அறையில் தங்கவைச்சிட்டு போவாங்கன்னு தாத்தா சொல்லி இருக்-காரு... இந்த வீடும் ரொம்பப் பழங்காலத்தில் கட்டினது அப்படிங்கிறதால இது பாதாள அறையா இருக்கக் கூட வாய்ப்பு இருக்கு..." என்றான்....

"அப்ப திறந்து பார்த்திடலாம்..." திலீப் சொல்ல...

" ஆனா சாவி இல்லையே... அது எங்க இருக்குன்னும் எனக்குத் தெரி-யாதே..." என்றான் ரகுநாத்...

" எனக்கென்னவோ இதுக்கு சாவி தேவையில்லைன்னு தோணுது மிஸ்டர் ரகுநாத்..." என்ற நீரஜ் அந்த தகட்டை நன்றாக உற்று நோக்கினான்...

அதில் ஒரு இடத்தில் மனிதனின் கை அச்சு இருக்க அதில் தன்னுடைய இடது கையை வைத்தான்... கையை அசைக்க அசைக்க தகட்டில் இருந்த நாகம் அசைவது போல் இருந்தது...

அவனுடைய கணிப்பின் படி இரண்டு நாகங்களையும் ஒன்றின் வாலை மற்-றொன்று வாயினால் கவ்விப் பிடிப்பது போன்று திருகி முடித்தான்... அடுத்த சில

வினாடிகளில் அந்த தகடு பயங்கர சத்தத்துடன் பூமிக்குள் இறங்கி அங்கிருந்த படிகளை கண்களுக்கு புலப்பட வைத்தது...

மொபைல் போனின் வெளிச்சத்தின் உதவியுடன் நீரஜ் உள்ளே இறங்க அவனைத் தொடர்ந்து திலீப் சார்லஸ் ரகுநாத் அனைவரும் உள்ளே இறங்கினர்... சுற்றி முற்றி பார்த்துவிட்டு ஓரிடத்தில் டபுள்சைட் கம் உதவியின் மூலம் போனை சுவற்றில் ஒட்ட வைக்க அந்த இடம் முழுவதும் மங்கலான வெளிச்சம் தெரிந்தது...

அந்த சுவர் முழுவதும் பல ராஜாக்களின் வரைபடம் இருந்தது அதைப் பார்த்துக்கொண்டே வந்த திலீப்பின் கண்கள் ஓரிடத்தில் நிலைத்து நின்றது...

" நீரஜ்... நீரஜ் அங்க பாரு..." என்றான் ஒரு வித பதற்றத்துடன்...

அதைக் கவனித்த நீரஜ் மற்றும் அவனுடன் இருந்தவர்களும் லேசாக அரண்டு போயினர்...

வரிசையாக பல சவப்பெட்டிகள் அங்கே இருந்தது... லேசான நடுக்கத்துடன் அனைவரும் அருகே சென்றனர்... அப்பொழுது தான் ஒன்றைக் கவனித்தான் நீரஜ்...

அந்த வீடு முழுவதும் பாழடைந்து போய் இருந்தாலும் அந்த அறை மட்டும் தூய்மையாக இருப்பதை... யாரோ ஒருவரோ இல்லை சிலரோ இங்கே அடிக்கடி வந்து போவதை உணர்ந்தான்...

ரகுநாத் ஒரு சவப்பெட்டியைத் திறக்க... இத்தனை நாட்களாய் தான் பாதுகாப்பாய் வைத்திருந்த முக்கால்வாசிக்கும் மேல் சிதிலமடைந்த உடலோடு கூடிய எலும்புக்கூட்டைக் காண்பித்தது அது...

" சார்... சார்... இது... என் குடும்பம் சார்... அத்தனை பேரோட உடலும் இங்க தான் இருக்கு... அப்ப அன்னைக்கு என்னோட கண்ணு முன்னாடி நான் கடைசி மண்ணு போட புதைச்சது எல்லாம்... என்ன நடக்கிது இங்க... எனக்கு ஒன்னுமே புரியலையே..."

" எனக்கு கொஞ்சம் புரியுது மிஸ்டர் ரகுநாத்... இங்க கொஞ்சம் வாங்க..." என்றான் நீரஜ்...

அனைவரும் அங்கு வர பார்த்தது என்னவோ ஒரு பெரிய போர்டைத் தான்... அந்த போர்டில் ஏதோதோ போட்டோக்கள் பின் பண்ணி இருக்க தன்னுடைய மொபைல் போன் வெளிச்சம் கொண்டு அதைப் பார்த்ததும் அதிர்ந்து போனான் சார்லஸ்...

" சார் இவங்க.. இவங்க எல்லாம் நான் டீல் பண்ண கேஸில் தற்கொலை பண்ணி இறந்து போனவங்க சார்...

இவரு ஏசி கோவிந்தம் இது இன்ஸ்பெக்டர் செல்வம் இவரு எஸ் ஐ சபாபதி ஏட்டு சாலமோன் இது ஸ்டூடண்ட் சரவணன் இது ரௌடி திரவியம் இது எஸ் ஐ பூங்காவனம்.. இது பாலு.... சார்லஸ் நிறுத்த இந்த லிஸ்டில் கடைசியா வருவது

ஆளுங்கட்சி எம்எல்ஏ பழனிச்சாமி... நீரஜ் முடித்து வைத்தான்...

" அப்படின்னா இந்த பதின்மூன்று பேருக்காக தான் இத்தனை கொலைகளும் நடந்ததா..." என்றான் நீரஜ்...

" சார் இதெல்லாம் பண்ணது யாரா இருக்கும்..." என்றான் ரகுநாத்...

" இப்போதைக்கு என்னோட முழு சந்தேகமும் ராஜாராம் மேல தான் இருக்கு..." நீரஜ் சொல்ல..

" அங்கிள் இதையெல்லாம் பண்ணி இருப்பாருன்னு நினைக்கிறீங்களா???"

" ஏன் பண்ணி இருக்கக் கூடாது மிஸ்டர் ரகுநாத்... உலகத்தில் நண்பர்கள் மட்டும் தான் நமக்கு ஒன்னுன்னா எதைப் பத்தியும் யோசிக்காம வந்து உதவி பண்ணுவாங்க...

அந்த நட்புக்கு இணையானது ஒன்னு இருக்குன்னா அது விஸ்வாசம்... செய்-நன்றி செஞ்சோற்றுக்கடன்னு கூட சொல்லலாம்...

என்ன ஒன்னு நட்பு எல்லாருக்கும் ஈஸியா கிடைச்சிடும்... ஆனா விஸ்வாசம் உள்ள அந்த உறவு அவ்வளவு சீக்கிரத்தில் யாருக்கும் கிடைச்சிடாது.... அது உங்க குடும்பத்துக்கு கிடைச்சிருக்கு...

என்னோட கெஸ் கரெக்ட் அப்படின்னா சார்லஸ் டீல் பண்ற கேஸில் தற்-கொலை பண்ணி இறந்து போனவங்களுக்கும் உங்க குடும்பத்து ஆளுங்களோட இறப்புக்கும் ஏதோ ஒரு வகையில் சம்பந்தம் இருந்திருக்கனும்...

அதைக் தெரிஞ்சிக்கிட்ட ராஜாராம் அவங்களைப் பழிவாங்கினதுக்கு அப்புறம் தான் இறந்தவங்களோட உடலை அடக்கம் பண்ணனும் னு வைராக்கியத்தோட இருந்திருக்கனும்... நினைச்ச மாதிரி எல்லாரையும் பழிவாங்கி இருக்கனும்... "

" அங்கிள் ஒருத்தரால இது எல்லாத்தையும் பண்ணி இருக்க முடியும் னு நம்புறீங்களா சார்..." ரகுநாத் கேட்க...

" அதை இப்போதைக்கு கன்பார்ம் பண்ண முடியாது ரகுநாத்... அவரை விசாரிச்சா மட்டும் தான் இந்த கொலைகளையெல்லாம் பண்ணது எப்படி... யாரெல்லாம் இதில் அவருக்கு உதவி பண்ணது எல்லாம் தெரிய வரும்..." என்-றான் நீரஜ்...

" நீரஜ் இங்க பாரேன்..." திலீப் கூறிய இடத்திற்கு விரைந்தான் நீரஜ்...

அது ஒரு தனி அறை... அதைத் திறக்கப் போனவன் ஏதோ தோன்ற தன்-னுடைய பாக்கெட்டில் இருந்த ஹேண்ட் க்ளவுஸை எடுத்து போட்டுக் கொண்டு திறந்தான்...

" இதையெல்லாம் எப்ப எடுத்து வைச்ச..." திலீப் கேட்க...

" அதெல்லாம் அப்புறம் சொல்றேன்... யாரும் எதையும் தொடாம நான் கூப்-பிடுற வரைக்கும் அமைதியா இங்கேயே நில்லுங்க... திலீப் நீ மட்டும் என்கூட வா..." என்றவாறு அந்த அறைக்குள் நுழைந்தான்...

அவனைப் பொறுத்தவரை அந்த இரகசிய பாதாள அறைக்குள் வந்து செல்ல நிச்சயம் வேறு ஏதோ ஒரு வழி இருக்க வேண்டும்... அந்த வழியைப் பயன்படுத்தி தான் ராஜாராமோ இல்லை வேறு யாரோ இந்த அறைக்குள் வந்து சென்றிருக்க வேண்டும்... அந்த வழி இந்த அறைக்குள் இருக்க வாய்ப்பு இருக்கிறது என்று நினைத்து மற்றவரை வெளியே நிற்க வைத்து உள்ளே திலீப்புடன் நுழைந்தான்...

அறையைத் திறந்தவுடன் குப்பென்று ஏதோ ஒரு வாடை முகத்தில் அடித்தது... சட்டென்று மூச்சை கட்டுப்படுத்திய இருவரும் வேகமாக அறையை விட்டு வெளியேறி அறையை சாத்திவிட்டனர்...

வெளியே வந்த இருவரும் பயங்கரமாக இரும மற்ற இருவரும் அவர்களை புரியாமல் பார்த்தனர்...

" திலீப்... உன்னால ஏதாவது கெஸ் பண்ண முடியுதா???"

" நீரஜ்... உள்ளே ஏதோ லேப் மாதிரி செட் பண்ணி இருக்காங்க... ஏதோ கெமிக்கல் ரியாக்சன் நடந்து நமக்கு குமட்டுது..."

" எக்ஸ்டாக்லி... உடனடியா சில டாக்டர்ஸ்ஸையும் நம்ம பாரன்சிக் டிபார்ட்மெண்ட்டையும் இங்க வரச் சொல்லு..."

அடுத்த முப்பது நிமிடங்களில் நீரஜ் கேட்டுக்கொண்ட படி அனைவரும் வந்து சேர்ந்தனர்... முதலில் ஒரு டாக்டர் அந்த அறைக்குள் சென்று அங்கு இருப்பது எந்த மாதிரியான பிரச்சனை என்பதைத் தெரிந்து கொண்டு வெளியே வந்தவர்...

" மிஸ்டர் நீரஜ்.. நீங்க பயப்படுற மாதிரி உள்ளே ஒன்னும் இல்லை... எலியோ பூனையோ ஏதோ ஒன்னு தட்டிவிட்டு இரண்டு சால்ட் ஒன்னோட ஒன்னு கெமிக்கல் ரியாக்ட் ஆனதால வந்த கேஸ் தான் எல்லாத்துக்கும் காரணம்... அதோட மணமே இதுதான்... அழுகிப் போன முட்டையோட மணம் மாதிரி இருக்கும்... கொஞ்ச நேரம் ரூமைத் திறந்து வைச்சா சரி ஆகிடும்..." என்றார்...

சில நிமிடங்களில் அந்த சவப்பெட்டியில் இருந்த எலும்புக்கூடுகள் உண்மையில் ஜமீன் குடும்பத்தினருடையது தானா என்பதற்காக DNA சோதனைக்காக சேம்பிள் எடுக்கும் பணி ஆரம்பித்தது...

அதே நேரத்தில் அந்த லேபை சல்லடையாக சலிக்க ஆரம்பித்தனர் அனைவரும்... " மிஸ்டர் நீரஜ்... இந்த லேப் செட்டப் எல்லாம் ஓகே... பட் இந்த லேபில் என்ன பண்ணி இருப்பாங்கன்னு தெரியலையே.." என்றார் ஒருவர்...

வெளியே நின்று அனைவரையும் பார்வையிட்டுக் கொண்டிருந்த சார்லஸிற்கு ப்ரைன் பாக்டீரியா பற்றிய நினைவு வர கதவைத் தட்டி அனுமதி வாங்கிய பின்னர் அந்த லேபிற்குள் சென்று...

தொடர் தற்கொலைகள் பற்றிய வழக்கில் தங்களுக்கு அந்த ப்ரைன் பாக்டீரியா பற்றி கிடைத்த அனைத்து தகவல்களையும் ஒன்றுவிடாமல் சொல்லி முடித்தான்...

அதைக் கேட்ட மருத்துவர்கள் முதல் நீரஜ் வரை அனைவருக்கும் அது ஒரு பேரதிர்ச்சியாகவே அமைந்தது... உண்மையில் அந்த சோதானை வெற்றியடைந்து அப்படி ஒரு ப்ரைன் பாக்டீரியா உருவாக்கப்பட்டிருந்தால் நினைவே பயமுறுத்தியது அவர்களுக்கு...

அந்த பாக்டீரியாக்களைப் பற்றிய குறிப்போ இல்லை அந்த பாக்டீரியாக்களோ கிடைத்து விடாதா என்னும் ஆர்வத்துடன் அங்கிருந்த அனைவரும் மேலும் மேலும் அந்த லேபை தூர்வாரிக் கொண்டிருந்தனர்...

" மிஸ்டர் சார்லஸ்... உங்களோட விசாரணையோட முடிவில் அந்த தீஸிஸ் பேப்பர்ஸ் கடைசியா பாலுகிட்ட தான் வந்தது இல்லையா??? அவனால தனியா அந்த தீஸிஸ் பேப்பரை முன்னோடியா வைச்சு அந்த பாக்டீரியாவை உருவாக்கி இருக்க முடியுமா??

ஏன் கேட்கிறேன் அப்படின்னா அந்த தீஸிஸை தயார் பண்ண டாக்டரால கூட அந்த பாக்டீரியைவை உருவாக்க முடியலன்னு சொன்னீங்களே... அதான் கேட்கிறேன்..." தன் சந்தேகத்தை முன் வைத்தான் நீரஜ்...

" சார் நான் விசாரிச்ச வரைக்கும் பாலு ஒரு ப்ரிலியண்ட் ஸ்டூடண்ட்... அவன் இதைப் பண்ணி இருக்கிறதுக்கு வாய்ப்பு இருக்கு சார்... இறந்து போனவங்களில் சிலருக்கு மாம்பலம் ஸ்டேசனோட தொடர்பு இருக்கு...

பாலுவோட அண்ணன் மாம்பலம் ஸ்டேசனில் வேலை பார்த்துக்கிட்டு இருந்தவரு சில வருஷத்துக்கு முன்னாடி வொர்க் ப்ரஷர் காரணமா தற்கொலை பண்ணி செத்துட்டாரு...

அண்ணனோட மரணத்துக்கு பழிவாங்கனும் னு அவன் தனக்குக் கிடைச்ச தீஸிஸில் எதையாவது மாற்றம் பண்ணியோ இல்லை எதையாவது சேர்த்தோ அந்த பாக்டீரியைவைக் கண்டுபுடித்திருக்க வாய்ப்பு இருக்கு சார்..." என்றான் சார்லஸ் உறுதியாக...

அதே நேரத்தில் நீரஜிற்கு அதிர்ச்சி அளிக்கும் இரண்டு விஷயங்கள் அவன் காதிற்கு வந்து சேர்ந்தது...

" சார்... பதினான்கு எலும்புக் கூடுகளில் இருந்தும் DNA டெஸ்டுக்காக சாம்பிள் எடுத்தாச்சு..." என்றபடி வந்தான் ஒருவன்...

" என்ன சொன்னீங்க... பதிநான்கா?"

" ஆமா சார்..."

" இல்லை நல்லா யோசிச்சு பதில் சொல்லுங்க... பதிநான்கா இல்லை பதின்மூன்றா..." நீரஜ் பதற்றத்துடன் கேட்க...

" சார் நீங்களே வந்து பாருங்க... மொத்தமா பதின்நான்கு சவப்பெட்டி பதின்நான்கு எலும்புக்கூடுகள்..." என்றான் வந்தவன்.... அவனுடனே சென்றவன் அவன் சொன்னது உண்மை என்று அறிந்து கொண்டான்...

" அப்ப அந்த பதின்நான்காவது எலும்புக்கூடு யாருடையது..." நீரஜ் குழப்பத்தில் ஆழ்ந்த அதே சமயம் பாரன்சிக் டீமைச் சேர்ந்த ஒருவன் லேபின் ஒரு ஓரத்தில் இருந்த ஒரு கவரைப் பிரித்தவுடன் அதில் இருந்து பயங்கர துர்நாற்றம் வர வேகமாக அங்கே சென்றான் நீரஜ்...

" டாக்டர் என்னது இது..." அவன் கேட்க...

" கரு சார்... இரண்டு முதல் இரண்டரை மாத கரு..." என்றார் அவர்...

18

" என்னது கருவா..." நீரஜ் அதிர்ச்சியில் வாய்விட்டே கேட்டான்...

" ஆமா சார்... இந்த கரு கலைஞ்சு மேக்சிமம் ஒரு மூணு நாள் தான் ஆகி இருக்கனும்... ஆனா யாரு எதுக்காக இதை இங்க கொண்டு வந்தாங்க... அது-தான் எங்களுக்குப் புரியல..." ஒரு டாக்டர் சொல்ல...

" விஷயம் ஏதோ சீரியஸா போற மாதிரி இருக்கு... இந்த மாதிரி கரு வேற ஏதாவது இங்க இருக்கான்னு பாருங்க... வேற ஏதாவது கிடைச்சாலும் பத்திரப்-படுத்துங்க... கொஞ்சம் கூட அஜாக்கிரதை கூடாது.. எதுவா இருந்தாலும் அது சின்ன துரும்பா இருந்தாலும் அது நமக்குப் பயன்படும் அப்படின்ற நம்பிக்கை-யில் தேடுங்க... சீக்கிரம் சீக்கிரம்..." என்று அனைவரையும் அவசரப்படுத்தினான் நீரஜ்..

சார்லஸின் போன் அடிக்க அதை எடுத்தவன், " தொல்ஸ்... நீயா..."

" டேய்... இந்த ஷாக்கையெல்லாம் குறைச்சிட்டு சீக்கிரம் மலர் ஹாஸ்பிட்ட-லுக்கு வா..."

" என்னாச்சு டா..."

" ம்ம்ம்... நீ மட்டும் என் முன்னாடி இருந்தன்னு வைச்சிக்க உன்னை கொல்ற அளவு ஆத்திரத்தில் இருக்கேன் நான்... நான் போகும் போது என்ன சொல்லிட்டு போனேன்... ஷாலுவை தனியா விட்டுட்டு ஊர் சுத்தப் போகாதன்னு சொன்னேன் இல்ல... இப்பப் பாரு என்னாச்சுன்னு..."

" என்ன டா ஆச்சு ஷாலுவுக்கு..."

" நான் வீட்டுக்கு வந்தப்ப வலியில் துடிச்சிக்கிட்டு இருந்தா... எவ்வளவு நேரம் அப்படி இருந்தாளோ தெரியல... பொண்டாட்டி பக்கத்தில் இருக்க முடியாத உனக்கெல்லாம் எதுக்குடா கல்யாணம் குழந்தை எல்லாம்... சீக்கிரம் வந்து தொலை..."

" டேய் இப்ப தான டா ஒன்பது மாசம் ஆரம்பிச்சு இருக்கு அதுக்குள்ள என்னடா வலி... டேய் தொல்ஸ் எனக்கு ரொம்பப் பயமா இருக்கு டா... நான் இப்ப.... இப்பவே வரேன்...

அதுவரைக்கும் அவளை பக்கத்தில் இருந்து பார்த்துக்கோ டா ப்லீஸ்... நான் இப்பவே இங்க இருந்து கிளம்பி அங்க வரேன்..." என்றவன் நீரஜிடம் சொல்லி-விட்டு வேகவேகமாக மலர் ஹாஸ்பிட்டலை நோக்கிச் சென்றான்...

" நீரஜ் இது எல்லாத்தையும் நாம ஏன் நம்ம இடத்துக்கு மாத்தக் கூடாது... நாம இங்க இருக்கிறது ஒன்னும் அவ்வளவு நல்லது இல்லன்னு தோணுது..." திலீப் கேட்க...

" அதைத் தான் நானும் யோசனை பண்ணிக்கிட்டு இருக்கேன்... இந்த ரூமிற்-குள் வருவதற்கு நாம யூஸ் பண்ண வழியைத் தவிர வேற ஒரு வழி இருக்கு... அது வழியா யாரோ அடிக்கடி இங்க வந்து போய் இருக்காங்க... அவங்க இங்க வருவதற்குள்ள நாம இங்க இருக்கிற எல்லாத்தையும் நம்ம இடத்துக்கு கொண்டு போயிடனும்..." என்றவன் அங்கிருந்தவர்களுக்கு ஆணையிட அனைத்தும் சிறிது சிறிதாக நகர்த்தப்பட்டது...

அனைத்தையும் வெளியேற்றி முடித்த பின்பு ஒருமுறை அந்த அறையை நோட்டம் விட வந்த நீரஜ் அறையின் ஒரு மூலையில் மூடப்பட்ட சிறிய டெஸ்ட்-டியூப் ஒன்று தெரிய அதை எடுத்து பத்திரப்படுத்திக்கொண்டான்...

" திலீப்... அந்த இன்னோரு வழி எங்க இருக்குன்னு நாம கண்டுபுடிக்-கனும்..... சுத்தி முத்தி பாரு... " என்றான்...

"சுற்றி முற்றி பார்த்துக்கொண்டே வந்த நீரஜ் நாம கெஸ் பண்ண மாதிரி இங்க வேற ஒன்னுமே இல்லையே..." என்றவண்ணம் இளைப்பாருவதற்காக ஓரிடத்தில் சுவற்றில் காலியாக இருந்த ப்ரேமில் கை வைக்க திடீரென அந்த சுவர் இரண்-டாக பிளந்து அவனை உள்ளே இழுத்துக்கொண்டது...

" தொல்ஸ் ஷாலுவுக்கு என்ன ஆச்சு... இப்ப அவ எங்க... நீ பார்த்தியா... எப்படி இருக்கா... குழந்தை பிறந்திடுச்சா... " சார்லஸ் பதறியபடி கேட்க...

" எனக்கும் தெரியல... நான் இங்க சேர்த்ததில் இருந்து ஐசியூ ல வைச்சி-ருக்காங்க... என்ன கேட்டாலும் எதுவும் சொல்லவும் மாட்றாங்க..."

" என்னது ஐசியூவா... கடவுளே நான் என்ன பண்ணுவேன்..." என்று சார்லஸ் புலம்பிக் கொண்டிருந்த நேரத்தில் டாக்டர் வெளியே வந்தார்...

" டாக்டர் நான் ஷாலு.... ஷாலினியோட ஹஸ்பெண்ட்... அவளுக்கு என்ன ஆச்சு... இப்ப எப்படி இருக்கா..."

" ஏன் சார் உங்களுக்கு அவங்க பக்கத்தில் இருந்து பார்த்துக்க நேரம் இல்-லைன்னா அவங்களை பார்த்துக்கிறதுக்கு யாராவது ஒருத்தங்களை அப்பாயிண்ட் பண்ணியாவது வைச்சிருக்கனும் இல்ல... இப்ப பாருங்க எப்படியோ கீழே விழுந்து வயிற்றில் அடி பட்டு..." அவர் முடிப்பதற்குள்...

" அச்சச்சோ... டாக்டர் எங்க குழந்தை..."

" கவலைப்படாதீங்க... குழந்தைக்கும் அம்மாவுக்கும் ஒன்னும் ஆகல... இரண்டு பேரும் நல்லா இருக்காங்க... ஆனா அவங்க ரொம்ப வீக் ஆகிட்டாங்க... அதனால நார்மல் டெலிவரி சான்ஸ் இல்ல... சிசேரியன் தான் பண்ணனும்... சிசேரியனை தாங்கிக்கிறதுக்காக கொஞ்சம் மருந்து ஏற்றி இருக்கோம்...

அதுவரைக்கும் ஐசியூ ல தான் இருப்பாங்க... இன்னைக்கு சாயங்காலம் ஆபரேஷனை வைச்சிக்கலாம்..." என்றுவிட்டு அவர் சென்றுவிட சென்ற உயிர் திரும்பி வந்தது போல் இருந்தது சார்லஸிற்கு...

" தொல்ஸ்... நீ எப்படி இங்க... நீ கனடா தானே போன..."

" அது ஒரு பெரிய கதை சார்லஸ்... நான் கனடா போகுறதுக்காக ஏர்போர்ட் வரைக்கும் போயிட்டேன் அப்ப தான் தெரிய வந்தது அச்சும்மா கனடா போகல தமிழ்நாட்டில் தான் இருக்கான்னு...

அவளோட ப்ரண்டு ஒருத்தி மூலமா எனக்கு அவ தான் தெரியப்படுத்தினா... அந்த ப்ரண்டு மூலமா அவளை பார்க்க போய் இருந்தேன்...

உன்கிட்ட சொல்லனும் னு தான் நினைச்சேன்... சரி நீயும் ஷாலுவும் தனியா இருக்கிற நேரத்தில் எதுக்கு கரடி மாதிரி டிஸ்டர்ப் பண்ணனும் னு அமைதியா இருந்துட்டேன்...

அவளைப் பார்த்து பேசி ஒரு நல்ல முடிவு எடுத்துட்டு அதை உங்ககிட்ட சொல்லலாம் னு நான் வீட்டுக்கு வந்தப்ப தான் இதெல்லாம் நடந்தது..." என்றான் தொல்ஸ்...

மூன்று மணி நேரம் கழித்து...

சார்லஸின் போன் அடிக்க... கமிஷ்னர் என்னும் பெயருடன் அது ஒளிர்ந்ததைக் கண்டதும் சற்றே தள்ளி வந்தவன் காலை அட்டண்ட் செய்து பவ்யமாகப் பேசினான்... அதில் சொன்ன செய்தியைக் கேட்டதும் பதறியடித்துக்கொண்டு ஓடினான்...

தொல்ஸ் அவனைத் தடுக்க முயற்சிக்க, " நான் அப்புறமா வந்து எல்லாத்தையும் சொல்றேன்... நீ ஷாலுவைப் பத்திரமா பார்த்துக்கோ..." என்றுவிட்டு ஓடினான்...

" சார்லஸ்... நீங்க இப்படி இர்ரெஸ்பான்சிபிளா இருப்பீங்கன்னு நான் நினைக்கவே இல்ல..." கமிஷ்னர் ஆரம்பிக்கும் போதே அவருடைய கோபத்தின் அளவை உணர்ந்தான் சார்லஸ்... ஏனெனில் நடந்த நிகழ்வு அப்படிப்பட்டது...

" என்ன சார்லஸ் முழிக்கிறீங்க... ஊங்களைத் தானே நான் நீரஜ் அப்புறம் திலீப் கூட அனுப்பி வைச்சேன்... நீங்க பாட்டுக்கு அவங்க இரண்டு பேரையும் க்ரைம் ஸ்பாட்டில் விட்டுட்டு வந்து இருக்கீங்க... அதோட விளைவு என்னன்னு பார்த்தீங்களா... அவங்க இரண்டு பேரையும் காணும்...

அந்த இரகசிய அறையில் இருந்ததை எல்லாம் ரெகவர் பண்ணி நம்ம டீமோட அனுப்பி வைச்சிட்டு பின்னாடியே வந்திடுறோம் னு சொன்ன அவங்க இரண்டு பேரும் எங்க போனாங்க என்ன ஆனாங்கன்னு ஒன்னுமே தெரியல... இரண்டு பேரோட போனும் நாட் ரீச்சபிள்...

இது மட்டும் வெளியே தெரிஞ்சாவோ இல்லை காணாம போன அவங்களுக்கு ஏதாவது ஆனாலோ நம்ம டிபார்ட்மென்ட் மானம் போயிடும்... நீங்க என்ன பண்ணுவீங்களோ எனக்குத் தெரியாது... இன்னும் இரண்டு மணி நேரத்திற்குள்ள நீரஜ் திலீப் இரண்டு பேரும் இங்க இருக்கனும்..." என்றார் கமிஷ்னர்...

அனைத்து பக்கங்களில் இருந்தும் அடி விழுவது போல் இருக்க லேசாக சோர்ந்து போன சார்லஸ் மனதை திடப்படுத்திக் கொண்டு ஜமீன் வீட்டை நோக்கிப் புறப்பட்டான்...

பவானி இல்லம் என்ற பெயர் பலகையைத் தாண்டி இருந்த மெயின் கேட்டைத் திறந்து உள்ளே சென்றால் வரவேற்பறை... அங்கிருந்து இடதுபுறமாகச் சென்று அங்கிருக்கும் மாடிப்படிக்கட்டில் ஏறி வலதுபுறமாகத் திரும்பினால் அழகிய வேலைப்பாடுடன் கூடிய ஒரு கதவு...

அதைத் திறந்து உள்ளே சென்றால் சகல வசதிகளுடன் கூடிய ஓர் அறை... அந்த அறையின் பால்கனிக்கு ஒரு கதவு... அதைத் திறக்கும் போதே வண்ண வண்ண மலர்களின் நிறமும் மணமும் கண்ணுக்கு குளிர்ச்சியாக இருக்கும்...

அந்த மலர்களைக் கடந்து சென்றால் இரு பில்லர்களின் நடுவே தேக்குமரத்தில் ஆன பலகையை இரும்பு சங்கிலிகள் தாங்கியிருந்த அந்த ஊஞ்சலில் ஆடியவாறே போன் பேசிக் கொண்டிருந்தாள் ஒரு இளம்பெண்...

" நம்ம திட்டத்தில் எந்த மாற்றமும் இல்லை... என்ன நடந்தாலும் இதில் நம்ம பெயர் வெளியே வராது... பாலு தான் நடந்த எல்லாத்துக்கும் காரணம் னு நம்ப வைச்சாச்சு... நம்ம கவர்மெண்ட்டைப் பத்தியும் போலீஸைப் பத்தியும் தெரியாதா என்ன...

கேஸிற்கு விடை தெரியனும் னா துருவி துருவி விசாரிப்பாங்க... ஆனா ஒருத்தன் வந்து சரண்டர் ஆகிட்டன்னா மேற்கொண்டு எந்த விசாரணையும் இல்லாம அவனை வைச்சு கேஸை க்ளோஸ் பண்ணிடுவாங்க...

இதையும் மீறி போலீஸ் இந்தக் கேஸை நோண்டினாலும் தான் தான் எல்லாத்தையும் செய்தேன்னு ஒத்துக்கிட்டு சரண்டர் ஆக ராஜாராம் இருக்காரு...

டோண்ட் பி சில்லி... அந்த ராஜாராமோட மொத்தப்பிடியும் நம்மகிட்ட இருக்கு... அவரு எப்பவும் எதுக்காகவும் நம்மைக் காட்டிக் கொடுக்க மாட்டாரு... அப்படி காட்டிக்கொடுக்க நினைச்சா அதுக்கு கொடுக்க வேண்டியது ரொம்பப் பெரிய விலைன்னு அவருக்குத் தெரியாதா என்ன...

சரி... நீ போன வேலை என்னாச்சு... ரொம்ப நேரம் அங்க இருக்காத... சீக்கிரம் கிளம்பிடு... நம்ம மிஷன் முடிஞ்சிடுச்சி... இனி நாம நிம்மதியா இருக்கலாம்..." என்றவாறு பேச்சு நின்று போய் ஊஞ்சலாட்டம் தொடர்ந்தது...

" நீரஜ் நாம வசமா மாட்டிக்கிட்டோம்... இங்க இருந்து நாம சீக்கிரம் தப்பிக்கனும்... இல்லைன்னா நம்ம உயிரோடவே இருக்க முடியாது..."

"நீ சொல்றது உண்மை தான்... ஆனா நாமளா இங்க இருந்து தப்பிக்க முடியாது... நிச்சயமா இன்னொருத்தரோட உதவி நமக்கு வேணும்... அந்த உதவி கிடைக்கிற வரைக்கும் அமைதியா இரு திலீப்... அதிகமா பேசவோ இல்லை இங்க இருந்து தப்பிக்கவோ முயற்சி பண்ணி உன்னோட எனர்ஜியை வேஸ்ட் பண்ணிக்காத... இந்த ரூமில் ஆக்ஸிஜன் வேற ரொம்பக் கம்மியா இருக்கு... உதவிக்கு யாராவது வர வரைக்கும் நாம உயிரோட இருக்கனும்..." என்றான் நீரஜ்...

" சரி நீரஜ்..." என்றவன் அமைதியாய் ஓரிடத்தில் அமர அந்த அறையில் இருந்த ஒரு பீரோவின் அடியில் ஒரு பைல் தென்பட்டது...

எப்படியோ சிரமப்பட்டு அதனை எடுத்துத் திறந்தான் திலீப்... அதில் இருந்த காகிதங்களில் அதிகமாக தூசி இருந்ததினால் இருவரும் சில நிமிடங்களுக்கு தொடர்ச்சியாக தும்மிக்கொண்டே இருந்தனர்...

ஒருவழியாக உடல் இயல்புநிலைக்கு வர அந்தக் காகிதங்களைப் படிக்க ஆரம்பித்தான் நீரஜ்... படிக்க படிக்க அவனுக்குள் அதிர்ச்சியும் ஆச்சர்யமும் வந்து வந்து போனது...

அவன் அதைப் படித்துக் கொண்டிருந்தை அதே நேரத்தில் திலீப்பிற்கு அந்த பீரோவின் மீது ஏதோ இருப்பதைப் போன்று தோன்ற கை வைத்து தேடினான்... தேள் ஒன்று அவனைக் கடிக்க வர அதைக் கவனித்தவன் சரியான நேரத்தில் தன்னையும் அறியாமல் பின்வாங்கிவிட்டான்...

" திலீப் இதைப் பாரு... அந்த தீஸிஸ் பேப்பர்ஸ்... அந்த ப்ரைன் பாக்டீரியாவோட முழு விவரமும் இதில் இருக்கு..." என்றான் ஆச்சர்யமுடன்...

" நீரஜ்... இங்க வா இந்த பீரோ மேல ஏதோ ஒன்னு இருக்கு... அதை எடுக்க எனக்கு உதவி பண்ணு..." என்றான்...

" எவ்வளவு பெரிய விஷயம் சொல்றேன் அதை பெருசா எடுத்துக்காம நீ என்னடா..." என்று சலித்துக்கொண்டாலும் அவன் அருகே வந்து அவனைத் தூக்கினான் நீரஜ்...

இப்பொழுது அதன் மேல இருந்த அந்த இரும்புத் தகடும் அதன் அருகே இருந்த அந்த கருந்தேளும் நன்றாக கண்ணில் பட...

" எத்தாந்தண்டி..." மனதில் நினைத்த திலீப் அதனைத் தொந்தரவு செய்யாமல் அந்த தகட்டை எடுத்தான்...

19

திலீப் கண்டெடுத்த அந்த இரும்புத் தகடு ஏதோ பழங்காலத்து பட்டயம் போல் இருக்க அதை தன்னுடைய கைக்குட்டை கொண்டு துடைக்க அதில் இருந்த எழுத்துக்கள் ஒவ்வொன்றாக தெரிய ஆரம்பித்தது...

" நீரஜ் இதைப் பாரு... இதில் ஏதோ எழுதி இருக்கு..." திலீப் சொல்ல அவனிடம் இருந்து அதை வாங்கிப் படித்த நீரஜிற்கு ஏதோ புரிவது போல் இருந்தது...

"இது என்னது நீரஜ்..."

" இதுவா... இப்ப நாம பத்திரம் பதிவு பண்றோம் இல்ல.. அதே மாதிரி அந்தக் காலத்தில் ராஜாக்கள் இந்த மாதிரி தகடுகளில் தான் பதிவு பண்ணிக்குவாங்க... செம்புத்தகடு தங்கத்தகடு இரும்புத்தகடு இப்படி ஏதாவது ஒன்றில்..."

" ஓஓஓஓ... இதில் என்ன இருக்கு..."

" இத்தனை கொலைகளுக்கான காரணம் இதில் தான் இருக்கு..." என்றுவிட்டு அதில் இருந்ததை படித்துக் காட்டினான் நீரஜ்...

" சோ இந்தவீட்டில் ஏதோ ஒரு இடத்தில் தான் இதில் குறிப்பிட்டு இருக்கிற அத்தனை பொக்கிஷங்களும் இருந்திருக்கு... இதைத் தெரிஞ்சிக்கிட்ட யாரோ ஒருத்தர் தான் ஜமீன் குடும்பத்தை காலி பண்ணி இருக்காங்க..."

"கொலை நடந்த வீடு கஸ்டடியில் இருந்த நேரத்தில் இந்த வீட்டிற்குள் வந்து புதையலை அடிச்சிட்டு போய் இருக்காங்க...

எங்க இந்த கேஸ் ரீஓபன் ஆனா இந்தப் புதையலைப் பத்தி தெரிய வந்து அதில் பங்கு கொடுக்க வேண்டியது வருமோன்னு இந்தக் கேஸை யார் கையிலும் கிடைக்க முடியாதபடி பண்ணி இருக்காங்க இல்ல..." திலீப் கேட்க...

"சரியா கெஸ் பண்ற திலீப்... இந்த புதையலைப் பத்தின தகவலைத் தான் ரகுநாத்தோட அம்மா அவர்கிட்ட சொல்லி இருப்பாங்க போல..."

" சரி நீரஜ் எனக்கு ஒரு சந்தேகம்... ராஜாராம்க்கு இந்தப் புதையலைப் பத்தி தெரிஞ்சி இருக்குமா..."

" வாய்ப்பு இருக்கு... என்னோட கணிப்பு சரின்னா அந்த எம்எல்ஏ பழனிச்-சாமி அப்புறம் அவரோட சேர்ந்த சில ஆட்கள் தான் இதுக்கு காரணமா இருந்தி-ருக்கனும்... இதைக் கண்டுபுடிச்ச ராஜாராம் அவங்களை இந்த ப்ரைன் பாக்டீரியா வைச்சு தற்கொலை பண்ண வைச்சிருக்கனும்..."

" பாலுவோட கையில் இருந்த தகவல்கள் எப்படி ராஜாராமுக்கு கிடைச்சி-ருக்கும்... அப்படியே கிடைச்சாலும் அதை வைச்சு இவரால அதை உருவாக்கி இருக்க முடியுமா என்ன..." திலீப் தன்னோட சந்தேகத்தைக் கேட்க...

" எனக்கு என்ன தோணுதுன்னா ராஜாராமும் இன்னொருத்தரும் கூட்டு சேர்ந்து தான் இது எல்லாத்தையும் பண்ணி இருக்கனும்... மேபி பாலுவும் இந்தக் கூட்டணியில் ஒருத்தனா இருந்திருக்கலாம்..."

"ஏன் நீரஜ்... இந்த ப்ரைன் பாக்டீரியா எப்படி வேலை செய்யுது... ஏன் செத்-துப் போனவங்களோட உடம்பை போஸ்ட்மார்டம் பண்ணும் போது இதைக் கண்-டுபுடிக்க முடியல..."

" அதில் தான் திலீப் இதைக் கண்டுபிடிச்சவங்களோட திறமை இருக்கு... இரண்டு மூணு மாதக் கரு எதுக்காக இங்க இருக்குன்னு நாம குழம்பிப் போனோம் இல்லையா... அந்தக் கரு தான் இந்த பாக்டீரியாவோட மூலதனம்..." நீரஜ் சொல்ல புரியாத பார்வை பார்த்த தீலீப்பைக் கண்டதும்...

" புரியுற மாதிரியே சொல்றேன் திலீப்... நம்ம உடம்புல தடுப்பூசி போடுறோம் தெரியுமா... அது ஒரு மருந்துன்னு தெரியும்... ஆனா அது எப்படி செயல்படும் னு உனக்குத் தெரியுமா???" நீரஜ் கேட்க இல்லை என தலையாட்டினான் அவன்...

" இப்ப பெரியம்மை, போலியோ, இளம்பிள்ளை வாதம் நம்ம நாட்டில் முற்-றிலுமா தடை செய்யப்பட்ட ஒரு நோய்.... ஏன்னா அது வராம இருக்கிறதுக்கா தடுப்பூசியை சின்ன வயசிலே நாம போட்டுக்கிறோம் அப்படித்தானே...

அந்த தடுப்பூசியில் இருக்கிறதே அந்த நோயை உண்டாக்கிற கிருமி தான்னு சொன்னா உன்னால் நம்ப முடியுமா???" நீரஜ் சொல்ல திலீப் ஆச்சர்யமாய் அவனைப் பார்த்தான்...

ஆமா திலீப்... கணிதத்தில்

மைனஸ்× மைனஸ் = ப்ளஸ் னு ஒரு பார்முலா இருக்கு.... அளவுக்கு மீறினா அமிர்தமும் நஞ்சுங்கிற மாதிரி அளவா எடுத்திக்கிட்டா விஷமும் மருந்து தான்...

பாம்புகடிக்கு நாம மருந்து போட்டுக்கிறோமே அது என்னன்னு நினைக்கிற... அதே பாம்போட விஷம் தான்... மனித உடம்புக்குள்ள போன பாம்போட விஷத்தை அதே விஷத்தை வைச்சு முறியடிக்கிறது சாத்தியம்...

ஒரு வைரஸ் நோய்க்கான தடுப்பூசின்னு வைச்சிக்க... அதில் இருக்கிறதும் அதே வைரஸ் தான்... ஆனா என்ன ஒன்னு அதில் தீங்கு விளைவிக்கிற எல்-

லாத்தையும் நீக்கிடுவாங்க...

உடலுக்கு பாதகம் விளைவிக்காத சிலதை சேர்த்து உடலுக்குள் செலுத்து-வாங்க... உயிரோட இருக்கிற வைரஸ் தான் ஆனா அதனால அவ்வளவா பாதிப்பு இருக்காது...

அந்த வைரஸ் நம்ம உடம்பிற்குள் வரும் போது உடலுக்கு சம்பந்தம் இல்லாத ஒன்னு வருவதைப் பார்த்து நம்ம உடலோட போர் வீரர்கள் அதான் இரத்த வெள்ளை அணுக்கள் அந்த வைரஸோட போராட ஆரம்பிக்கும்...

ஒரு சில டெக்னிக்கை பயன்படுத்தி அந்த வைரஸை கொன்னுடும்... அடுத்த முறை அதே வைரஸ் நம்ம உடம்புக்குள்ள வந்தா இந்த முறையைப் பயன்படுத்தி அதை அழிச்சிடலாம் னு நோய் எதிர்ப்பு மண்டலம் பல காலத்துக்கு நியாபகம் வைச்சிக்கும்...

சரி இப்ப அந்த வைரஸ் முழு சக்தியோட இயற்கையா நமக்குள்ள வந்திடுச்-சின்னு வைச்சிக்க அதைப் பார்த்த உடனே நோய் எதிர்ப்பு மண்டலத்தில் நியாபக சக்தி தூண்டப்படும்... அந்த வைரஸ் செயல்பட ஆரம்பிக்கிறதுக்குள்ள பழைய முறைப்படி அதைக் கொன்னுடும்...

இதே நாம தடுப்பூசி போட்டுக்கலன்னு வைச்சிக்க நம்ம நோய் எதிர்ப்பு மண்-டலம் வந்தது என்னென்னு தெரியாம சாதாரண அட்டாக்கில் இருந்து ஆரம்பிச்சு அதைக் கொல்ல எடுத்துக்கிற டைமுக்குள்ள அந்த வைரஸ் தன்னோட செயல்-பாடை ஆரம்பிச்சிடும்... அதனால விளைவுகள் விபரீதமா இருக்கும்..." என்றான் நீரஜ்...

" எனக்கு இதெல்லாம் புரியல டா... இப்ப இந்த ப்ரைன் பாக்டீரியாவுக்கும் இந்த தடுப்பூசி கதைக்கும் என்ன சம்பந்தம்..." திலீப் கேட்க...

" டேய் சாதாரண பாக்டீரியாவை தடுப்பூசிக்கு நாம பயன்படுத்துற மாதிரி அதில் இருக்கிற நச்சுத் தன்மையை எல்லாம் நீக்கி அதுக்காக சில ஸ்பெஷலான ப்ரோகிராம் கோடிங் வைச்சு அதை வெளில இருக்கிறவங்க கண்ட்ரோல் பண்ற மாதிரி தான் இந்த ப்ரைன் பாக்டீரியாவை டிசைன் பண்ணி இருக்காங்க... இது-தான் அந்த டாக்டரோட தீஸிஸ்...

இதை மனுசங்க மூளையில் ட்ரை பண்ணும் போது உடலுக்கு சம்பந்தம் இல்-லாத ஒன்னா நினைச்சு நம்ம நோய் எதிர்ப்பு மண்டலம் அதை அழிச்சிடுச்சு... எப்படி எப்படியோ மாத்தி மாத்தி செலுத்தினாலும் கடைசியில் மனித நோய் எதிர்ப்பு மண்டலம் தான் ஜெயிச்சிருக்கு... இப்படிப்பட்ட நிலைமையில் அந்த டாக்டர் இந்த தீஸிஸை கைவிட அது அங்க சுத்தி இங்க சுத்தி கடைசியா பாலுவோ இல்லை வேற யாரோ ஒரு டாக்டர் கையில் கிடைச்சிருக்கு...

அதை அவங்க ட்ரை பண்ணி கொஞ்சம் மாடிபிகேஷன் பண்ணி இந்த ரிசர்ச்சை முடிச்சி இருக்காங்க..."

" என்ன மாடிபிகேஷன் பண்ணி இருப்பாங்க நீரஜ்..."

" ப்வெடஸ் ஸ்டெம் செல்..." நீரஜ் சொல்ல திலீப் அதிர்ந்தான்...

" ஸ்டெம் செல் அப்படின்னா... குழந்தையோட தொப்புள்கொடி தானே..." திலீப் கேட்க...

" கிட்டத்தட்ட சரிதான்... நீ ஒரு விஷயம் கேள்விப்பட்டு இருப்ப திலீப்... ஒரு பெண் கர்ப்பவதியா இருக்கும் போது நோய்வாய்ப்பட்டா அவளோட குழந்தை தன்கிட்ட இருந்து ஒரு ஸ்டெம்செல்லை அனுப்பி தன்னோட தாயை குணமாக்கும் அப்படின்னு... அந்தத் தாய்க்கு உடலில் எந்த ஒரு உறுப்பு பாதிக்கப்பட்டு இருந்தாலும் குழந்தைகிட்ட இருந்து போகிற ஸ்டெம்செல் அந்த பாதிப்பை சரி செய்துவிடும்..."

" குழந்தையோட தொப்புள்கொடிக்கு அவ்வளவு பவரா..."

" ஆமா திலீப்... அதனால் தான் அந்தக் காலத்தில் பெரியவங்க குழந்தை பிறந்த உடனே அதோட தொப்புள்கொடியை தாயத்தா செய்து குழந்தை கழுத்திலோ இல்லை இடுப்பிலோ கட்டி விட்டுடுவாங்க... எப்பவாச்சும் ஒருநாள் குழந்தைக்கு ஏதாவது பெரிய பிரச்சனைன்னு வந்தா அந்த தொப்புள்கொடியை பவுடர் பண்ணி பாலில் போட்டு குழந்தைங்களுக்கு கொடுப்பாங்க... அப்படிக் கொடுத்தா எண்பது சதவிகிதம் குழந்தைங்களுக்கு சரிஆகிடும்...

சமீப காலங்களில் இந்த ஸ்டெம் செல்லை வைச்சு நிறைய ஆராய்ச்சி நடந்து வந்தது... அதில் குறிப்பிட்ட ஒரு விஷயத்தை கண்டுபுடிச்சாங்க... குழந்தை பிறந்த பின்பு கிடைக்கக் கூடிய சாதாரண ஸ்டெம்செல் அந்தக் குழந்தைக்கு மட்டும் சில நேரத்தில் அரிதா அதோட அம்மாவுக்கும் உபயோகமானதா இருக்கு...

அதை மத்த மனிதர்கள் மேல அவங்களோட பாதிக்கப்பட்ட உறுப்பை சரி பண்றதுக்காக செலுத்தி நடத்தப்பட்ட ஆராய்ச்சியில் பலன் ரொம்பக் குறைவா இருந்திருக்கு... அப்ப தான் அவங்க கவனம் ப்வெடஸ் ஸ்டெம் செல்ஸ் மேல வந்திருக்கு...

இந்த ப்வெடஸ் ஸ்டெம் செல் அப்படிங்கிறது குழந்தை உருவாகி மூணாவது மாதம் வரைக்கும் குழந்தைகிட்ட இருக்கும்... இதோட ஸ்பெஷல் என்னென்னா இதால எந்த உறுப்பாகவும் மாற முடியும்...

இந்த வகையான ஸ்டெம் செல்லை இந்த பாக்டீரியாவில் சேர்த்து நாம ஒரு மனிதனோட மூளைக்குள்ள அனுப்பினா அது தன்னை மூளையோட செல்லாகவே மாற்றிடும்...

நோய் எதிர்ப்பு மண்டலத்தால அதைக் கண்டுபுடிக்கவே முடியாது... அதே மாதிரி போஸ்ட்மார்டம் ரிபோர்ட்டிலும் தெரியாது... சோ ரொம்பக் க்ளவரா ப்ளான் பண்ணி இதை எக்ஸிகியூட் பண்ணி இருக்காங்க...

ஹியூமனோட வாய்ஸ்ஸை டிடெக்ட் பண்ணி அட்டோமெட்டிக் கோடிங்கா மாத்தி அதை பாக்டீரியாவுக்கு சென்ட் பண்ற மாதிரி ரெடி பண்ணி இருந்திருக்-காங்க...

அதோட இந்த ப்ரோகிராமை ஆக்டிவேட் செய்ய மொபைல் போனே போதுமா இருக்கிறதால நம்மளால தேவைப்படும் நேரத்தில் இந்த பாக்டீரியாவை ஆக்டிவேட் அப்புறம் டீஆக்டிவேட் பண்ண முடியும்..." இது அத்தனையும் இந்த தீஸிஸ் பேப்-பரில் தெளிவா இருக்கு என்று முடித்தான் நீரஜ்...

" கேட்கவே தலை சுத்துது டா..." திலீப் பிரமிக்க...

" இதுவரைக்கும் இறந்து போனவங்களில் போலீஸ் தான் அதிகம்... அவங்க-ளைத் தவிர்த்து பார்த்தா ஒரு காலேஜ் ஸ்டூடண்ட் ஒரு ரௌடி ஒரு எம்எல்ஏ.... இதில் எம்எல்ஏவை போலீஸ் லிஸ்டில் சேர்த்திடு... மிச்சம் இருக்கிறது காலேஜ் ஸ்டூடண்ட் அண்ட் ரௌடி...

இவங்க இரண்டு பேரையும் யோசிக்கும் போது தான் இதில் நிச்சயம் இன்-னொருத்தரோட சம்பந்தம் இருக்கும் னு கன்பார்ம் பண்றேன்...

நான் சொல்ற மாதிரி யோசிச்சு பாரு விஷயம் கனெக்ட் ஆகும்... ராஜாராம் கொல்ல நினைச்சது இந்த ஜமீன் பங்களாவுக்கு சொந்தமான புதையலை திருடி பங்குபோட்டுக்கிட்டவங்களை... அது போலீஸாவும் எம்எல்ஏவாவும் இருக்க வாய்ப்பு இருக்கு இல்லையா???

ராஜாராமோட லிஸ்டில் இந்த ரௌடி சேருவதற்குக் கூட வாய்ப்பு இருக்கு... ஆனா அந்த காலேஜ் ஸ்டூடண்ட் சரவணன் சேர வாய்ப்பே இல்லை... அந்த சரவணனை ராஜாராமோட கூட்டு சேர்ந்த அந்த இன்னொருத்தர் தன்னோட சுய-லாபத்துக்காக கொன்னு இருக்கனும்... இது எல்லாமே என்னோட தியரி தான்... ராஜாராமை புடிச்சி விசாரிச்சா மட்டும் தான் உண்மை என்னன்னு தெரியும்..." நீரஜ் சொல்ல...

" அதுக்கு நாம இந்த ரூமை விட்டு வெளியே போகனும்..." என்றான் திலீப்...

" நீரஜ் சாரும் திலீப் சாரும் இந்த வீட்டை விட்டு வெளியே வரவே இல்லை... அதனால நிச்சயம் அவங்க இங்க தான் இருக்கனும்... நல்லாத் தேடிப் பாருங்க.. " என்ற சார்லஸ் நீரஜ் சொன்னது போல் அந்த பாதாள அறைக்கு வந்து செல்ல கொலையாளி பயன்படுத்திய பாதை வழியாக வந்து இருவரையும் ஏதே-னும் செய்து இருக்கக் கூடுமோ என்னும் பயத்தோடு ஒவ்வொரு அறையாகத் தேடினான்...

அந்த இரகசிய அறைக்குள் இவன் நடந்து வர இவனுடைய காலடிச் சத்தம் கேட்டு உள்ளே இருந்த இருவரும் அலர்ட் ஆகி அமைதி காத்தனர்....

" ச்சே... அவங்க இரண்டு பேரும் இந்த வீட்டில் எங்கேயும் இல்லையே..." என்று புலம்பும் சார்லஸின் குரலைக் கேட்டவுடன் தங்கள் பலம் கொண்ட மட்டும்

உள்ளிருந்து தட்டினர்... ஆனால் பாவம் எதுவும் சார்லஸிற்குக் கேட்கவில்லை...

நீரஜ் தங்கள் அறைக்கும் வெளியே இருக்கும் அறைக்கும் இடையில் தரையில் ஒரு பேப்பர் நுழையும் அளவு இடம் இருப்பதை கவனித்து குனிந்து பார்த்தான்... அதன் வழியே சார்லஸின் நிழலை பார்க்க முடிந்தது அவனால்...

சமயோஜிதமாக யோசித்தவன் கையில் இருந்த தீஸிஸ் பேப்பரை எடுத்து அதை மிகவும் சிரமப்பட்டு சார்லஸ் இருக்கும் இடத்தை நோக்கி தரையோடு தரையாக தள்ளினான்...

அந்த பேப்பர் சிறிது சிறிதாக வெளிப்பட்ட நேரம் சார்லஸிற்கு ஏதோ போன் வந்தது... போனில் கேட்ட செய்தி அவன் தலையில் பேரிடியை இறக்கியது போல் ஆக பேப்பர் வந்த திசைக்கு எதிர்திசையில் மடங்கி அமர்ந்தான்...

20

" சார்லஸ்.... சார்லஸ்... நான் கூப்பிடுறது கேட்குதா... சார்லஸ்..." தரையில் படுத்தவண்ணம் நீரஜ் கேட்க...

தன்னை யாரோ அழைப்பதை போல் உணர்ந்த சார்லஸ் சுற்றும் முற்றும் பார்த்தான்... அப்போது நீரஜ் உள்ளிருந்து வெளியே தள்ளிய அந்த பேப்பர் அவனுடைய கண்ணில் பட... அந்த பேப்பரை எடுக்க குனிகையில் அவனுக்கு நீரஜின் சத்தம் மிகவும் மெதுவாகக் கேட்டது... அவனும் நீரஜைப் போல தரையில் படுத்துக் கொண்டு... சார்... சார்... என்று இருமுறை அழைத்துப் பார்த்தான்...

" சார்லஸ் இந்த சுவரை உடைச்சு எப்படியாவது எங்களை வெளியே கொண்டு வாங்க..." என்றான் நீரஜ்...

அடுத்த அரை மணி நேரத்தில் திலீப் நீரஜ் இருவரும் வெளியே வந்தனர்... சுவரை உடைத்து அவர்களை வெளியே கொண்டு வந்தான் சார்லஸ்...

" நீங்க எப்படி சார் இதுக்குள்ள மாட்டினீங்க..." சார்லஸ் கேட்க...

" இந்த இடம் ரொம்ப விசித்திரமா இருக்கு... குறிப்பிட்ட இடத்தில் கை வைச்சா நம்ம கைரேகையை ஸ்கேன் பண்ணி சுவரில் இருக்கிற கதவு திறந்து உள்ளே போயிடுறோம்... அப்படி ப்ளான் பண்ணி வைச்சிருக்காங்க..."

" அப்ப இதுவரை உள்ள போனவங்க எப்படி வெளியே வந்து இருப்பாங்க..." சார்லஸ் கேட்க...

" நான் உள்ளே போன உடனே என்னைக் காப்பாத்துறேன்னு என் பின்னாடியே இவனும் உள்ள வந்து மாட்டிக்கிட்டான்... எனக்குத் தெரிஞ்சி தப்பான கை ஸ்கேன் ஆச்சுன்னா மறுபடி திறக்க முடியாதபடி லாக் ஆகுற டெக்னிக் போல இது... சரி உங்களுக்கு போனில் என்ன செய்தி வந்தது... எதுக்காக அப்படி உடைஞ்சி போய் இருந்தீங்க..." நீரஜ் கேட்க...

" இல்லை சார்... அடையாளம் தெரியாத இரண்டு ஆண்களோட பிணம் எரிந்த நிலையில் இருக்குன்னு எனக்கு போன் வந்தது... அது நீங்க இரண்டு பேருமோன்னு நினைச்சு நான் பயந்துட்டேன் அவ்வளவு தான்..." சார்லஸ் சொல்ல...

" நீங்க இவன் கூப்பிடுறதைக் கேட்கலன்னா கடைசியில் எங்க நிலைமையும் அப்படித்தான் ஆகி இருக்கும்..." என்றான் திலீப்...

" சரி சார்லஸ்... இப்ப நமக்கு முக்கியமான ஒரு வேலை அந்த ராஜாராமை தேடிப் பிடிப்பது... அவரைப் பிடிச்சா தான் அடுத்த கட்டத்துக்கு இந்த கேஸ் மூவ் ஆகும்...அவரோட போட்டோவை எல்லா போலீஸ் ஸ்டேசனுக்கும் செக் போஸ்-டுக்கும் டோல் கேட்டுக்கும் அனுப்புங்க... முக்கியமான விஷயம் அவன் உயி-ரோட வேணும்..." என்றான் நீரஜ்...

தான் பத்திரப்படுத்திக்கொண்ட டெஸ்டியூப்பில் இருந்த பாக்டீரியாக்கள் யாவும் பயனற்றவை என்பதை சோதனை மூலம் அறிந்து கொண்டான் நீரஜ்...

தான் இதுவரை கண்டுபுடித்த அனைத்தையும் கமிஷ்னரிடம் கூறி முடித்து ராஜாராமைத் தேடும் பணியை முடிக்கிவிடுவதற்காக உதவி கோறினான்...

" குட் ஜாப் நீரஜ்... அப்புறம் நீங்க கேட்ட மீனம்பாக்கம் லக்கேஜ் செக்கிங் நடக்கிற இடத்தில் குறிப்பிட்ட அந்த நாளோட சிசிடிவி வீடியோ இந்த பென்ட்-ரைவில் இருக்கு... கூடிய சீக்கீரம் அந்த டாக்டர் பொண்ணு யாருன்னு கண்டுபு-டிச்சிடுங்க..." என்றார் கமிஷ்னர்...

" சார்... இப்பவரைக்கும் இந்தக் கேஸில் ஒரு பொண்ணு சம்பந்தப்பட்டு இருக்கான்னு யாருக்கும் தெரியாது... எங்க கூடவே இருக்கிற சார்லஸிற்குக் கூட இது தெரியாது... ராஜாராம் தான் எல்லாக் கொலைகளையும் பண்ணி இருக்கா-ருன்னு நாங்க எல்லாருக்குமே தெரியப்படுத்தி இருக்கோம்....

நீங்களும் கொஞ்சம் மனசு வைக்கனும்... எல்லாம் இரகசியமா நடக்கனும்... அப்பதான் சுதந்திரமா நடமாடுற அந்தக் கொலையாளியை நாம கண்டுபுடிக்க முடியும்..." என்று தன் கருத்தை முன்வைத்தான் நீரஜ்...

"கண்டிப்பா நீரஜ்... இந்தக் கேஸில் இவ்வளவு தூரம் கண்டுபுடிச்ச நீங்க சீக்-கிரம் மிச்சத்தையும் கண்டுபுடிங்க... பெஸ்ட் ஆப் லக்..." என்றார்...

" எஸ் சார்..." என்றுவிட்டு நீரஜீம் திலீப்பும் அந்த அறையை விட்டு வெளியே வர வெளியே ஏதோ ஒரு அவசரத்தில் அங்கும் இங்கும் நடந்து கொண்டிருந்தான் சார்லஸ்...

" ஹலோ சார்லஸ்... என்னாச்சு உங்களுக்கு... ஏன் குறுக்கும் நெடுக்கும் நடந்துக்கிட்டு இருக்கீங்க..." நீரஜ் கேட்க...

" சார்... வந்துட்டீங்களா??? உங்களுக்காக தான் காத்துக்கிட்டு இருந்தேன்... என்னோட வொய்ப்புக்கு ஆண் குழந்தை பிறந்து இருக்காம்... இப்ப தான் நியூஸ் வந்தது... நான்... நான் கிளம்பனும் சார்... ப்ளீஸ்... அண்டர்ஸ்டேண்ட் மை ஷிட்-சுவேஷன்..." சார்லஸ் ஒரு வித பதற்றத்துடன் சொல்ல...

" என்ன சார்லஸ் உங்க வொய்ப்புக்கு பேபி பிறந்திருக்குன்னு சொல்றீங்க... உங்க இரண்டு பேருக்கும் னு சேர்த்து சொல்லுங்க... எனிவே கன்கிராட்ஸ்...

அதோட இந்தக் கேஸ் இன்ஸ்வெஸ்டிகேசன் எல்லாத்தில் இருந்தும் இந்த நிமிஷம் உங்களை விடுவிக்கிறேன்.. நீங்க தாராளமா உங்க மனைவி குழந்தைங்க கூட நேரம் செலவிடலாம்..." என்றான் நீரஜ்...

" தேங்க்யூ சார்... தேங்க் யூ சோ மச்..." என்றவன் ஓட்டமும் நடையுமாக அங்கிருந்து கிளம்பினான்... ஆனால் பாவம் அன்றைய இரவே அவன் இதே போல் ஓட்டமும் நடையுமாக நீரஜை வந்தடைவான் என்று அவனுக்குத் தெரியவில்லை...

மலர் மருத்துவமனை...

" ஹே தொல்ஸ்... என்னாச்சு... எங்க போற..." சார்லஸ் கேட்க...

" இல்ல டா அர்ச்சனாவுக்கு ஏதோ பிரச்சனை போல... அவ என்னை போன் பண்ணி உடனே வரச் சொன்னா அதனால் தான் போறேன்... நீ ஷாலினியை பார்த்துக்க..." என்றுவிட்டு பதிலுக்குக் கூட காத்திராமல் ஓடினான் தொல்காப்பியன்...

இவன் உள்ளே சென்று பார்க்க ஷாலினி ஆழ்ந்த உறக்கத்தில் இருந்தாள் அருகே குழந்தை கிடத்தப்படும் தொட்டிலோ காலியாக இருந்தது...

" நீரஜ்... அந்த ஜமீன் வீட்டில் இருந்து நமக்கு கிடைச்ச எலும்புக்கூடு எல்லாமே அந்த வீட்டு ஆளுங்களோடது தான்... DNA ரிப்போர்ட் ல கன்பார்ம் ஆகிடுச்சு..." திலீப் சொல்ல...

" உளறாத... 14 பிணத்தில் பதின்மூன்று தான் அந்த குடும்பத்தோடது... மிச்சம் இருக்கிற அந்த ஒற்றைப் பிணம் அது யாரோடதுன்னு நாம கண்டுபுடிக்கனும்...." என்றான் நீரஜ்...

" அதையும் அனலைஸ் பண்ணி ரிபோர்ட் வாங்கியாச்சு... இறந்து ரொம்ப நாள் ஆனதால சரியா அனலைஸ் பண்ண முடியல... உடம்புல எந்த இடத்திலும் காயம் இறந்ததற்கான தடயமே இல்லை... ஆனா கழுத்து எலும்பு டேமேஜ் ஆகி இருக்குன்னு ரிபோரேட் வந்து இருக்கு..." என்றான் திலீப்...

" ஓஓஓ..." இதுதான் நீரஜின் பதிலாக அமைந்தது...

" சரி திலீப்... கமிஷ்னர் நம்மகிட்ட கொடுத்த வீடியோ க்ளிப்பிங்கை ப்ளே பண்ணு.... ஏதாவது கிடைக்குதான்னு பார்க்கலாம்..."

" திலீப் இங்க பாரு... இந்த ஆள் தன்னோட பேண்ட் பாக்கெட்டில் போனை வைக்கிறேன்னு தவற விடுறான் பாரு... இந்த போனும் நமக்குக் கிடைச்ச போனும் ஒரே மாதிரி இருக்கு பாரு..."

" அதைத்தான் திலீப் நானும் பார்க்கிறேன்... இந்த ஆங்கிளில் இவனோட முகம் சரியாத் தெரியல... வேற ஆங்கிள் மாத்து..."

" எஸ் ஸ்டாப்.... இந்த ஆங்கிளில் முகம் நல்லாத் தெரியுது... ப்ரீஸ்ஸ்.. நம்ம கணிப்பு சரின்னா நாம தேடுற அந்த டாக்டர் பொண்ணுக்கும் இவனுக்கும் நிறை-

யவே சம்பந்தம் இருக்கு...

நீ என்ன பண்ற.... இவனோட முகத்தை தமிழ்நாடு வோர்டர்ஸ் லிஸ்ட் டேட்டாபேஸ் ல சேர்ச் பண்ணு... இவன் பேரு எந்த ஊர் என்ன பண்றான்... இப்ப இந்த நேரத்தில் என்ன பண்றான்னு கண்டுபுடி... தூக்கு அவனை... இவனைப் பிடிச்சா கிட்டத் தட்ட இந்த கேஸ் முடிஞ்சிடும்..."

பவானி மருத்துவமனை என்ற பெயர் கொண்ட அந்த மருத்துவமனையின் வரவேற்பைத் தாண்டி உள்ளே சென்று கொண்டிருந்தவளின் அலைபேசி ஒலிக்க...

சுற்றும் முற்றும் பார்த்துவிட்டு அதனை ஆன் செய்து காதிற்குக் கொடுத்தாள்... அதில் சொல்லப்படும் தகவல்கள் அனைத்தையும் முகம் சுழிக்காமல் கேட்டுக்கொண்டும் எதிரே வரும் அனைவரின் வணக்கத்தையும் ஏற்றுக்கொண்டு புன்னகை முகத்துடன் தன் அறைக்குள் வந்தவள் யாரும் கதவை திறக்காவண்ணம் சாத்திவிட்டு எதிர்பக்கம் இருந்தவனை காட்டு காட்டென்று காட்டினாள்...

" என்ன இவ்வளவு அசால்ட்டா சொல்ற... அந்த பாடி யாரோடதுன்னு தெரியும் தானே... அதை போலீஸ் கண்டுபிடிச்சா என்ன ஆகும்... உன்னோட வாழ்க்கையே க்ளோஸ்... நம்மளோட கனவு என்னாகிறது...

நான் போட்டுக் கொடுத்த ப்ளான் படி நடந்தவரைக்கும் எல்லாம் நல்லா போய்க்கிட்டு இருந்தது... எப்போ உன்னோட இஷ்டப்படி நான் விட்டேனோ அப்ப இருந்து நாம சறுக்க ஆரம்பிச்சிட்டோம்...

உனக்கு கொஞ்சம் கூட அறிவே இல்லை... சுயமா ஒரு விஷயத்தைக் கூட பிரச்சனை இல்லாம செஞ்சு முடிக்க முடியல... எப்ப பார்த்தாலும் ஏதாவது ஏடாகூடமாப் பண்ணிட்டு கடைசியில் என்கிட்ட வந்து நிக்கிறதே உனக்கு வேலையாப் போச்சு...

" சரி நான் சொல்றதைக் கேளு... இனிமேல் நாம தப்பிக்கனும் னா அதுக்கு ஒரே வழி தான் இருக்கு... அந்த பாடியை அழிக்கனும்... அது யாருன்னு கடைசி வரைக்கும் தெரியவே கூடாது... இதையாவது பிரச்சனை வராமப் பண்ணு..." என்றுவிட்டு லைனைக் கட் செய்துவிட்டு எதைப் பற்றியோ ஆழ்ந்து சிந்திக்கலானாள்...

மாலை வேளை முடிந்து இரவு வந்த நேரம்... " நீரஜ் நாளைக்கு காலையில் நீ கேட்ட இந்த ஆளோட எல்லாத் தகவலும் வந்திடும்... அதுக்கு அப்புறம் என்ன ப்ளான்..."

" தெரியல திலீப்... இதுவரைக்கும் நாம இந்த கேஸை நகர்த்தல... இந்த கேஸ் தான் நம்மளை நகர்த்தி இந்த இடத்துக்கு கொண்டு வந்து நிறுத்தி இருக்கு... இதுக்கு மேலையும் எப்படி போகுதோ நாமும் அப்படியே போவோம்..." என்றான்...

" சரி நீரஜ்... நான் சில தகவல்கள் சேகரிச்சிக்கிட்டு வந்திருக்கேன்... உபயோகப்படுமான்னு தெரியல... இருந்தாலும் கேளு...

1. அந்த ரகுநாத் சொன்னது எல்லாமே உண்மை... கனடாவில் அவன் வேலை பார்த்த இடம் தங்கியிருந்த இடம் எல்லாத்திலையும் இந்தியன் எம்பஸி மூலமா ஆட்களை விட்டு நேரடியா போய் செக் பண்ணியாச்சு...

2. அப்புறம் ஐமீன் கொலை வழக்கில் சந்தேகப்பட்டு பிடிச்சி அப்புறமா ரிலீஸ் ஆன எல்லாரிடமும் தனித்தனியா விசாரணை நடத்தியதில் வேலிட் க்ளூ ஒன்னு கிடைச்சிருக்கு...

அந்த வீட்டில் சமையல் வேலை பார்த்த ராணி தற்கொலை பண்ணி செத்துப் போய் இருக்காங்க... அதுவும் அந்த ஐமீன் கொலைகள் நடந்து சரியா ஒரு வருஷ காலத்திற்குள்ள...

அவங்க செத்ததுக்கு முந்தின நாள் ராஜாராம் அங்க வந்ததாகவும் அவங்க இரண்டு பேருக்கும் இடையில் காரசாரமா சண்டை நடந்ததாகவும் அந்தச் சண்டையில் ராஜாராம் ராணியை கீழே தள்ளிவிட்டதாகவும் ராணியோட புருஷன் சொல்லி இருக்காரு...

அதுவரை நல்லா இருந்த ராணி அடுத்தடுத்த நாட்களில் ஏதோதோ சொல்லி புலம்பிக்கிட்டே இருந்துச்சாம்... பெரிய குடும்பத்துக்கு நான் துரோகம் பண்ணிட்டேன்...

இந்தப் பாவத்தை நான் எங்க போய் தொலைக்கப் போறேன்னு தெரியலையேன்னு சொல்லி அழுதுச்சாம்... அதோட தொடர்ச்சியா செத்தும் போச்சாம்... " என்றான் திலீப்...

" சோ சாப்பாட்டில் தூக்கமாத்திரை கலந்து கொடுத்தது ராணி... கொடுக்கச் சொன்னது எம்எல்ஏ பழனிச்சாமி.... ராணியைக் கொன்னது ராஜாராம்..."

" ஆனா ராணி தற்கொலை தானே பண்ணிக்கிட்டாங்க..." திலீபே கேட்க...

" என்னோட யூகப்படி அது தற்கொலை இல்ல கொலை... ராணி கீழே விழுந்ததில் தலையில் அடிபட்டிருக்கும்... ஹாஸ்பிட்டல் கூட்டிட்டு போய் இருப்பாங்க... அங்க வைச்சு அந்த ப்ரைன் பாக்டீரியா இன்செக்சன் நடந்து இருக்கும்... அதோட கண்ட்ரோலால் தான் ராணி இறந்து போய் இருக்கனும்..." என்றான் நீரஜ்...

" அப்படின்னா அந்த ப்ரைன் பாக்டீரியாவோட முதல் பலி ராணின்னு சொல்றியா நீரஜ்..."

" வாய்ப்பு இருக்கு திலீப்... ஆனா ராணியோட கொலை நடந்தது 2013 இல்ல 2014 இருக்கும்... அப்படி இருக்கும் போது அடுத்தடுத்த கொலைகளை நடத்த ராஜாராம் ஏன் இவ்வளவு வருஷங்கள் எடுத்திருக்கனும்..."

" எப்படியும் நாளைக்குள்ள ராஜாராம் பிடிபட்டுடுவாரு.. அப்புறம் நாம எல்லாத்தையும் அவர்கிட்ட இருந்து தெரிஞ்சிக்கலாம்... இப்ப நீ நிம்மதியா தூங்கு..." என்றான் திலீப்...

அடுத்த நாள் விடியல் பலவித திருப்பங்களுக்காக காத்திருந்தது...

21

அடுத்தநாள் காலை நீரஜின் போன் விடாமல் அடித்துக்கொண்டே இருந்தது... எடுத்துப் பார்க்க சார்லஸின் பெயர் ஒளிர்ந்தது... மணியைப் பார்க்க அதுவோ காலை ஆறு மணி என்று காட்டியது...

" என்ன சார்லஸ்... என்ன இந்த நேரத்தில் போன் பண்ணி இருக்கீங்க..." தூக்கக் கலக்கத்தில் கேட்க...

" சார் என்னோட வொய்ப்பைக் காணும் சார்..."

" என்ன சொல்றீங்க சார்லஸ்..." என்றான் பதறியபடி...

" குழந்தை வீக்கா இருக்கிறதால இங்குபெட்டர் ல வைச்சிருந்தாங்க... அதனால அவ குழந்தையைப் பார்க்கக் கூட இல்லை... நைட் புலம்பிக்கிட்டே இருந்தவளை நான் தான் சமாதானம் பண்ணி தூங்க வைச்சேன்...

காலையில் எழுந்து பார்த்தா அவளைக் காணும் சார்... சிசிடிவி செக் பண்ணா... யாரோட கமெண்டுக்கோ கட்டுப்பட்டு போகுற மாதிரி தன்னையும் மறந்து எங்க போறோம் னு தெரியாம போய்க்கிட்டு இருக்கா...

எனக்கு ரொம்ப பயமா இருக்கு சார்... குழந்தை பெத்த பச்சை உடம்பு.... என்ன பண்றது... யாருக்கு சொல்றதுன்னு ஒன்னுமே புரியல... அதான் சார் உங்களுக்கு போன் பண்ணேன்..."

" ஓகே... கூல்... கூல்... டென்சன் ஆகாதீங்க... அவங்களால ரொம்ப தூரம் நடக்க முடியாது... பக்கத்தில் தான் எங்கேயாவது போய் இருப்பாங்க... கண்டிப்பா கண்டு புடிச்சிடலாம் நீங்க பயப்படாதீங்க... உங்க குழந்தை....." என்றான் தயங்கியபடி...

" குழந்தை.. குழந்தைக்கு ஒன்னும் இல்லை சார்.. குழந்தை இப்ப என்கிட்ட தான் இருக்கு... ஆனா என் ஷாலினி..."

" ஒன்னும் ஆகாது சார்லஸ்... யாராவது நம்பிக்கையான ஆளாப் பார்த்து அவங்ககிட்ட குழந்தையை ஒப்படைச்சிட்டு கூட நாலு பேரை சேர்ந்துக்கிட்டு அந்த ஏரியா புல்லா நல்லாத் தேடிப் பாருங்க...

நானும் சீக்கிரமா கிளம்பி ஸ்பாட்டுக்கு வரேன்... பதட்டமாகாதீங்க..." என்றுவிட்டு குளிக்கச் சென்ற நீரஜ் திரும்பி வந்த நேரத்தில் அவனுடைய போன் தன்னுடைய கடைசி ஒலியை எழுப்பிவிட்டு அணைந்தது...

நீரஜ் சென்று பார்க்க அதில் திலீப்பின் ஆறு மிஸ்டுகால் இருந்தது...

" திலீப் என்னாச்சு... எதுக்காக இத்தனை தடவை போன் பண்ணி இருக்க..."

" நீரஜ்.... அந்த போட்டோவில் இருந்தவனைக் கண்டுபுடிச்சாச்சு... அவன்... அவன்..." திலீப் சொல்லிக் கொண்டிருக்க...

" ஹலோ... ஹலோ... திலீப்... நீ பேசுறது எனக்குக் கேட்கல... கொஞ்சம் தள்ளி வந்து பேசு... ஹலோ... திலீப்... நான் பேசுறது உனக்குக் கேட்குதா..." கத்தினான் இவன்...

" ச்சே... இந்த நேரத்திலா இப்படியெல்லாம் ஆகனும்... என்றவன் தன் தொடையில் தட்ட கை நழுவி போன் கீழே விழுந்தது...

"இதுக்கு பேரு தான் அடிமேல் அடியான்னு தெரியல... இப்ப இந்த விஷயத்தை நான் நீரஜ் கிட்ட சொல்லியே ஆகனுமே... என்ன பண்றது" தவிப்பில் ஆழ்ந்தான் திலீப்...

" சார்... எனக்கு ரொம்ப பயமா இருக்கு சார்... எங்க தேடியும் ஷாலினி கிடைக்கல... அவ ஏதோ ரோபோ மாதிரி போறதைப் பார்த்தா அந்தக் கொலைகாரன் தான் ஏதும் பண்ணி இருப்பானோன்னு சந்தேகமா இருக்கு..." என்றவண்ணம் அழுதான் சார்லஸ்....

" சார்லஸ் அழாதீங்க... அந்த சிசிடிவி வீடியோவை எனக்குக் காட்டுங்க... நான் அதைப் பார்க்கனும்..."

சார்லஸ் காட்ட அதைப் பார்த்த நீரஜிற்கு ஒரு சந்தேகம் எழுந்தது... அதைக் குறித்து சார்லஸிடம் வினவ முதலில் அதிர்ந்த அவன் அதைப் பற்றி தெரியாது என்று சாதித்தான்... ஆனால் நீரஜ் விடாப்பிடியாகக் கேட்க ஒருவழியாக தன்னுடைய சந்தேகத்தை அவனிடம் சொன்னான் சார்லஸ்....

நீரஜின் போன் ஒலிக்க திலீப்பின் நம்பரைப் பார்த்ததும் உடனே அட்டண்ட் செய்தான்... " ஸ்சாரி திலீப்... நான் இங்க இருந்த ஒரு பிரச்சனையில் உன்னை மறந்துட்டேன்... ஆமா நீ ஏதோ சொன்னியே... என்ன சொன்ன..."

" அதை விடு... இப்ப நீ எங்க இருக்க... என்ன பிரச்சனை அதைச் சொல்லு..." என்றான் திலீப்...

நீரஜீம் நடந்ததை சொல்ல... தான் கண்டுபிடித்த அனைத்தையும் சொல்லி கேஸிற்கு ஒரு முற்றுப்புள்ளி வைத்தான் திலீப்...

" ஓ மை காட்... என்ன சொல்ற திலீப் நீ... இத்தனை நாளா குற்றவாளியை நாம பக்கத்திலே தான் வைச்சிருந்தோமா??? சரி இதை எதையும் நீ காட்டிக்காத... யார் கிட்டவும் இதைப் பத்தி பேசாத... நேரா இங்க மலர் ஹாஸ்பிட்டல்

வந்திடு..." என்றான்...

" சரி நீரஜ்..." என்றுவிட்டு கிளம்பினான் திலீப்...

" சார் அங்க பாருங்க..." சார்லஸ் சொல்ல... திரும்பிய நீரஜின் பார்வையில் அங்கு ஓடிக் கொண்டிருந்த டிவி தெரிந்தது...

முக்கியச் செய்திகள்... சென்னையில் சில நாட்களாக தொடர்ந்து நடந்து வந்த மர்மமான தற்கொலைகள் அனைத்தும் தற்கொலை அல்ல திட்டம் போட்டு நடத்தப்பட்ட கொலைகள் என்றும் அதைச் செய்தது தான் தான் என்றும் ஒரு மர்மநபர் தானாக முன்வந்து இருக்கிறார்... அவரிடமான ஒரு நேர்காணல்... என்ற செய்தி வரவும்...

"ச்சே... இந்த ராஜாராம் அங்க ஏன் போய்த் தொலைஞ்சார்... இந்த ப்ரைன் பாக்டீரியா பத்தின விஷயங்கள் வெளியே தெரிய வந்துச்சுன்னா பெரிய பிரச்சனை ஆகுமே... " தலையைத் தேய்த்தான் நீரஜ்...

" வணக்கம் சார்... உங்களோட பெயர் என்னன்னு தெரிஞ்சுக்கலாமா???" லைவ்வாக ராஜாராமிடம் பத்திரிக்கைக் காரர்களின் விசாரணை ஆரம்பமானது...

" அவர் தான் ஒரு லூசு... அங்க வந்து நின்னாருன்னா... ஒருத்தனாவது போலீஸ் ஸ்டேசனிலோ இல்லை கோர்ட்டிலோ போய் ஆஜாராகுங்கன்னு சொல்லாம பக்கிங்க... டிஆர்பி ஐ ஏத்துறதுக்காக விசாரணை பண்ணுதுங்க பாருங்க... அறைவேக்காடுங்க..." கோபத்தில் கொத்தளித்தான் நீரஜ்...

அப்போதைக்கு அதை வேடிக்கை பார்ப்பதை விட அந்த லைவ் நிகழ்ச்சியைத் தடை செய்ய வேண்டும் என்ற முடிவுடன் அந்த சேனலின் மேலதிகாரியை அனுகினான்... ஆனால் அவனை நிலையத்திற்குள்ளும் அனுமதிக்கவில்லை... அவனுடைய போனையும் எடுக்கவில்லை யாரும்...

" என் பேரு ராஜாராம்..."

" நீங்க இதுவரைக்கும் எத்தனை பேரைக் கொன்னு இருக்கீங்க..."

" சமையல்காரி ராணி

ஹெட் கான்ஸ்டபிள் வரதன்

எஸ் ஐ பூங்காவனம்

ஏசி கோவிந்தன்

ஏட்டு சாலமோன்

இன்ஸ்பெக்டர் செல்வம்

எஸ் ஐ சபாபதி

காலேஜ் ஸ்டூடண்ட் சரவணன்

ரௌடி திரவியம்

டாக்டர் பாலு

எம்எல்ஏ பழனிச்சாமி..."

" அடக்கடவுளே இத்தனை பேரா... எதுக்காக இத்தனை பேரையும் கொன்னீங்க..."

" பழிவாங்குறதுக்காக..."

" பழிவாங்குறதுக்கா... எதுக்காக பழிவாங்குனீங்க... பழிவாங்குற அளவுக்கு இத்தனை பேரும் என்ன பாவம் பண்ணாங்க..." என்ற ஒருவரின் கேள்விக்கு பதில் சொல்ல ஆரம்பித்தார் ராஜாராம்...

" கொஞ்ச வருஷத்துக்கு முன்னாடி ஒரு ஜமீன் குடும்பம் மொத்தமா தற்கொலை பண்ணி இறந்து போனாங்களே... அது தற்கொலை இல்லை... கொலை... திட்டம் போட்டு செய்யப்பட்ட கொலை... அதைப் பண்ணது இவங்க எல்லாரும் தான்...

என் குடும்பம் மொத்தத்தையும் கொன்ன இவங்களை நானும் கொன்னேன்... எப்படி கொலையை தற்கொலையா மாத்துனாங்களோ நானும் அதே மாதிரி கொலையை தற்கொலையா நானும் மாத்தினேன்...."

" ஒரே குடும்பத்தைச் சேர்ந்தவங்க பதின்மூன்று பேர் இறந்தாங்கன்னு ஒரு கேஸ் தமிழ்நாடு முழுக்க ரொம்பப் பரபரப்பா பேசப்பட்டுச்சே அந்த கேஸா சார்..."

" ம்ம்ம்... உங்களுக்கெல்லாம் பரபரப்பா பேச மட்டும் தான் தெரியும்... வேற என்ன தெரியும்... வலியும் வேதனையும் பக்கத்தில் இருந்து அனுபவிக்கிறவங்களுக்குத் தான் தெரியும்..." என்றார் ராஜாராம்...

" சார் என்ன நடந்துச்சுன்னு கொஞ்சம் தெளிவா சொல்லுங்க சார்..."

" அது ஒரு மழை இரவு... அன்னைக்கு ஒரு மணி நேரத்திற்கும் மேல பயங்கர மழை... அப்ப எங்க வீட்டுத் தோட்டத்தில் இருந்த ஒரு தென்னைமரம் பக்கத்தில் இருந்த ஒரு சமாதி மேல விழுந்திடுச்சி...

அந்த சமாதி... எங்க ஜமீனோட மூதாதையர்களோடதுன்னு எங்களுக்குச் சொல்லப்பட்டது... ஆனா உண்மையில் அது யாரோட சமாதின்னு எங்களுக்கு அப்ப தான் தெரிய வந்தது...

எங்க பெரிய ஜமீன் பூபதி அய்யாவோட தாத்தா காலத்தில் ஜமீனில் நாட்டியம் ஆட வந்த ஒரு அழகி பேரு தெய்வானை... பேருக்கு ஏத்த மாதிரி தெய்வாம்சம் பொருந்திய பொண்ணு...

அந்தப் பொண்ணைப் பார்த்ததும் பூபதி அய்யாவோட அப்பா ராஜாவர்மனுக்கு அந்தப் பொண்ணை ரொம்பப் புடிச்சுப் போச்சு... அந்தப் பொண்ணை காதலிக்க ஆரம்பிச்சு இருந்திருக்காரு...

இது அவரோட அப்பாவுக்கு தெரிய வந்து பிரச்சனை ஆகி ராஜவர்மனைக் கூப்பிட்டு அந்தப் பெண்ணை ஆசை நாயகியா வேணும்னா வைச்சிக்க ஆனா கல்யாணம் பண்ணி ஜமீன் வம்சத்தில் சேர்க்கக் கூடாதுன்னு சொல்லி இருக்காரு... இதுக்கு ராஜா ஒத்துக்காததால அந்தப் பொண்ணு தெய்வானைகிட்ட பேசி இருக்-

காரு...

அந்தப் பொண்ணும் தன்னோட காதலில் உறுதியா இருந்திருக்கு... ஒருநாளாச்சும் ராஜவர்மனோட வாழனும் இல்லைன்னா உயிரோட இருக்கிறதே அர்த்தமில்லைன்னு சொல்லி அழுதிருக்கு...

நீ அவனோட மரியாதையோட வாழனும் னு ஆசைப்பட்டா அது நடக்கவே நடக்காது... ஆடல் அழகியான உன்னை எங்க ஐமீனோட மருமகளா ஏத்துக்க முடியாது... இதுக்கு மேலையும் நீ உன் முடிவை மாத்திக்கலன்னா உன்னை உயிரோட சமாதியாக்க வேண்டி இருக்கும் னு மிரட்டி இருக்காங்க...

அதுக்கும் நான் தயார்... ஆனா ஒருநாள் என்னை அவரோட மரியாதையோடு வாழ விடுங்கன்னு அந்தப் பொண்ணு ராஜவர்மனோட அப்பா காலில் விழுந்து அழுதிருக்கு...

திட்டம் அனைத்தும் தீட்டப்பட்டது... மகனை பகைச்சிக்க விரும்பாத அப்பா அந்தப் பொண்ணோட யோசனையை ஏத்துக்கிட்டாரு... இரகசியமா கல்யாணம் முடிந்தது... ஐமீனோட மருமகளுக்குக் கொடுக்கப்பட வேண்டிய அனைத்து மரியாதையும் அந்தப் பொண்ணுக்கு கொடுக்கப்பட்டது...

அந்தப் பொண்ணு அன்றைய இரவு முடிந்து காலை தன்னோட மரணத்தை சந்தோஷமா ஏத்துக்கிச்சு... அந்தப் பொண்ணோட சமாதி தான் அது... அந்தப் பொண்ணோட சமாதியில் இருந்து கிடைக்கப்பட்ட இரும்புப் பட்டயத்தில் இருந்து தான் எங்களுக்கு எல்லாம் தெரிய வந்தது...

அந்தக் காலத்து ஆட்களுக்கு மறுபிறவி மேல நம்பிக்கை உண்டு... அந்தப் பொண்ணு அடுத்த பிறவியில் ஒரு பெரிய செல்வந்தர் குடும்பத்தில் பிறந்து செல்வச்செளிப்போட சந்தோஷமா வாழனும் னு நினைச்ச பெரிய ஐமீன் தன்னோட ஐமீனின் இரத்தினக்கற்களில் பாதியை அந்த கல்லறையில் சேர்த்து வைச்சு கட்டி இருக்காரு...

இறந்து போனவங்களோட சேர்த்து வைச்சுப் பிதைக்கும் பொருட்கள் அடுத்த பிறவியில் அவர்களுக்கு சொந்தமாகும் னு அந்த காலத்துக்கு ஆட்களுக்கு நம்பிக்கை...

சமாதி உடைஞ்சதால எங்க பெரியய்யா பூபதி அந்தப் பொண்ணோட எலும்புகளை முறைப்படி தகனம் பண்ணிட்டு அந்த கல்லறையில் இருந்த இரத்தினக்கற்களை கணக்கிட்டார்...

வைரம் வைடூரியம் மாணிக்கம் முத்து பவளம் கோமேதகம் மரகதம் னு நவரத்தினக்கல்... கிட்டத்தட்ட நூறு கோடிக்கும் மேல இருந்தது... அதில் பாதியை கவர்மெண்டுக்கு கொடுக்க நினைச்சாரு அய்யா... அதுதான் அவருக்கு எமனா போகிடுச்சு...

சொல்ல சொல்லக் கேட்காம அந்த கொட்டுற மழையிலே அவர் அந்த ஏரியா கவுன்சிலரைப் பார்க்கப் போனாரு... அவன் தான் இப்ப செத்துப் போன ஏம்எல்ஏ பழனிச்சாமி...

முறைப்படி நாளைக்கு கலக்ட்டோரோட வந்து வாக்கிக்கிறோம் னு சொல்லி எங்க ஐயாவை அனுப்பி வைச்சவன் அவனுக்குத் தெரிஞ்ச போலீஸ் சிலபேரை கூட்டு சேர்த்துக்கிட்டு ரொம்ப மோசமான திட்டம் ஒன்னைப் போட்டான்..." என்று நிறுத்திய ராஜாராம் லேசாக கண் கலங்கினார்...

22

" எங்க பூபதி அய்யாகிட்ட இருந்து அந்த பொக்கிஷப் புதையலை வாங்கிட்டு அதை அவங்களே வைச்சிக்கலாம் னு திட்டம் போட்டு இருக்காங்க... போட்ட திட்டத்தை நிறைவேத்த அன்னைக்கு அய்யாவைத் தேடி வந்தாங்க எல்லாரும்...." என்று நிறுத்தியவர் அந்நாளின் நினைவுக்குச் சென்றார்...

" அடடே வாங்க கவுன்சிலர் சார்... வாங்க... கலெக்டர் சார் பின்னாடி வறாங்களா???" பூபதி கேட்க...

" அய்யா கலெக்டர் சாருக்கு திடீர்னு உடம்புக்கு முடியாம போகிடுச்சி... அதனால அவரோட பிஏவை எங்ககூட அனுப்பி வைச்சு இருக்காரு..." என்றுவிட்டு ஒருவரைக் காண்பித்தான் பழனிச்சாமி...

" அட... என்ன சார்... கொஞ்சம் வந்துட்டு போய் இருக்கலாமே... சரி பரவாயில்லை... இதில் நான் சொன்ன மாதிரி பொக்கிஷத்தில் பாதியை எடுத்து வைச்சி இருக்கேன்... இந்தாங்க... இதோட இந்தக்கால மதிப்பு கிட்டத்தட்ட ஐம்பது கோடி..."

" அடேங்கப்பா... எங்ககிட்ட கொடுக்கிறதே ஐம்பது கோடின்னா அப்ப உங்ககிட்ட இருக்கிறது மொத்தம் நூறு கோடிக்கு மேல தேறும் போலவே.." பழனிச்சாமி கேட்க...

" என்ன சார் என்னை சந்தேகப்படுற மாதிரி பேசுறீங்க... நான் உங்களை மாதிரி படிச்சவன் இல்லை தான்... படிக்காதவன் ஆனா என்னோட உடம்பில் ஓடுறது ராஜ ரத்தம்... எங்களுக்கு அடுத்தவங்களுக்கு கொடுத்து பழக்கப்பட்டதே தவிர யாரையும் ஏமாத்தி பழக்கம் இல்லை...

சரிசமமா பிரிச்சி இதில் ஒரு பங்கை அரசாங்கத்துக்கு கொடுக்கனும் னு முடிவு பண்ணது நான்... அதுக்கு என்னோட குடும்பத்தில் யாரும் ஒருவார்த்தை கூட எதிர்ப்பு சொல்லல... ஏன் தெரியுமா அவங்க உடம்பில் ஓடுவதும் அதே ராஜ ரத்தம் தான்... யார்கிட்ட பேசுறோம் னு தெரிஞ்சு பேசுங்க..." என்றார் பூபதி காட்டமாக...

" சார்... கொஞ்சம் அமைதியா இருங்க... அப்புறம் பெருசு கிட்ட இருந்து எதையும் வாங்க முடியாது...." என்று பழனிச்சாமியின் காதில் கிசுகிசுத்தான் கலெக்டரிடம் பிஏவாக வந்தவன்...

" என்னை மன்னிச்சிடுங்க சார்..." என்று மன்னிப்புக் கேட்ட பழனிச்சாமி பூபதி கொடுத்ததை பவ்யமாக வாங்கிக் கொண்டான்...

அவன் கிளம்ப எத்தணித்த வேளையில்... "சார் ஒரு நிமிஷம் நில்லுங்க... இந்தப் பத்திரத்தில் ஒரு கையெழுத்துப் போடுங்க... " என்றான் பூபதியின் மூத்த மகனின் மகன்...

" என்னது இது.."

" இந்த வீட்டில் கிடைச்ச ஐமீனோட புதையல் மதிப்பில் சரி பாதியை என்னோட தாத்தா அரசாங்கத்துக்கு கொடுத்ததை இதில் எழுதி இருக்கோம்... அதில் உங்க அத்தனை பேரோட கையெழுத்தும் வேணும்... கலெக்டர் சார் வந்திருந்தா இன்னும் கொஞ்சம் நல்லா இருந்திருக்கும்... ஆனா அவரால வர முடியல பாவம்... சரி நீங்க கையெழுத்து போடுங்க..." என்று அவன் நீட்ட முதலில் தயங்கியவர்கள் பின்னர் வருவதை பிறகு பார்த்துக் கொள்ளலாம் என்ற நினைப்புடன் அதில் கையெழுத்து போட்டுக் கொடுத்துவிட்டுச் செல்ல முற்பட்ட வேளையில் மீண்டும் நிறுத்தினான் அவன்...

" இப்ப என்னப்பா..." பழனிச்சாமி சலித்துக்கொள்ள...

" இது நாளைக்கு பேப்பர் ல வரனும்... போட்டோ வேண்டாம்... சிங்கார ஐமீன் வம்சத்து பெரிய ஐமீன் பூபதின்னு முதல் பக்கத்தில் வரனும்..." என்றான்...

சரி தம்பின்னு சொல்லிட்டு போனானுங்க அவனுங்க... ஆனா அடுத்த நாள் எந்தப் பேப்பரிலும் எந்தச் செய்தியும் வரல... ஐமீனோட மூத்த பேரனும் நானும் கலெக்டர் அய்யாவைப் பார்க்க போனோம்... அப்ப தான் எங்களுக்கு பெரிய அதிர்ச்சியே காத்திருந்தது...

கலெக்டருக்கு அப்படி ஒரு விஷயமே தெரியப்படுத்தப்படலன்னு சொன்னாரு... அப்புறம் அவரோட பிஏவைப் பத்திக் கேட்டதுக்கு அவர் ஒருத்தரை எங்களுக்கு அடையாளம் காட்டினார்... ஆனா அவர் காட்டின ஆள் வேற... எங்க வீட்டுக்கு வந்த ஆள் வேற... எங்களுக்கு அப்ப தான் நாங்க ஏமாத்தப்பட்டோம் அப்படிங்கிற விஷயமே தெரிய வந்தது...

சின்னய்யாவோட ப்ரண்டு பேரு சரவணன் அவன் தனக்குத் தெரிஞ்சவங்க போலீஸா இருக்காங்க... அவங்களைப் போய் பாருங்கன்னு சொன்னான்... நாங்களும் போனோம்... மாம்பலம் போலீஸ் ஸ்டேசன்... முறைப்படி கம்ப்ளைண்ட் எழுதி கொடுத்தோம்...

பூபதி அய்யாவுக்கு விஷயம் தெரிஞ்சு ரொம்பக் கோவப்பட்டார்... அந்த பழனிச்சாமியை உண்டு இல்லைன்னு ஆக்குறேன்னு சொன்னாரு... நானும் சின்-

னய்யாவும் சேர்ந்து தான் அவரைத் தடுத்து வைச்சோம்…

அன்னைக்கு இராத்திரி எப்பவும் போல எல்லாரும் ஒன்னா உட்கார்ந்து சாப்பிட்டாங்க… எப்பவும் நான் அவங்க எல்லாரும் சாப்பிட்டதுக்கு அப்புறம் தான் சாப்பிடுவேன்… அன்னைக்கும் அப்படித்தான் எல்லாரும் சாப்பிட்டுட்டு எழுந்தாங்க…

ஆனா என்ன ஆச்சுன்னு தெரியல ஒவ்வொருத்தருத்தரா கீழே சாய ஆரம்பிச்சாங்க… ஒருத்தர் மாத்தி ஒருத்தர் னு நான் எல்லாரையும் எழுப்ப ரொம்ப பாடுபட்டேன்… ஆனா என்னோட ஒரு முயற்சி கூட பலிக்கல… எல்லாரும் என்னோட கண்ணு முன்னாடியே செத்துட்டாங்க…

எந்த ஒரு அறிகுறியும் இல்லை… மயக்கம் போட்டு விழுந்த மாதிரி தான் இருந்தது… ஆனா அப்படியே இறந்துட்டாங்க… எல்லாருடைய உடலையும் பிரேத பரிசோதனைக்கு எடுத்திட்டுப் போனாங்க… அதில் அளவுக்கு அதிகமான தூக்க மாத்திரை தான் எல்லாரோட இறப்பிற்கும் காரணம் னு ரிபோர்ட் வந்தது… ஆனா சாப்பாட்டில் எந்த விதமான பொருளும் கலக்கப்படலைன்னு இன்னொரு இடத்தில் ரிபோர்ட் கிடைச்சது…

எல்லாரையும் விசாரிச்சாங்க… ஆனா கடைசியில் எதையும் கண்டுபுடிக்காம கிடப்பில் போட்டுட்டாங்க… எனக்கு எங்க போகனும் யாரைப் பார்க்கனும் எதுவுமே தெரியல… அந்தக் கேஸை விசாரிச்ச மாம்பலம் போலீஸ் ஸ்டேசனுக்கு நடையா நடந்தது தான் மிச்சம்… அப்ப இன்ஸ்பெக்டரா இருந்த கோவிந்தன் எப்ப பார்த்தாலும் ஒருவித எரிச்சலோட தான் என்கிட்ட பேசுவார்… எனக்கு என்ன பண்றதுன்னு ஒன்னும் புரியல…

ஒருநாள் பழனிச்சாமியோட கார் ரிப்பேராகி அவன் ரோட்டில் நின்னு ஒருத்தன்கிட்ட பேசிக்கிட்டு இருந்தான்… அந்த ஒருத்தன் அன்னைக்கு கலெக்டர் பிஏவா எங்க வீட்டுக்கு வந்தவன் எனக்கு நல்லா நியாபகம் இருந்தது… அவங்க பேசிக்கிட்டதை நான் மறைஞ்சு இருந்து கேட்டேன்…

‘ என்னடா திரவியம்… ஒருவழியா அந்தக் குடும்பத்தை போட்டுத் தள்ளியாச்சு… அடுத்து நம்ம போட்ட ப்ளான் படி அந்த பெருசு மறைச்சு வைச்சிருக்கிற மிச்சப் புதையலை எப்ப எடுக்கிறது…’

‘ அட இருங்க முதலாளி… அந்த வேலைக்காரப் பய எப்ப பார்த்தாலும் அந்த வீட்டை சுத்தி சுத்தியே வந்துக்கிட்டு இருக்கான்… அவனை மீறி எப்படி அந்தப் புதையலை எடுக்கிறது’

‘ அட என்னடா நீ… பெரிய சுறாக் கூட்டத்தையே சத்தம் இல்லாம மேல அனுப்பிச்சாச்சு இந்த சின்ன விரால் மீன் என்ன பண்ணிடும்… அவனையும் போட்டுத் தள்ளு… ஜமீன் கேஸை எப்படி நகர விடாம வைச்சிருக்கோமோ அதே மாதிரி இவனோட கேஸையும் பண்ணிடலாம்… நமக்கு அது புதுசா என்ன..’

அவங்களுக்குள்ள பேசிக்கிட்டாங்க...

இதையெல்லாம் கேட்டுட்டு என்னால அமைதியா இருக்க முடியல... கோவத்தில் அவனை பக்கத்தில் இருந்த பெரிய மரக்கட்டையை வைச்சு அடிக்கப் பார்த்தேன்... ஆனா நான் பதற்றத்தில் இருந்ததால என்னோட குறி தப்பி என் கையில் இருந்த கட்டையைப் பிடுங்கி அதே கட்டையால என்னை அடிச்சி தூக்கி போட்டுட்டாங்க...

அதுக்கு அப்புறம் நான் கண்ணு முழிச்சுப் பார்க்கும் போது என் முன்னாடி ஒருத்தன் இருந்தான்... அவன் தான் பாலு... அவன் என்கிட்ட வந்து பேசினான்... என்னோட கதையெல்லாம் சொல்லி நான் அவன்கிட்ட அழுதேன்... நாலு மாசமா நான் கோமாவில் இருந்ததாகவும் அவன் தான் என்னைப் பார்த்துக்கிட்டதாகவும் சொன்னான்...

எனக்கு மனசு முழுக்க எங்க அய்யாவோட குடும்பத்தை அழிச்ச அத்தனை பேரையும் சாகடிக்கனும் னு வெறி வந்தது... அவன் எனக்கு உதவி பண்றதா சொன்னான்.... அவன் ஏதோ ஒரு ஆராய்ச்சி பண்ணிக்கிட்டு இருந்தான்... அந்த ஆராய்ச்சி முடியுற தருவாயில் இருக்கு... அதை வைச்சு எல்லா கொலைகளையும் தற்கொலை மாதிரி மாத்துறேன்னு சொன்னான்...

அவன் சொன்னதை ஏத்துக்கிட்ட நான் என்னோட முதல் வேட்டையை ஆரம்பிக்கிறதுக்கு காத்திருந்தேன்... அதுக்கு முன்னாடி புதைத்த என்னோட அய்யா குடும்பத்து ஆளுங்களோட உடலைத் தோண்டி எடுத்தேன்... அவங்க இறப்பிற்குக் காரணமான அத்தனை பேரும் சாகாம அவங்களோட ஆத்மா சாந்தியடையக் கூடாதுன்னு தான் அப்படிப் பண்ணேன்...

இராணி மேல தான் என்னோட முழு சந்தேகமும்... இந்த நாலு மாச காலத்தில் அவளோட குடும்பம் நல்ல நிலையை எட்டி இருந்தது... அது ஒரு அபார வளர்ச்சி... அப்பவே அங்க ஏதோ ஒரு தப்பு இருக்குன்னு புரிஞ்சிக்கிட்டேன்...

அவ கூட சண்டை போடுற மாதிரி போட்டு அவளைத் தள்ளி விட்டேன்.... ஏதேட்சையா வருவது மாதிரி அந்தப் பக்கம் வந்த பாலு எல்லோருடைய கவனத்தையும் திசை திருப்பிட்டு அவளோட தலையில் ஏதோ ஒரு ஊசியை போட்டான்...

அதுக்கு அப்புறம் அவளை ஆட்டிப்படைக்கிற வழியை எனக்கு சொல்லிக் கொடுத்தான்... நானும் பண்ணேன்... என்னோட சொல்லுக்கு ஏத்த மாதிரி நடந்துக்கிட்டா... அதுக்கு அப்புறம் அவளை அவ வீட்டு மரத்தில் தூக்கில் தொங்க வைச்சேன்...

அதோட என்னோட ஆத்திரம் அடங்கல... எங்க அய்யாவோட குடும்பம் சாகுறதுக்கு காரணமா இருந்த அந்த புதையலை பங்கு போட்டுக்கிட்டவங்க அத்தனை பேரையும் கொல்லனும் னு நினைச்சேன்... பாலு அவன் ஆராய்ச்சி-

யான ப்ரைன் பாக்டீரியா பத்தியும் அதை எப்படி கையாளனும் அப்படிங்கிறதையும் எனக்கு சொன்னான்...

யாருக்கும் தெரியாம விசாரிச்சதில் மாம்பலம் ஸ்டேசனில் வேலை பார்த்த பலர் அப்புறம் விஷயம் கேள்விப்பட்டு அதை வைத்து மிரட்டுனவங்க சிலர் னு எனக்கு விஷயம் தெரிய வந்தது... இதைக் கூட அந்த பாழனிச்சாமி கூட இருந்த ஒருத்தனுக்கு ஊசி போட்டு தான் தெரிஞ்சிக்கிட்டேன்... என்னோட கையால சாக வேண்டியவன் லாரியில் அடிபட்டு செத்துட்டான்...

அடுத்து ஒருத்தன் அந்த மாம்பலம் ஸ்டேசனில் ஹெட் கான்ஸ்டபிளா இருந்தான்... அவனை பாலோ பண்ணி பின்னால் இருந்து அவனுக்கு நான் ஊசி குத்தினேன்...

அந்த பாக்டீரியா மூலமா அவனை தூக்கில் தொங்க வைச்சதுக்கு அப்புறம் தான் அவன் பாலுவோட அண்ணன்னு தெரிய வந்தது... பாலு என்கிட்ட கோச்சுக்கிட்டு போயிட்டான்...

அதனால அடுத்து என்ன பண்றதுன்னு ஒன்னும் புரியல... இராணி சாவுக்கு நான் தான் காரணம்னு அவ வீட்டுக்காரன் வேற பார்க்கிற எல்லார் கிட்டவும் சொல்ல ஆரம்பிச்சான்... எங்க என்னோட விஷயம் வெளியே தெரிஞ்சிடுமோன்னு எனக்கு கொஞ்சம் பயம் இருந்தது...

உயிரைப் பத்தி எனக்குக் கவலை இல்லை... ஆனா எனக்கு ஒரு கடமை இருந்தது... அது தான் ரகுநாத்... அவரை நல்லபடியா பார்த்துக்கிட்டு அவர்கிட்ட ஐமீனோட மொத்த சொத்தையும் திரும்ப ஒப்படைக்கனும் னு நினைச்சேன்...

பழனிச்சாமியால அவருக்கு எந்த ஆபத்துமே வந்திடக் கூடாதுன்னு தினமும் சாமியை வேண்டினேன்.... கொஞ்ச நாள் அமைதியா இருக்கலாம் னு நினைச்சேன்..." என்றவன் தாகத்திற்கு சிறிது தண்ணீர் அருந்தினான்...

" நீரஜ் அவரு பேசுறதைக் கேட்டுக்கிட்டு இருக்கியா" திலீப் கேட்க...

"ம்ம்ம்... கேட்டுக்கிட்டு தான் இருக்கேன் திலீப்..." என்றான் அவன்...

23

சில வருஷத்துக்கு அப்புறம் பாலு மறுபடியும் என்கிட்ட வந்தான்... அவனுக்கு எதுக்கோ பணம் தேவைப்பட்டது போல... அதனால மறுபடியும் என்கூட சேர்ந்துக்கிட்டான்... அவன் மூலமா எங்க ஜமீன் வீட்டிலே யாருக்கும் தெரியாதபடி ஒரு லேப் செட் பண்ணி அந்த பாக்டீரியாக்களை மறுபடி உருவாக்கினோம்....

அதை வைச்சு எங்க வீட்டு பொக்கிஷத்தை பங்கு போட்டுக்கிட்டவங்க அத்தனை பேரையும் ஒவ்வொருத்தரா கொல்ல ஆரம்பிச்சேன்... இந்த கேஸை பார்த்திட்டு இருந்த சார்லஸீம் குற்றவாளின்னு தப்பா நினைச்சு அவரை ஒரு தடவை கொல்ல முயற்சி பண்ணேன் அவரு தப்பிச்சிட்டாரு... அடுத்த முறை நான் முயற்சி பண்றதுக்குள்ள அவரு மேல எந்த தப்பும் இல்லைன்னு தெரிஞ்சிக்கிட்டேன்...

அப்ப தான் நானே எதிர்பார்க்காத ஒன்னு நடந்துச்சு... பாலு அதிக பணத்துக்காக அந்த பழனிச்சாமி கூட சேர்ந்துக்கிட்டு என்னைக் கொல்ல நினைச்சான்னு... அதனால அவனையும் கொல்ல வேண்டிய நிலைமை வந்திடுச்சி... அவனைக் கொன்னதோட எனக்குள்ள இருந்த பழி உணர்ச்சியையும் கொன்னுட்டேன்...

இதுக்கு மேல சாதாரண வாழ்க்கை வாழனும் னு ஆசைப்பட்ட நான் எல்லா கொலைகளையும் பாலு தான் பண்ணதா அவன் எழுதுற மாதிரி ஒரு லெட்டர் எழுதி வைச்சேன்... எல்லாம் நான் நினைச்ச மாதிரி தான் நடந்தது...

ஆனா எங்கோயே எதிலோ நான் தப்பு பண்ணிட்டேன்... அந்தத் தப்பை வைச்சு என்னைக் கண்டுபுடிச்ச போலீஸ் நான் இருக்கிற இடத்தைத் தெரிஞ்சிக்கிறதுக்காக ரகுநாத் சாரை ரொம்பத் தொந்தரவு பண்றாங்க... என்னால அவரு கஷ்டப்படுறதை தாங்கிக்க முடியல... அதனால் தான் பண்ண தப்பு எல்லாத்தையும் நான் ஒத்துக்கிட்டேன்...

இதுக்கு மேல யாரும் ரகுநாத் சாரை தொந்தரவு பண்ணாதீங்க... அவரை வாழ விடுங்க..." சொல்லிக்கொண்டே இருந்த ராஜாராம் கையெடுத்துக் கும்பிட்டவாரே திடீரென மயங்கி விழுந்தார்...

உடனடியாக ஆம்புலன்ஸ் வரவழைத்து மருத்துவமனை அழைத்துச் சென்றும் எந்த விதமான பிரயோஜனமும் இல்லாமல் போனது... அவர் இறந்து போனார்... அவருடைய மரணத்திற்குக் காரணம் அளவுக்கு அதிகமான தூக்க மாத்திரை என்று ரிப்போர்ட் வந்தது...

நீரஜிற்கு குறிப்பிட்ட அந்த பத்திரிக்கை அலுவலகத்தின் மீது பயங்கர கோவம் இருந்தது... அவர்கள் மட்டும் ராஜாராம் வந்தவுடன் அவரை போலீஸில் ஒப்படைத்து இருந்தால் அவர் இப்போது உயிருடன் இருந்திருப்பார் என்று நினைத்தான்...

" நீரஜ் விடு... எத்தனை பேரைக் கொன்னு இருக்காரு... அதனால் தான் அவருக்கும் இவ்வளவு சீக்கிரத்தில் முடிவு வந்திடுச்சி..." என்றான் திலீப்...

" நீ போன விஷயம் என்னாச்சு..."

" எப்பவும் போல ஆள் எஸ்கேப்... நீ விஷயம் வெளியே தெரியக் கூடாதுன்னு சொன்னதால நான் மேற்கொண்டு எதுவும் பண்ணல...

நமக்குத் தான் அவனைப் பத்தி எல்லாமே தெரியுமே... கேட்க வேண்டியவங்ககிட்ட கேட்டா அவன் எங்க இருக்கான்னு தானா விஷயம் தெரிய வந்திடப் போகுது..." என்று திலீப் சிரிக்க நீரஜீம் புன்னகை புரிந்து தலையசைத்தான்...

" சொல்லுங்க ரகுநாத்..." நீரஜ் கேட்க...

" ராஜாராம் அங்கிள் உங்க போலீஸைப் பொறுத்த வரைக்கும் கெட்டவரா இருக்கலாம்... ஆனா எனக்கும் என் குடும்பத்துக்கும் அவர் செஞ்ச விஷயங்கள் ஏராளம்... அவரை என்னால சும்மா விட்டுட முடியாது...

என் குடும்பத்தைச் சேராத அந்த ஒரு எலும்புக்கூடு என்னாச்சுன்னு தெரியல... அங்கிள் தான் சாகுறதுக்கு முன்னாடி ஏதாவது பண்ணி இருப்பாருன்னு நினைக்கிறேன்...

என் குடும்பத்தைச் சேர்ந்தவங்க பதின்மூன்று பேரோட இவரையும் சேர்த்து அவங்க வாழ்ந்து மறைஞ்ச ஜமீன் வீட்டுக்குள்ளேயே புதைச்சிட்டேன்... அவருக்கு ஒரே ஒரு பொண்ணு... அந்தப் பொண்ணு இனி என் பொறுப்பு... நான் அவங்களைக் கூட்டிக்கிட்டு கனடா போறேன்.... நம்பகமான ஒருத்தரை அப்பப்ப ஜமீன் வீட்டைப் போய் பார்த்துக்க சொல்லிட்டு இன்னைக்கு ஈவ்னிங் ப்ளைட்ல கிளம்புறேன்..." என்றான்...

" குட்லக் ரகுநாத்..." சிம்பிளாக முடித்தான் நீரஜ்...

அன்றைய இரவு...

ஷாலினியை எங்கு தேடியும் கிடைக்காததால் சோர்வுடன் அமர்ந்திருந்த சார்லஸின் வீட்டு காலிங்பெல் அடிக்க ஓடிச் சென்று கதவைத் திறந்தான்...

உடல் சோர்வு மனச் சோர்வு இரண்டையும் தாங்கியபடி துவண்டு போன அல்லிக்கொடியாய் வெளியே நின்றிருந்தாள் ஷாலினி...

" ஷாலினி எங்கம்மா போன... உனக்கு என்ன ஆச்சுன்னு தெரியாம நான் எப்படி எல்லாம் துடிச்சிப் போயிட்டேன் தெரியுமா??? என்னை விட்டுட்டு ஏன்டி போன..." ஷாலினியைக் கட்டிக் கொண்டு அழுதான் சார்லஸ்...

சார்லஸ்... நீரஜ் குரல் கொடுக்க அதன் பின்னரே அவளின் பின்னிருந்த இருவரையும் பார்த்து வீட்டுக்குள் அழைத்து வந்தான்...

" வீட்டில் நீங்க இரண்டு பேரு மட்டும் தானா??? பெரியவங்க வேற யாரும் இல்லையா??? உங்க குழந்தை எங்க..." திலீப் கேட்க...

குழந்தை என்றதும் ஷாலினியின் முகம் ஏதோ போல் ஆனது... அதைக் கவனித்த சார்லஸ், " குழந்தையை எனக்குத் தெரிஞ்சவங்க ஒருத்தங்க வீட்டில் கொடுத்திருக்கேன்... அவங்களுக்கும் கொஞ்ச நாள் முன்னாடி தான் குழந்தை பிறந்தது... அதனால எங்க குழந்தையையும் பார்த்துக்க சொல்லி கொடுத்து இருக்கேன்..." என்றான்...

" யாருக்கோ பிறந்த குழந்தை மேல உனக்கு என்னடா இவ்வளவு அக்கறை..." ஷாலினி அழுகையுடன் கேட்க...

" ஷாலினி பைத்தியம் மாதிரி பேசாத... அது நம்ம குழந்தை..."

" இனிமேலும் என்னை ஏமாத்த நினைக்காத... அந்தக் குழந்தையோட முகத்தைப் பார்த்தாலே தெரியுது... அந்தக் குழந்தையோட அப்பா யாருன்னு..."

" ஷாலினி இன்னொரு தடவை இப்படிப் பேசின அப்புறம் பச்ச உடம்புன்னு கூட பார்க்க மாட்டேன்..." என்றான் எட்டிப்பார்க்கும் கோவத்துடன்...

" சார்லஸ்... இது உங்க குடும்ப விஷயம் நீங்க உங்களுக்குள்ள பேசித் தீர்த்துக்கோங்க... சிசிடிவி ல பார்த்தப்ப உங்க மனைவி யாரோட கண்ட்ரோலுக்கோ கட்டுப்பட்டு போகுற மாதிரி இருக்குன்னு நீங்க சொன்னப்ப எனக்கு மட்டும் அவங்க ஏதோ தாங்க முடியாத கஷ்டத்தில் போற மாதிரி இருந்துச்சு...

நான் உங்ககிட்ட கேட்டப்ப நீங்க மறைக்காம எங்ககிட்ட உண்மையை சொன்னதால எங்களுக்கு உங்க மனைவியை கண்டு புடிக்கிறதுக்கு சுலபமா இருந்தாது... அதே மாதிரி உண்மையை பக்குவமா எடுத்துச் சொல்லுங்க அவங்க புரிஞ்சிப்பாங்க....

நாங்க கிளம்புறோம்... நாளைக்கு ஒரு அரை மணி நேரம் ஆபிஸ் வந்துட்டு போங்க " நீரஜ் சொல்லிவிட்டு முன்நடக்க திலீப்பும் அவனைப் பின் தொடர்ந்தான்....

" எந்த உண்மையைப் பத்தி அவங்க சொல்லிட்டு போறாங்க சார்லஸ்... அப்ப உனக்கு முன்னாடியே தெரியுமா அந்தக் குழந்தை யாரோடதுன்னு..."

" ஆமா ஷாலினி..."

" சார்லஸ்... உனக்கு..."

" ஷாலினி ப்லீஸ்... நான் சொல்றதை கொஞ்சம் தயவு பண்ணி கேளு... அந்தக் குழந்தை என்னோட இரத்தம் இல்லாம போகலாம் ஆனா அது என்னோட குழந்தை தான்...

நமக்கு கல்யாணம் ஆகி ஆறு வருஷத்துக்கு மேல ஆகுது... குழந்தையே இல்லைன்னு நீ வருத்தப்பட்டுட்டு இருந்த.. ஹாஸ்பிட்டல் ல செக்கப்புக்கு போனப்ப தான் எனக்கு இருக்கிற பிரச்சனையைப் பத்தி தெரிய வந்தது... ரிபோர்ட் வாங்குறதுக்கு நீ வரல... நானும் தொல்காப்பியனும் மட்டும் தான் போனோம்...

அந்த ரிபோர்ட்டைப் பார்த்ததும் எனக்கு ரொம்பக் கஷ்டமா இருந்தது... என்னோட உயிரணுக்களுக்கு ஒரு குழந்தையை உருவாக்குற சக்தி இல்லைன்னு தெரிய வந்ததும் இதை எப்படி உன்கிட்ட சொல்றதுன்னு குழப்பத்தில் நான் இருந்தேன்... அப்ப டாக்டர்ஸ் எனக்கு ஒரு வழி சொன்னாங்க...

ஆர்டிபிஸியல் இன்செமினேஷன்... அது மூலமா யாரோ ஒருத்தரோட உயிரணுவை உனக்குள்ள செலுத்தி குழந்தை உண்டாகலாம்... ஆனா அது சட்டப்படி என்னோட குழந்தைன்னு சொன்னாங்க... எனக்கு அதில் உடன்பாடு இல்லை...

தொல்காப்பியன் தான் அதை இதை சொல்லி என் மனசை மாத்தினான்... அதோட உயிரணுவையும் அவனே கொடுக்கிறதா சொன்னான்... நான் வேண்டாம் பின்னாடி பிரச்சனை வரும் னு சொன்னேன்... ஆனா அவன் கேட்கல... ரொம்பப் பிடிவாதமா இருந்தான்...

குழந்தை இல்லைங்கிற உன்னோட ஏக்கத்தைப் போக்கனுங்கிறதுக்காக நானும் ஒத்துக்கிட்டேன்.. பிறக்கிற குழந்தை உன் ஜாடையில் இருக்கனும் னு கர்த்தர் கிட்ட வேண்டிக்கிட்டேன்... ஆனா அவரு விளையாடிட்டாரு...

பையன் அப்படியே தொல்ஸ்ஸை உரிச்சு வைச்சிருக்கான்... அதைப் பார்த்த நீ அவனைச் சந்தேகப்பட்டு குழந்தையை அநாதையா விட்டுட்டு என்னைப் பத்தியும் எதுவும் யோசிக்காம நீ பாட்டுக்கு கிளம்பிப் போயிட்ட..." என்றான் குற்றம் சாட்டும் பார்வையில்...

" ஆனா... எனக்கு ஆர்டிபிஸியல் இன்செமினேஷன் நடந்தது எப்படி எனக்குத் தெரியாமப் போச்சு... எனக்குத் தெரியாம நீங்க இப்படி ஒரு விஷயத்தைப் பண்ணி இருக்கவே கூடாதுங்க..." என்றாள் அவளும் விடாமல்...

" எனக்கு உன்னோட பீலிங்ஸ் புரியுது மா... ஆனா குழந்தை இல்லை குழந்தை இல்லைன்னு உன்னை எல்லாரும் ஜாடை பேசினது அதை நினைச்சு நீ கவலைப்பட்டது எல்லாம் என்னை ரொம்ப கஷ்டப்படுத்திடுச்சு... அதான்..."

" அதான்னா... அதுக்கு இப்படி ஒரு தீர்வை யோசிப்பீங்களா?? உங்களுக்கு குழந்தை பிறக்காதுன்னா என்னங்க ஒரு குழந்தையை தத்தெடுத்து வளர்த்து இருக்கலாமே... இதெல்லாம் தேவையா"

" இதைப் பண்ணி இருக்கலாம் தான்... ஆனா குழந்தை வயித்தில இருந்தப்ப ஒவ்வொரு நாளும் ஆசை ஆசையா அதுகூட பேசிக்கிட்டு இருந்தியே... அதோட அசைவை உணர்ந்தியே என் மகன் என் மகன்னு உரிமை கொண்டாடுனியே அது எல்லாம் உனக்குக் கிடைக்காமல் போய் இருக்குமே மா...

நான் இப்பவும் சொல்றேன் முழு மனசோட சொல்றேன்... இது என் குழந்தை எப்பவும் இதோட சர் நேம் சார்லஸ் மட்டும் தான்... புரிஞ்சிக்கோ ப்லீஸ்... நம்ம குழந்தையை ஏத்துக்கோ..." என்றான் கெஞ்சுதலாய்...

" அந்த ராஸ்கல் எங்க..."

" அவனும் உன்னை மாதிரி தான்... நடந்ததை எல்லாம் கிட்டதட்ட மறந்தே இருந்தவன், குழந்தை பிறந்ததும் குழந்தையோட முகத்தை பார்த்து அதிர்ச்சியாகி ஓடிட்டான்... எங்க இருக்கானோ என்ன பண்றானோ ஒன்னும் தெரியல... அவனா வந்தா தான் உண்டு..." என்றான்...

" அவன் வரட்டும் அப்புறம் இருக்கு அவனுக்கு... முதல்ல போய் நம்ம குழந்தையை கூட்டிக்கிட்டு வாங்க..." ஷாலினி சொல்ல ஒரு நிம்மதிப் பெருமூச்சுடன் குழந்தையை வாங்கிவர புறப்பட்டான் சார்லஸ்...

" அந்த ராஜாராமோட கன்பெசனைப் பத்தி என்ன நினைக்கிற திலீப்..." நீரஜ் கேட்க...

" அந்த ஆளு முழு உண்மையையும் சொல்லலன்னு என்னோட உள்மனசு சொல்லுது... ஏதோ தப்பு இருக்கு அவர்கிட்ட... அப்புறம் அவரு செத்ததுக்கு காரணமான தூக்க மாத்திரையோட அளவு ஜமீன் வீட்டு ஆளுங்க இறந்து போறதுக்கு கொடுக்கப்பட்ட அளவோட மேட்ச் ஆகுது... சோ இதுவும் ஒரு கொலையா இருக்கிறதுக்கு வாய்ப்பு இருக்குன்னு தோணுது..." என்றான் திலீப்...

"சூப்பர் திலீப்.... என்னோட யோசனையும் அதுதான்... கூடிய சீக்கிரம் அந்த மெயின் ஆளை நாம பிடிச்சிடலாம்... சரி நான் உன்னை செய்ய சொன்னதை செஞ்சியாயா???"

" எப்பவோ பண்ணிட்டேன் நீரஜ்... அந்த பதிநான்காவது டெட்பாடியை மாத்திட்டேன்... அது இப்ப ரொம்ப பத்திரமா இருக்கு... அதை அழிக்க நினைச்சவங்க அதுக்குப் பதிலா நான் வைச்சிருந்த இன்னொரு எலும்புக்கூட்டை தான் அழிச்சிருக்காங்க..."

" குட்...." என்றான் நீரஜ்...

" ஆனா அந்தப் எலும்புக்கூட்டை வைச்சு நாம என்ன பண்றது... "

" எனக்கு ஒரு சந்தேகம் இருக்கு... அதை நிவர்த்தி பண்ண அது தேவை... நீ நம்ம டாக்டர்ஸ் கிட்ட சொல்லி அந்த எலும்புக்கூடோட பல்லில் இருந்து டிஎன்ஏ எடுக்கச் சொல்லு..."

" சரி அப்புறம்..."

" அதை நாளைக்கு சொல்றேன்... நீ போய் நிம்மதியா தூங்கு..." என்றுவிட்டு படுத்துக் கொண்டான் நீரஜ்...

24

அடுத்த நாள் காலை...

" சார்... என்னை வரச் சொல்லி இருந்தீங்க..." என்றவாறு நீரஜ் மற்றும் திலீப் இருவரின் முன் அமர்ந்தான் சார்லஸ்...

" சார்லஸ் நாங்க உங்ககிட்ட சில உண்மைகளை சொல்லப் போறோம்... அதுக்கு அப்புறம் நீங்க என்கிட்ட சில உண்மைகளை சொல்லனும்... சரியா???" நீரஜ் பேச்சை ஆரம்பித்தான்....

" என்கிட்ட இருந்து என்ன உண்மையை சார் நீங்க தெரிஞ்சிக்கனும்... "

" நாங்க சொல்ல வேண்டியதை சொல்லி முடிச்ச உடனே உங்களுக்கு நாங்க எதிர்பார்க்கிற உண்மை என்னன்னு தெரிய வரும்..." என்று பூடகமாய் பேசிய நீரஜ் ஆரம்பித்தான்...

" ராஜாராமோட கன்பெசனை நீங்க கேள்விப்பட்டு இருப்பீங்க... அதைப் பத்தி என்ன நினைக்கிறீங்க..."

" இதில் நினைக்கிறதுக்கு என்ன இருக்கு... அவர் தான் எல்லாத்தையும் தெளிவா சொல்லிட்டாரே..."

" எங்களை விட இந்த கேஸைப் பத்தி உங்களுக்கு தான் அதிகமா தெரியும் அதனால எனக்கு இருக்கிற சில சந்தேகங்களை உங்ககிட்ட கேட்கிறேன்...

ராணி கொலை நடந்தது ஜமீன் குடும்பத்து கொலை நடந்த சில மாதங்களில் அந்த நேரத்தில் பாலு தன்னோட பள்ளிப் படிப்பையே முடிக்கல... அப்புறம் எப்படி அவன் மெடிக்கல் காலேஜில் சேர்ந்து அங்க இருந்த அவனோட ப்ரண்ட் கிட்ட இருந்து தீஸிஸ் பேப்பர்ஸ்ஸை வாங்கி அதை பேஸா வைச்சு ரிசர்ச் கம்ப்ளீட் பண்ணி இருக்க முடியும்... இதை வைச்சு பார்க்கும் போது பல வருஷத்துக்கு முன்னாடி பாலு ராஜாராமோட கூட்டு சேர்ந்தது பொய்... இல்லையா??"

" ஆமா சார்... நீங்க சொல்றது சரிதான்... இது யாருக்கும் இது தோணாம போயிடுச்சு..." என்றான் சார்லஸ்...

" இன்னும் இருக்கு சார்லஸ்... ராஜாராமோட வாக்குமூலத்தின் படி பாலு தன்னோட அண்ணன் சாவுக்கு ராஜாராம் தான் காரணம் னு தெரிய வந்ததும்

தன்னை விட்டுட்டு போயிட்டான்னு சொன்னாரு... அதுவும் பொய் தான்..."

" நீங்க என்ன சொல்ல வறீங்கன்னு எனக்குப் புரியலையே சார்..."

" இப்ப புரியும் பாருங்க... அண்ணன் மேல பாசமும் மரியாதையும் வைச்சி-ருக்கிற எந்தத் தம்பியாவது அவரைக் கொன்னவன் கிட்ட பணத்துக்காக திரும்ப போய் சேருவானா?? இல்ல பாலுவோட தேவையை தீர்க்கிற அளவுக்கான பணம் ராஜாராம் கிட்ட தான் இருந்திருக்குமா??

பாலு இரண்டாவது முறையா தன்னோட கூட்டு சேர்ந்தான்னு ராஜாராம் சொன்னதும் பொய் தான்... அதோட வரிசையில் பழனிச்சாமி கூட சேர்ந்துக்கிட்டு பாலு தன்னை மிரட்டினதா சொன்னதும் பொய் தானே... எல்லாத்தையும் கூட்டிக் கழிச்சுப் பாரு... ராஜாராம் பாலுவைக் கொன்னு இருக்கிறதுக்கு வாய்ப்பு கம்மி தான் இல்லையா??"

" நீங்க என்ன சொல்ல வரீங்க... ராஜாராம் எந்தத் தப்பு பண்ணி இருக்க மாட்டாருன்னு நினைக்கிறீங்களா??" சார்லஸ் கேட்க...

" ச்சே ச்சே நான் அப்படியெல்லாம் சொல்லல சார்லஸ்... ராஜாராம் மத்த எல்லோரையும் கொன்னு இருக்கிறதுக்கு வாய்ப்பு இருக்கு... ஆனா பாலுவை அவர் கொல்வதற்கு வாய்ப்பு கம்மின்னு தான் நான் சொல்றேன்...

ப்ரைன் பாக்டீரியா பத்தி தெரிஞ்ச கடைசி ஆள் பாலு தான்... ஏன் ராஜாராம் கூட கூட்டு சேர்ந்த அந்த யாரோ ஒருத்தர் பாலுவைக் கொன்னுட்டு மொத்த பழியையும் ராஜாராமை ஏத்துக்க சொல்லி கட்டாயப்படுத்தி இருக்கக் கூடாது..."

" ராஜாராமை மிரட்டி ஒத்துக்க வைச்சிருப்பாங்கன்னு நினைக்கிறீங்களா?? ஆனா அவரை எதைக் காட்டி மிரட்டி இருப்பாங்க..." சார்லஸ் கேட்க...

" இந்தக் கேஸில் இப்ப வரைக்கும் இது தான் நடந்து இருக்கும் அப்படின்னு தெளிவா யாருக்கும் தெரியல சார்லஸ்... எல்லாமே என்னுடைய யூகங்கள் மட்டும் தான்..."

"ரகுநாத்தை போலீஸ் தொந்தரவு பண்றாங்கன்னு தான் ராஜாராம் தன்னோட குற்றங்கள் எல்லாத்தையும் ப்ரஸ் முன்னாடி ஒத்துக்கிட்டு தற்கொலை பண்ணிக்-கிட்டாரா???

இல்லை வேற யாரும் ரகுநாத்தை வைச்சு மிரட்டி அவரை போலீஸிற்கு போகாம ப்ரஸ் ல போய் இதை இதை சொல்லுங்கன்னு சொல்லி அனுப்பி-னாங்களா??? அவரு சொல்லி முடிச்சதுக்கு அப்புறம் அவரைக் கொன்னுட்டாங்-களா???

அப்புறம் கடைசியா??? உங்க ப்ரண்டு மிஸ்டர் தொல்காப்பியன் அவரு எல்லா தற்கொலைகளையும் நேரில் பார்த்து இருக்காரு...

உங்களோட ஸ்டேட்மெண்ட் படி அவர் அந்தந்த இடங்களில் இருந்தது மட்டும் தான் அவருக்கு நியாபகம் இருக்கு... மத்தபடி அங்க எப்படி போனாரு திரும்ப

எப்படி வீட்டுக்கு வந்தாரு எதுவுமே நியாபகத்தில் இல்லை... யாரோ அவரோட மைண்ட்டை கண்ட்ரோல் பண்றாங்க அப்படிங்கிறது உங்க சந்தேகம்...

ஆனா இதைப் பத்தி எதையுமே ராஜாராம் தன்னோட கன்பெஷனில் சொல்லவே இல்லையே... உங்களைக் கண்ட்ரோல் பண்ண விஷயத்தைக் கூட மறக்காம சொல்லிட்டாரு... ஆனா தொல்க்காப்பியனை மட்டும் எப்படி மறந்தார்...

உண்மையிலே மறந்திட்டாரா??? இல்லை சம்பந்தப்பட்டவங்க அதை அவருக்கு தெரியப்படுத்தலையா???" நீரஜ் தன்னுடைய சந்தேகங்களை வரிசையாய் முன் வைக்க....

" நீங்க சொல்றது எல்லாமே யோசிக்க வேண்டிய விஷயங்கள் தான்... சோ இந்தக் கேஸைப் பொறுத்த வரைக்கும் கடைசி ஆள் ராஜாராம் இல்லை... அவரையும் தாண்டி உண்மையான குற்றவாளி எங்கேயோ இருக்கான்...." அப்படித்தானே சார்.. சார்லஸ் கேட்க...

" சரியா புரிஞ்சிக்கிட்டீங்க மிஸ்டர் சார்லஸ்... அதோட அந்த ஒருத்தர் யாருன்னும் நாங்க கண்டுபுடிச்சிட்டோம்..." நீரஜ் சொல்ல...

" அப்படியா?? சூப்பர் சார்... சீக்கிரம் அவனை எல்லார் முன்னாடியும் நிறுத்துங்க..."

"அதுக்கு முன்னாடி அவன் யாருன்னு நீங்க தெரிஞ்சிக்கனும்..." என்றான் திலீப்...

" யார் சார் அவன்..." சார்லஸ் கேட்க...

" இதைப் பாருங்க..." என்று ஒரு போட்டோவைக் காண்பித்தான் திலீப்...

" சார்.. இவன்... இவனா சார் கொலைகாரன்..."

" ஆமா சார் உங்க ப்ரண்டு உங்க வெல் விஷ்ஷர் உங்க ரிலேட்டிவ் மிஸ்டர் தொல்காப்பியன் தான் அந்தக் குற்றவாளி..." என்றான் நீரஜ்...

" சார் நீங்க சொல்றது எதுவும் எனக்குப் புரியல... எதை வைச்சு தொல்காப்பியன் மேல நீங்க குற்றம் சுமத்துறீங்க..." சார்லஸ் கேட்க...

" ம்ம்ம்... தொல்காப்பியன் நிச்சயம் இப்படிப் பண்ணி இருக்க மாட்டான்னு சொல்லாம... எதை வைச்சு அவனை சந்தேகப்படுறீங்கன்னு கேட்கிறீங்களே அதை வைச்சே உங்களுக்கு அவன் மேல் இருக்கிற நம்பகத்தன்மை எனக்கு நல்லா புரியுது... ஏன்னா தொல்காப்பியன் நல்லவன் இல்லைன்னு உங்களுக்கு தெரியும் அப்படித்தானே..."

" சார்..." என்றவாறு சார்லஸின் சத்தம் உள்ளே போக...

" உண்மை தானே... அந்த தொல்காப்பியன் நல்லவன் இல்லை தானே... கூட பழகினவங்களுக்கே துரோகம் பண்ண அயோக்கியன் தானே..." நீரஜ் சொல்ல சொல்ல சார்லஸின் முகம் கருத்துக் கொண்டே போனது...

" என்ன சார்லஸ் இதெல்லாம் இவங்களுக்கு எப்படி தெரிஞ்சதுன்னு பார்க்கி-நீங்களா?? உங்க வொய்ப்புக்கு டெலிவரி ஆன ஹாஸ்பிட்டலில் விசாரிச்சோம்...

என்னடா நாம அவ்வளவு தூரம் கெஞ்சிக் கேட்டும் அந்த டாக்டர் நம்மளை இப்படி ஏமாத்திட்டாங்களேன்னு அவங்க மேல கோவம் கோவமா வருது இல்லை....

உண்மையைச் சொல்லனும் னா அந்த டாக்டர் வேற யாரும் இல்லை என்-னோட நெருங்கின சொந்தம்... அவங்க கிட்ட நான் உங்க பெயரை மட்டும் தான் சொன்னேன்... உங்க ஜாதகத்தையே புட்டு புட்டு வைச்சிட்டாங்க...

இப்ப சொல்லுங்க கூட பழகி நம்பிக்கை வைச்சு வீட்டுக்குள்ள விட்டு வைச்-சிருந்த உங்களுக்கும் உங்களோட மனைவிக்கும் இப்படி ஒரு பாவத்தைப் பண்-ணவன் இத்தனை கொலைகளை பண்ணி இருக்க மாட்டானா என்ன..." நீரஜ் கேட்க...

" அவனை சும்மா விடக் கூடாது சார்... என்னோட வொய்ப் ஷாலினி அவன் மேல ரொம்ப மரியாதை வைச்சிருந்தா... அவளை... அவளைப் போய் மிஸ்யூஸ் பண்ணி இருக்கான் ராஸ்கல்..." என்று சிறிது நேரம் அழுத சார்லஸ்...

" சார் நான் உங்களைக் கெஞ்சி கேட்டுக்கிறேன் இந்த விஷயம் வெளியே தெரியாம முடிச்சிடுங்க சார்... உண்மை தெரிஞ்சா ஷாலினி தாங்க மாட்டா... செத்தே போயிடுவா சார்... எனக்கு அவளைத் தவிர வேற யாருமே கிடையாது... அவ எனக்கு வேணும் சார்..." என்றான் கண்களில் கண்ணீருடன்...

" சார்லஸ்... இந்த விஷயத்தை எங்க இரண்டு பேரோட சேர்த்து நீங்களும் மறந்திடுங்க... நீங்க உங்க வொய்ப் கிட்ட சொன்ன கதையே உண்மையா இருக்-கட்டும்... எனக்கும் கல்யாணம் ஆகிடுச்சு... எனக்கும் உங்க உணர்வுகள் புரி-யும்..." என்றான் நம்பிக்கை அளிக்கும் விதமாக...

" ரொம்ப நன்றி சார்..." என்றான் சார்லஸ்...

" மீனப்பாக்கம் ஏர்போட்டில் தொல்காப்பியன் மிஸ் பண்ண போன் இது... இந்த போனில் இறந்து போனவங்களில் சிலரோட தற்கொலை வீடியோ இருக்கு... ஆனா ஒரு வீடியோவில் அவரும் நீங்களும் இருக்கீங்க...

தொல்காப்பியன் எல்லாரும் சாகுறதை ரசிச்சு வேடிக்கை பார்க்க அதை மறு-படி மறுபடி ரசிக்கிறதுக்காக யாரோ கூட இருந்து வீடியோ எடுத்து இருக்காங்க...

அந்த மூன்றாம் நபர் ஒரு பெண்ணா இருக்கிறதுக்கு வாய்ப்பு இருக்கு... அப்-படி தொல்காப்பியனுக்கு தெரிஞ்ச பொண்ணுங்க யாராவது இருக்காங்களா சார்-லஸ்..."

" அர்ச்சனா..."

" அவங்க டாக்டரா..."

" ஆமா சார்... அவ ஒரு டாக்டர்... அவளும் அவனும் லவ் பண்ணாங்க... அது அவங்க அப்பாவுக்கு புடிக்காம அவளை கனடாக்கு கூட்டிக்கிட்டு போயிட்டாரு... கொஞ்ச நாளைக்கு முன்னாடி தான் இந்தியா வந்தா..."

" இல்லை சார்லஸ்... அர்ச்சனா கனடாவுக்கு போகல... அவ ஜார்க்கண்டில் தான் இருந்தா..."

" ஆனா தொல்காப்பியன் எங்ககிட்ட அப்படி தான் சொல்லி இருந்தான்..."

" அவன் என்ன அரிச்சந்திரனா உண்மையை மட்டும் பேசுறதுக்கு... ஆமா சார்லஸ் இந்த கொலைகளுக்கு காரணமா இருந்த அந்த ப்ரைன் பாக்டீரியாவை உருவாக்கினதே இந்த அர்ச்சனா தான்.." நீரஜ் சொல்ல சார்லஸிற்கு அதிர்ச்சிக்கு மேல் அதிர்ச்சியாக இருந்தது...

" உங்க விசாரணை பாலு கைக்கு தீஸிஸ் பேப்பர் வந்ததோட முடிஞ்சி போனது... ஆனா நாங்க அதைத் தொடர்ந்து விசாரிச்சப்ப தான் எனக்கு அந்த தீஸிஸ் பேப்பரை பாலு அவனோட சீனியர் பொண்ணுகிட்ட கொடுத்தான் அப்படிங்கிற தகவல் கிடைச்சது...

அந்த சீனியர் பொண்ணு வேற யாரும் இல்லை அர்ச்சனா தான்... அர்ச்சனா படிக்கும் காலத்தில் ஸ்டெம் செல் ஆராய்ச்சி பண்ணிக்கிட்டு இருந்தா... அவளோட திறமை இரண்டு ஆராய்ச்சியும் ஒன்னா சேர்ந்து ப்ரைன் பாக்டீரியா உருவாகி இருக்கு...

ஆனா எங்களுக்கு இதில் புரியாதது ஒன்னே ஒன்னு தான்... தொல்காப்பியன் ஏன் இத்தனை பேரைக் கொல்லனும்... அவனுக்கு அதில் என்ன லாபம்...

மாம்பலம் ஸ்டேசனில் உள்ளவங்களைக் கொல்றதில் அவனுக்கு என்ன கிடைக்கப் போகுது... ராஜாராமுக்கும் அவனுக்கும் எப்படி தொடர்பு ஏற்பட்டு இருக்கும்... இதுக்கான விடை நீங்க அவனைப் பத்தி சொல்ற தகவலில் இருந்து தான் தெரியப் போகுது..." என்றான் நீரஜ்...

" ராஜாராமோட நோக்கமும் தொல்காப்பியனோட நோக்கமும் ஒன்னா இருந்திருக்கு சார்... ராஜாராம் எப்படி ஜமீன் குடும்பத்து கொலைகளுக்காக நியாயம் வேண்டி இத்தனை பேரைக் கொன்னாரோ அதே மாதிரி தொல்காப்பியனும் தன்னோட தம்பி தயாளனுக்காக எல்லாரையும் கொல்ல முடிவெடுத்து இருக்கலாம்..." சார்லஸ் சொல்ல...

" யார் அந்த தயாளன்..." கேட்டான் திலீப்...

" தயாளன் தொல்காப்பியன் இரண்டு பேரும் ட்வின் ப்ரதர்ஸ்... அவங்க இரண்டு பேரும் என் வொய்ப் ஷாலினியோட மாமா பசங்க... தயாளன் என்னோட வொய்ப் ஷாலினியை லவ் பண்ணான்... ஆனா அவ என்னை லவ் பண்ணா...

தயாளன் அவளை ரொம்ப டிஸ்டர்ப் பண்ணிட்டே இருந்தான்... இதை தொல்காப்பியன் கண்டிச்சான்... ஆனா அவன் யார் பேச்சையும் கேட்கல... நாளாக

நாளாக ரொம்ப மோசமா நடந்துக்க ஆரம்பிச்சான்... குடிச்சிட்டு வந்து வம்பு பண்-றது... எமோஷனல் ப்ளாக்மைல் பண்றது... இன்னும் நிறைய நிறைய...

அப்படி போய்க்கிட்டு இருக்கிற நிலமையில் ஒருநாள் தயாளனுக்கு தெரியாம எனக்கும் ஷாலினிக்கும் தொல்ஸ் கல்யாண ஏற்பாடு பண்ணான்.... ஆனா அதை எப்படியோ தெரிஞ்சிக்கிட்டு அங்க வந்து பிரச்சனை பண்ணான் தயாளன்...

வேற வழி இல்லாம போலீஸ் கம்ப்ளைண்ட் பண்ணி அவனை ஒருநாள் அரஸ்ட் பண்ணி உள்ள வைக்க வைச்சிட்டு அந்த குறிப்பிட்ட நாளில் எனக்கும் ஷாலினிக்கும் தொல்க்காப்பியன் ரிஜிஸ்டர் மேரஜ் பண்ணி வைச்சான்...

ஆனா நாங்க யாருமே எதிர்பார்க்காத வகையில் ஸ்டேசனில் இருந்து வெளியே வந்த தயாளன் தன்னோட வீட்டில் தற்கொலை பண்ணி செத்துப் போயிட்டான்... அதுவும் தொல்காப்பியன் கண்ணு முன்னாடி....

அவனோட பிரிவு தொல்காப்பியனை மனதளவில் ரொம்பவே பாதிச்சிடுச்சி... தன்னோட தம்பியை போலீஸ் ஸ்டேசனில் ரொம்பக் கேவலமா ட்ரீட் பண்ணிதால தான் அவன் செத்துட்டான்னு புலம்புவான்...

அவன் சாவுக்கு அந்த ஸ்டேசனில் இருந்தவங்க தான் காரணம் அவங்களைக் கொல்லனும் னு புலம்பிக்கிட்டே இருப்பான்...

மனநல மருத்துவர் கிட்ட தவறாம கவுன்சிலிங் கூட்டிட்டு போனதுக்கு அப்புறம் நார்மலா மாறினான்... அதுக்கு அப்புறம் தான் அவனோட வாழ்க்கையில் அர்ச்-சனா வந்தா... " என்று முடித்தான் சார்லஸ்...

" மேபி தயாளன் அரஸ்ட் ஆகி இருக்கும் போது அந்த ஸ்டேசனில் இருந்த அத்தனை பேரையும் கொல்லனும் னு தொல்காப்பியன் நினைச்சு இருக்கலாம்..." சார்லஸ் தன் யூகத்தைச் சொல்ல அதை ஆமோதித்தனர் நீரஜ் திலீப் இருவரும்....

தொல்காப்பியனும் அர்ச்சனாவும் வெளிநாட்டுக்கு போக முயற்சி பண்ணி ஏனோ வேண்டாம் னு கடைசி நேரத்தில் திரும்பி இருக்காங்க... சரியா அந்த நேரத்தில் வீடியோ இருந்த இந்த போன் தொலைஞ்சி போனது தெரிஞ்சிருக்கும்...

அந்த போன் எங்க வைத்து தொலைஞ்சதுன்னு அவங்களுக்கு தெரியாம போனதாலும் அதை வைத்து நாம அவங்களை கண்டுபுடிக்க முடியாதுங்கிற ஓவர் கான்பிடண்ட்டாலையும் இப்ப வரைக்கும் அமைதியா இருக்காங்க... அது தான் அவங்க பலவீனம்... நம்ம பலம்...

தொல்காப்பியனை நீங்க உதவி பண்ணீங்கன்னா ரொம்ப சுலபமா பிடிச்சிட-லாம்..." நீரஜ் சொல்ல...

"அவனை நான் பாரத்தேன்... என்னோட கையாலே கொன்னு போட்டுடு-வேன்... " கோபம் கொப்பளிக்க சொன்னான் சார்லஸ்...

25

" சார்லஸ் உணர்ச்சிவசப் பட்டா நடக்கப் போறது எதுவுமே இல்லை.... தொல்காப்பியன் தான் குற்றவாளிங்கிறதை நாம கண்டுபுடிச்சிட்டோம் னு இன்னும் அவனுக்குத் தெரியாது...

அது ஒன்னை வைச்சு தான் நாம அவனை நெருங்க முடியும்... அதுக்கு தான் நாங்க உங்க உதவியை கேட்கிறோம்.... அவனுக்கு போன் பண்ணி ஏதாவது சொல்லி உங்க வீட்டுக்கு வர வைங்க... அப்படி உங்க வீட்டுக்கு அவன் வந்திட்டா அங்க வைச்சே அவனை சுலபமா அரஸ்ட் பண்ணிடலாம்..."

" இனி எப்படி சார் அவன் என்னோட போனை எடுப்பான்... இத்தனை நாளா எங்க கூடவே இருந்துக்கிட்டு எங்களுக்கு அவன் பண்ண துரோகம் தெரிஞ்சிடுச்சின்னு அவனுக்கும் தெரியும் தானே... அதனால தானே ஹாஸ்பிட்டல் ல இருந்து சொல்லாம கொள்ளாம பயந்துக்கிட்டு ஓடிட்டான்..."

" சார்லஸ் நீங்களும் உங்க வொய்ப்பும் அவசரப்பட்டு தொல்க்காப்பியன் மேல குற்றம் சுமத்துறீங்களோன்னு தோணுது..." திலீப் சொல்ல....

" என்னடா உளருற..." என்றான் நீரஜ்...

" இல்ல நீரஜ்... ஏனோ தொல்க்காப்பியன் அந்தப் பொண்ணுக்கிட்ட தப்பா நடந்துக்கிட்டு இருப்பான்னு எனக்குத் தோணல...

குழந்தை தொல்காப்பியன் ஜாடையில் இருக்கிறதை மட்டும் வைச்சு எப்படி நீங்க ஏதோதோ பேசுறீங்க... தொல்காப்பியன் ஷாலினியோட மாமா பையன் னு சொல்றீங்க....

அந்த வகையில் ஜீன் குழந்தைக்கு வந்து அதனால கூட குழந்தை தொல்காப்பியன் மாதிரி பிறந்து இருக்கலாம் இல்லையா???" என்றான் திலீப்...

" என்ன சார் நீங்க... தான் அவனை குற்றவாளின்னு கண்டுபிடிச்ச நீங்களே அவனுக்கு சப்போர்ட் பண்ற மாதிரி பேசுறீங்க..." சார்லஸ் துளிர் விட்ட கோபத்தில் கேட்க...

" இல்லை நீங்க உங்க கதையை சொன்னதை வைச்சு தொல்காப்பியனுக்கு ஷாலினி மேல நிறையவே மரியாதையும் பாசமும் இருக்கிற மாதிரி தான் தெரி-

யுது...

எந்தப் பொண்ணுக்காக தன்னோட சொந்த தம்பியை பகைச்சிக்கிட்டாரோ அந்த பொண்ணை எதுக்காக அவர் இப்படிப் பண்ணனும்...

குழந்தை ஒருத்தரை மாதிரி இருந்தா அவரோட உயிரில் இருந்து தான் பிறந்து இருக்கனும் னு அவசியம் இல்லை... தாத்தா சித்தப்பா பெரியப்பா இல்லை அம்மா வழியில் கூட யாரோ ஒருத்தரை மாதிரி குழந்தைகள் இருக்கலாம்... அதுக்கெல்லாம் வாய்ப்பு இருக்கு... சோ நீங்களா எதுவும் ஒரு முடிவுக்கு வரா-தீங்க..." என்றான் திலீப்...

"ஒருவேளை நான் அந்த விஷயத்தை தெரிஞ்சிக்காம இருந்திருந்தா நானும் உங்களை மாதிரி தான் நினைச்சிருப்பேன்..." என்றான் சார்லஸ்...

" எந்த விஷயம்..." திலீப் கேட்க...

" தொல்காப்பியன் யார்கிட்டையோ போனில் பேசுறதை ஷாலினி கேட்டு இருக்கா... ' ஷாலினிக்கு குழந்தை பிறந்திடுச்சி... அச்சு அசலா என்னை மாதி-ரியே இருக்கு... அதனால என்னவா... நீ மறந்திட்டியா என்ன... இப்ப இங்க பிறந்து இருக்கிற குழந்தைக்கு நான் தான் அப்பா....' அப்படின்னு சொல்லி இருக்கான் சார் அவன்...

ஏற்கனவே தொல்காப்பியன் தன்கிட்ட நெருக்கமா இருக்கிற மாதிரி கெட்ட கனவு அடிக்கடி வருதுன்னு ஷாலினி சொல்லிட்டே இருப்பா... நான் தான் தயா-ளனைப் பத்தி நீ ரொம்ப யோசிச்சுக்கிட்டே இருக்க அதனால தான் உனக்கு இப்படியெல்லாம் கனவு வருது... வந்தது தொல்காப்பியன் இல்லை தயாளன்.... எல்லாத்தையும் மறந்திடுன்னு சொல்லி சமாளிப்பேன்...

ஒருமுறை ஷாலினிக்கு எடுக்கப்பட்ட ப்ளட் டெஸ்டில் குறிப்பிட்ட ஒரு வேதிப்-பொருள் அதிகமா இருக்கு... பொதுவா தூக்க மாத்திரை அதிகமா எடுத்துக்கி-றவங்க இரத்தத்தில் தான் இந்த வேதிப்பொருள் இருக்கும் னு டாக்டர் சொன்-னாங்க... எல்லாத்தையும் ஒன்னா கனெக்ட் பண்ணி பாருங்க... அப்ப புரியும்.... ஷாலினி இது எல்லாத்தையும் எனக்கு மெசேஜ் பண்ணிட்டு தான் ஹாஸ்பிட்டலில் இருந்து காணாம போனா... நான் தான் உங்ககிட்ட இருந்து மறைச்சிட்டேன்..." என்றான் சார்லஸ்...

" ஓகே ஓகே சார்லஸ் கூல்... நான் இப்ப ஒன்னு சொல்றேன் அதுக்கு அப்-புறம் கூட நீங்க தொல்காப்பியனை பிடிக்க உதவி பண்ண மாட்டேன்னு சொல்லு-வீங்களா என்ன..." என்று குறுநகை புரிந்தவாறு நீரஜ் எதையோ சொல்ல சார்ல-ஸின் முகம் பிராகசத்தை தத்தெடுத்தது...

" நான் கண்டிப்பா அவனுக்கு போன் பண்றேன்... அவனை என்னோட வீட்-டுக்கு வர வைக்கிறேன்..." என்றான் சார்லஸ்...

" என்ன பண்ற நீ... இதை எதுக்கு என்னை குடிக்க சொல்லி வற்புறுத்துற... ஒருவேளை இதில் நீ அந்த மருந்தைக் கலந்து இருக்கியா???" அர்ச்சனா கேட்க...

" அடடே... கண்டுபுடிச்சிட்டியே செல்லம்... நீ எனக்கு ரொம்பவே உதவி பண்ணிட்ட... அதனால மட்டும் தான் உனக்கு இவ்வளவு நிம்மதியான சாவைக் கொடுக்கிறேன்... இதைக் குடிச்சிட்டு நிம்மதியா வலியே இல்லாம சாவு..." என்றுவிட்டு தன் கைப்பிடியில் இறுக்கிப் பிடித்திருந்த அவளின் வாயை வலுக்கட்டாயமாக திறக்க வைத்து அந்த ஜீஸை ஊற்றினான் தொல்காப்பியன்...

" உன்னை காதலிச்சதுக்கும் உன்கூட சேர்ந்து நான் பண்ண பாவத்துக்கும் எனக்கு இதுதான் சரியான தண்டனை... நான் நிம்மதியா போயிடுவேன்... ஆனா உன்னோட சாவு ரொம்பக் கொடூரமா இருக்கும்... அனுபவிக்க தயாரா இரு..." என்றவண்ணம் கண்கள் சொருக மயங்கினாள் அர்ச்சனா...

" நான் கொல்றதுக்கு இன்னும் ஆளுங்க இருக்காங்க... ஆனா என்னைக் கொல்றதுக்கு யாருமே இல்லை... நான் தான் எல்லாத்தையும் பண்ணேன்னு நிரூபிக்க இருந்த கடைசி ஆதாரம் நீ... என்னோட திட்டப்படி உனக்கும் உன்னோட அப்பாவுக்கும் பயங்கரமான சண்டை வர வைச்சேன்... அந்த சண்டையோட மூலகாரணம் நான்... விளைவு உன்னோட மரணம்...

போலீஸ் காரங்க பார்வைக்கு நம்ம தெய்வீகக் காதலுக்கு உன்னோட அப்பா ஒத்துக்காததால அவரோட சண்டை போட்டு அவரோட தூக்க மாத்திரையை சாப்பிட்டு நீ செத்துப் போயிட்ட..." சிரித்தவாறே இதுவரை அடைத்திருந்த அறைக்கதவை திறந்தவன் நடிப்பை ஆரம்பித்தான்...

" அர்ச்சனா... அர்ச்சனா... என்னாச்சும்மா உனக்கு... அய்யோ கடவுளே என்ன ஆச்சு உனக்கு... அத்தை மாமா இங்க வாங்க... வந்து அர்ச்சனாவைப் பாருங்க... ஏன்டி அவசரப்பட்டு இப்படி ஒரு காரியத்தைப் பண்ண... நீ இல்லாம நான் என்னடி பண்ணுவேன்..." அவன் சத்தம் கேட்டு ஓடி வந்த அர்ச்சனாவின் பெற்றோர் அவர்களுக்கே தெரியாமல் அவனுடைய திட்டத்தின் படியே நடந்து கொண்டனர்...

அர்ச்சனாவின் உடல் பிரேத பரிசோதனைக்கு எடுத்துச் செல்லப்பட்டது... அவனுக்கு போன் செய்து தன் வீட்டிற்கு வரவழைக்க நினைத்த சார்லஸிற்கு பெரிய அதிர்ச்சியாக அமைந்தது அர்ச்சனாவின் மரணம்...

அன்றைய மாலைப் பொழுது அர்ச்சனாவின் உடல் தகனம் செய்யப்பட்டது... அதுவரை அமைதியாகவும் அதே சமயம் அழுது அழுது ஓய்ந்து போய் இருந்த தொல்காப்பியனின் மீது ஒரு கண் வைத்தவாறு மற்ற பார்மால்டிஸ்ஸைப் பார்த்துக் கொண்டிருந்தனர் நீரஜ் திலீப் சார்லஸ் மூவரும்...

மூவரையும் கவனித்த தொல்காப்பியனுக்கு ஏதோ சரியால்லை என்று தோன்றியது... அதுவும் அழுது புரண்டு கொண்டிருக்கும் தன்னிடம் ஆறுதல் சொல்லக் கூட சார்லஸ் வரவில்லை என்பது குழந்தை விஷயத்தை ஸ்மெல் செய்து இருப்பானோ என்று சந்தேகம் கொள்ள வைத்தது...

அவன் எண்ணத்தைப் படித்தவன் போல் நீரஜ் சார்லஸிற்கு கண்ஜாடை காட்ட அவன் தொல்காப்பியனை நோக்கி நடந்தான்...

மிகவும் சிரமப்பட்டு பொறுமையை இழுத்துப் பிடித்தவன், " தொல்ஸ்... இதுக்கும் மேல நீ இந்த வீட்டில் இருந்து என்ன பண்ணப் போற... வா நம்ம வீட்டுக்குப் போயிடலாம்..." என்றான்...

" சார்லஸ்... அர்ச்சனா... அர்ச்சனா... என்னைக் காதலிச்சதைத் தவிர வேற எந்தத் தப்பும் பண்ணாத அவ எதுக்காக டா சாகனும்..."

‘ நீ தான்டா முதல்ல செத்து இருக்கனும்... அவ முந்திக்கிட்டா... இல்லை இல்லை முந்தி அனுப்பிட்ட... எல்லாம் தெரிஞ்சும் உன்னை எதுவும் பண்ண முடியாத படி நீரஜ் சார் என்னோட கையை கட்டிப் போட்டுட்டாரு... ஆனா ஒரு விஷயம் மட்டும் உறுதி... உன்னோட சாவு என்னோட கையால தான்...’ மனதினுள் நினைத்த சார்லஸ் அமைதியாக தொல்காப்பியனை பார்த்தவண்ணம் இருந்தான்...

" சார்லஸ் நீ சொன்னது தான் சரி... நாம நம்ம வீட்டுக்குப் போயிடலாம்... அர்ச்சனா எனக்கும் அப்பாவுக்கும் பெரிய சண்டைன்னு போன் பண்ணி சொன்ன உடனே ஷாலினியையும் குழந்தையையும் விட்டுட்டு ஓடி வந்துட்டேன்... வந்து எவ்வளவோ சமாதானம் பண்ணி ஒருவழியா அவ சமாதானம் ஆனதுக்கு அப்புறம் தான் ஷாலினியைத் தேடி ஹாஸ்பிட்டல் போனேன்... அவ காணாம போனது தெரிய வந்தது... அவளைத் தேடி அலையும் போது மறுபடியும் இவ போன் பண்ணி ஏதோதோ பேசினா... இவளைக் காப்பாத்த இங்க வந்தேன்... ஆனா நான் வரதுக்குள்ள அவ இப்படி ஒரு தப்பான முடிவுக்கு வந்துட்டா..." என்று அவனைக் கட்டிக்கொண்டு அழுதான்...

விடுபட்ட அனைத்து புள்ளிகளையும் ஒன்றிணைத்து அவன் மீது சந்தேகம் வரக் கூடாது என்று அவன் போட்ட கோலம் கண்டு உண்மையில் நீரஜ் வியந்து தான் போனான்...

தொல்காப்பியனை கைத்தாங்கலாய் அழைத்து வந்து காரில் எற்றியது தான் தாமதம் கையோடு வைத்திருந்த ஸ்ப்ரே ஒன்றை அவன் மீது பிரயோகித்தான் திலீப்.... எதிர்பாராத இந்தத் தாக்குதலால் நிலைகுலைந்த தொல்க்காப்பியன் அப்படியே மயங்கிச் சரிந்தான்...

சார்லஸின் வீடு...

கை கால்கள் கட்டப்பட்டு மயக்க நிலையில் இருந்த தொல்காப்பியனின் முன்னே சார்லஸ் இருக்க சற்று தொலைவில் நின்றிருந்தனர் நீரஜ் திலீப் இருவரும்...

" நீரஜ் நீ கேட்ட டிஎன்ஏ ரிபோர்ட் கிடைச்சாச்சு... நீ கெஸ் பண்ணது கரெக்ட்... அது தொல்காப்பியனோட ப்ரதர் தயாளனோட எலும்புக்கூடு தான்... டிஎன்ஏ பக்காவா மேட்ச் ஆகிடுச்சி..." என்றபடி ரிபோர்ட்டைக் கொடுத்தான் திலீப்...

" கேஸ் முடிஞ்சது... தொல்காப்பியனுக்கு தண்டனை கிடைச்சிட்டா நாம நம்ம ஊருக்கு சந்தோஷமா திரும்பப் போகலாம்..."

" ஆனா தொல்காப்பியனுக்கு சார்லஸோட கையாலே தண்டனை கொடுக்க வைக்கிறேன்னு சொல்லித் தானே நீ சார்லஸை சமாதானப்படுத்தின...

அப்படி இருக்கும் போது இப்ப இப்படிப் பேசுற..."

" அது அவரை சமாதானப்படுத்துறக்காக தான் திலீப்... சட்டத்தை எப்பவும் நாம கையில் எடுத்துக்கக் கூடாது... தொல்காப்பியன் கிட்ட வாக்குமூலம் வாங்கிட்டு அவரை கோர்ட்டில் ஒப்படைச்சிட்டு நாம கிளம்புறோம்...

சார்லஸிற்கு நாம பண்ற ஒரு உதவி அவரோட மனைவியை இதில் இழுக்காம இருக்கப் போறோம்..." என்றான் நீரஜ்...

" சார் தண்ணீர்..." என்று கொடுத்துவிட்டு தான் விட்டுச் சென்ற வெற்றிடத்தை பிடித்துக் கொண்டான் சார்லஸ்...

நீரஜ் திலீப் இருவரும் அந்தத் தண்ணீரை குடித்துவிட்டு தொல்காப்பியனின் மயக்கம் தெளிவதற்காக காத்திருக்க ஆரம்பித்தனர்...

சார்லஸோ உள்ளுக்குள் வெந்து கொண்டிருந்தான்... " என்னை மன்னிச்சிடுங்க சார்... எனக்கு வேற வழி தெரியல... எனக்குத் தெரியும் தொல்காப்பியனை கோர்ட்டில் தான் நீங்க ஒப்படைப்பீங்க... அவன் கோர்டுக்கு போயிட்டான் அப்படின்னா ஷாலினி விஷயம் வெளியே தெரிஞ்சிடும்... அவ அதைத் தாங்க மாட்டா... உயிரையே விட்டுடுவா...

அவளைக் காப்பாத்த... அவளைக் காப்பாத்த மட்டுந் தான் நான் இப்படி ஒரு முடிவை எடுத்தேன்... உங்களோட சேர்த்து தொல்காப்பியன் ஷாலினிக்கு பண்ண துரோகமும் புதைஞ்சிடும்...

ஆனா உங்களுக்கு நான் பண்ண இந்த நம்பிக்கை துரோகத்துக்கு எப்பவும் என்னை நானே மன்னிக்க மாட்டேன்..." என்று தொல்காப்பியன் அறையைச் சோதனையிடும் போது கிடைத்த விஷ மருந்தை தண்ணீரில் கலந்து எடுத்து வந்ததை தனக்குள் நினைத்துக் கொண்டான்...

அதே நேரத்தில் மெதுமெதுவாக மயக்கத்தில் இருந்து கண் விழித்தான் தொல்காப்பியன்...

26

நீரஜ் திலீப் இருவரும் மயக்க நிலைக்குச் சென்றிருக்க மெது மெதுவாக கண்விழித்துக் கொண்டிருக்கும் தொல்காப்பியன் முன் அமைதியாக அமர்ந்திருந்தான் சார்லஸ்....

கண்விழித்தவன் தான் அமர்ந்த நிலையிலே நாற்காலியுடன் பிணைக்கப்பட்டு இருப்பதைக் கண்டவுடன், " ஓகோ... தெரிஞ்சிடுச்சா... அப்ப இனிமேல் தேவையில்லாம நடிக்க வேண்டிய அவசியம் இருக்காது..." என்றான் சிரிப்புடன்...

" ஏன் தொல்ஸ் இப்படிப் பண்ண... நானும் ஷாலினியும் உனக்கு என்ன கெடுதல் பண்ணோம்... அவளுக்கு ஏன் இப்படி ஒரு பாவத்தைப் பண்ண..." கண்ணீர் மல்க சார்லஸ் கேட்க சிரிப்பை பதிலாகக் கொடுத்தான் அவன்...

கோபமுற்ற சார்லஸ் எழுந்து வந்து,

" சொல்லு... ஏன் இப்படிப் பண்ண... சொல்லு... சொல்லித் தொலைடா சனியனே...." என்று அடிக்க ஆரம்பித்தவன் மனம் நொருங்கி இறுதியில் அவன் முன்னே மண்டியிட்டு கதறி அழ ஆரம்பித்தான்...

" அழு... இன்னும் நல்லா அழு... நீ அழனும்... அதைப் பார்த்து நான் சிரிக்கனும்... இது என்னோட எத்தனை நாள் தவம் தெரியுமா.??? அதுக்கு இப்ப தான் வரம் கிடைச்சிருக்கு..."

கோபத்தில் செல்போன் டிவி ரிமோட் நீரஜ் திலீப் இருவரும் தண்ணீர் குடித்துவிட்டு வைத்திருக்கும் கண்ணாடி டம்ளர் அழகு ஜாடி என கையில் கிடைக்கும் அனைத்தையும் தூக்கி அவன் மீது எறியத் துவங்கினான் சார்லஸ்...

" ஹாஹாஹா... நீ என்ன தான் பண்ணாலும் எனக்கு வலிக்காது... ஏன் தெரியுமா இந்த வலி என்னோட மனசில் புதைஞ்சி கிடக்கிற வலியை விட ரொம்ப ரொம்ப கம்மி தான்...

என்ன பார்க்கிற... என்னை நீ கொல்ல நினைக்கலாம் ஆனால் உன்னால என்னை கொல்ல முடியாது... இனியுள்ள என்னோட காலம் முழுக்க நான் வாழ்வேன் ராஜா மாதிரி... நீயும் வாழ்வ தனிமரமா...

புரியல.... உன்கிட்ட இருந்து ஷாலினியை பிரிச்சி உன்னோட கண்ணு முன்னாடியே அவ கூட நான் சந்தோஷமா வாழ்வேன்... அது தான் நீ செஞ்ச பாவத்துக்கு நான் கொடுக்கிற தண்டனை..." என்றான் தொல்க்காப்பியன்...

" அது நடக்கவே நடக்காது... ஷாலினி என்னை விட்டு போக மாட்டா.... ஆனா எதுக்காக எனக்கு இவ்வளவு பெரிய தண்டனை கொடுக்க நினைக்கிற... அந்த அளவுக்கு நான் பண்ண தப்பு தான் என்ன..."

" தெரியல... புரியல... நல்லா யோசிச்சு பாரு... ஒரு தப்பும் பண்ணாத ஒரு உயிரை நீ தான் கொன்ன.... நீ பண்ண பாவத்தால தான் இன்னைக்கு ஏன் சாகுறோம் எதுக்காக சாகுறோம் னு கூடத் தெரியாம பல பேர் செத்துப் போய் இருக்காங்க..."

" தயாளனைப் பத்தி சொல்றியா???"

" அந்த பெயரைச் சொல்றதுக்கு கூட உனக்குத் தகுதி கிடையாது... அவனை நிம்மதி இல்லாம ஆக்கி கொன்னது நீ..."

" ஆனா... அவன்..." சார்லஸ் ஏதோ சொல்ல வர...

" போதும்... பேசாத... எதையும் நான் கேட்க விரும்பல... யார் டா நீ... எதுக்காக டா அமைதியா போய்க்கிட்டு இருந்த எங்க வாழ்க்கைக்குள்ள வந்த... உன்னால தான் ஷாலினி தயாவை வேண்டாம் னு தூக்கிப் போட்டுட்டு போனா...

நீ மட்டும் அவளை காதல் அப்படிங்கிற பேரில் ஏமாத்தாம இருந்திருந்தா அவ தயாளனைக் கல்யாணம் பண்ணி இருந்திருப்பா... நாங்க மூணு பேரும் சந்தோஷமா இருந்திருப்போமே...."

" ஷாலினியைப் பத்தியோ இல்லை எனக்கும் அவளுக்கும் இடையே இருக்கிற காதலைப் பத்தியோ பேசுறதுக்கு உனக்கோ இல்லை செத்துப் போன உன்னோட அந்த அருமைத் தம்பி தாயாளனுக்கோ அருகதை கிடையாது...

ஒரு பொண்ணு தன்கிட்ட அன்போட பழகுறாளா இல்லை காதலோட பழகுறாளான்னு தெரியாம மனசில் ஆசையை வளர்த்துக்கிட்டு அது நிறைவேறாம போனதால செத்துப்போன அவன் நல்லவன் காதலிச்ச பொண்ணை எப்படியாவது கல்யாணம் பண்ணிக்கனும் னு ஆசைப்பட்ட நான் தப்பானவனா???"

" எது உண்மையான காதல்... உன்னோட காதலா??? உன்னோட காதல் உண்மையானதா இருந்திருந்தா அவ எதுக்காக டா எனக்கு குழந்தையை பெத்தெடுத்து இருக்கப் போறா..." என்று தொல்க்காப்பியன் கேட்டு முடித்த அடுத்த நொடி பளார் என்று ஒரு அறை விட்டான் சார்லஸ்...

உதட்டோரம் படிந்த இரத்தத் துழியை சுவைத்தவண்ணம், " உண்மையைச் சொன்னா கோவம் வரத்தான் செய்யும்.... அது என்னோட குழந்தை... எனக்கும் என்னோட ஷாலினிக்கும் பிறந்த குழந்தை... அந்தக் குழந்தைக்கும் உனக்கும் துழி கூட சம்பந்தம் கிடையாது....

அது என்னோட உண்மையான காதலுக்குப் பிறந்த குழந்தை... உன்னோட காதலை விட என்னோட காதலுக்கு சக்தி அதிகமாக இருந்ததால தான் அந்தக் கடவுள் என் காதல் அப்படிங்கிற மிகப்பெரிய தவத்திற்கு வரமா ஷாலினி மூலமா எனக்கு என்னோட வாரிசைக் கொடுத்து இருக்கார்..."

" எது காதல்... ஷாலினிக்கு உணர்வே இல்லாத சமயத்தில் அவளைப் பயன்படுத்திக்கிட்டது தான் உன்னோட உண்மையான காதலா??? இதுக்கு பேர் வேற..." என்றான் சார்லஸ்...

" இதுக்கு மேல என்னோட காதலையோ இல்லை என்னோட குழந்தையையோ அவமானப்படுத்தினால் நான் பொறுமையா இருக்க மாட்டேன் சார்லஸ்... தப்பா பேசாதே... உண்மையில் என் குழந்தை தப்பாப் பிறந்தது இல்லை... என்னோட காதலும் தப்பானது இல்லை..."

" உன்னோட காதல் தப்பானது இல்லையா??? உன்னை ஒரு அண்ணன் ஸ்தானத்தில் வைத்து பார்த்த ஒரு பெண்ணை காதலிக்கிறேன்னு நீ சொல்ற... அந்தக் காதல் புனிதமானதா???

சரி அதை விடு உன்னோட கூடப்பிறந்த சகோதரன் தயாளன் ஷாலினியை விரும்பினான்... ஒருவகையில் அவனோட காதலை கூட என்னால் உண்மையான காதல் னு ஏத்துக்க முடியும்... தம்பி காதலிச்ச பொண்ணை காதலிக்கிறேன்னு சொல்ற உன்னோட காதலை எப்படி நான் உண்மையான காதல் னு சொல்ல முடியும்...

சொல்லுங்க மிஸ்டர் தொல்காப்பியன் ஷாலினியை நான் கல்யாணம் பண்ணிக்கிட்டதால அவளை மிஸ்யூஸ் பண்ண... ஒருவேளை உன்னோட தம்பி தயாளன் அவளைக் கல்யாணம் பண்ணி இருந்தாலும் இதே துரோகத்தைப் பண்ணி இருப்பியா???"

" எல்லை மீறிப் பேசுற சார்லஸ்..."

" நீ எல்லை மீறி நடந்துக்கிட்டதால தான் நான் எல்லை மீறிப் பேசுறேன் தொல்காப்பியன்...

ஷாலினிக்கு இந்த விஷயம் தெரியக் கூடாதுன்னு நினைச்சேன்... ஆனா இனிமேல் இதை நான் மறைக்க விரும்பல... அவகிட்ட நடந்த எல்லாத்தையும் சொல்லப் போறேன்.... அவளை விட்டே உன்னை செருப்பால அடிச்சு வீட்டை விட்டு துரத்த வைக்கிறேன்.... அதுக்கு அப்புறம் உன்னை ஓட ஓட சுட்டு காக்காவுக்கும் கழுகுக்கும் உணவாப் போடுறேன்..." என்று கோப மிகுதியில் பேசினான் சார்லஸ்...

" இதில் ஒன்னு கூட நடக்காது சார்லஸ்... இப்ப வரைக்கும் நான் என்ன நடக்கனும் னு நினைக்கிறேனோ அதுதான் நடந்துக்கிட்டு இருக்கு... இனிமேலும் அப்படித் தான் நடக்கும்..."

" இதுவரைக்கும் நீ நினைச்சது என்ன நடந்தது..."

" என்ன நடக்கல... என்னோட சகோதரன் சாவுக்குக் காரணமான அத்தனை பேரோட மரணத்தையும் அணு அணுவா பார்த்து இரசிச்சு சந்தோஷப்படனும் னு நினைச்சேன் அது நடந்தது...

உனக்கும் ஷாலினிக்கும் நடுவில் ஒரு பெரிய இடைவெளியை உண்டாக்கனும் னு நினைச்சேன்... அதுவும் நடந்திடுச்சு...

இனி எனக்கு இருக்கிற ஒரே இலட்சியம் உன்னையும் ஷாலினியையும் ஒரே-யடியாய் பிரிச்சு உன்னை பைத்தியமாக்கி அலைய விடுறது தான்..."

" நடக்காது... இதில் ஒன்னு கூட நடக்க விட மாட்டேன் தொல்காப்பியன்... ஏன்னா உன்னோட ஆயுள் முடியப் போகுது... இன்னும் கொஞ்ச நேரத்தில் நீ சாகப் போற... நானே என்னோட கையால உன்னைக் கொல்லப் போறேன்...

ஒருவேளை நான் உன்னைக் கொல்லாம விட்டாலும் சிபிசிஐடி போலீஸ் உன்னை சும்மா விட மாட்டாங்க... நீ வசமா மாட்டிக்கிட்ட... உனக்கு எதிரா எல்லா ஆதாரத்தையும் திரட்டிட்டாங்க அவங்க... " என்றான் சார்லஸ்...

" உங்க போலீஸோட பெரிய முட்டாள் தனம் என்ன தெரியுமா... எதிரே இருக்கிறவன் யாரு... எவ்வளவு பெரிய ஆள் எதையும் தெரிஞ்சிக்காம மோதி சேதப்படுறது... என்னோட விஷயத்திலும் அப்படி தான் நடந்துச்சு... இப்பவும் அப்படி தான் நடக்கிது..."

"நீ இப்ப கேவலமா பேசுற அதே போலீஸ் துறையை சேர்ந்தவன் தானே நீயும்... ஆனா யூனிபார்ம்மை போடுற தகுதியை நீ இழந்துட்ட...."

" நீ சொல்றது உண்மை தான்... நான் ஒரு கொலைகாரன்... எனக்கு அந்த உடுப்பை போடுற யோக்கியதை இல்லை தான்... ஆனா நான் போடுவேன்... சட்-டத்தால தண்டிக்க முடியாத குற்றவாளிகளை தண்டிப்பேன்... உன்னையும் தண்-டிப்பேன்...

இந்த யூனிபார்ம் அப்புறம் எனக்கு இருக்கிற பவரை வைச்சு இத்தனை வரு-ஷத்துல எத்தனையோ பண்ணி இருக்கலாம்... ஆனா நான் பண்ணல...

நான் உன்னையும் தயாவோட சாவுக்கு காரணமான போலீங்காரங்களையும் மட்டும் தான் வெறுக்கிறேன்... உங்களுக்கு மட்டும் தான் டா நான் வில்லன்.... மத்த யாரையும் நான் வெறுக்கல... மத்த யாரையும் நான் காயப்படுத்தவும் மாட்-டேன்..."

" உன்னை ஏன் நான் இன்னும் உயிரோட விட்டு வைச்சிருக்கேன் தெரி-யுமா???" சார்லஸ் கேட்க...

" என் கையால நீ சாகுறதுக்கு தான்.... என்ன பயந்துட்டியா??? பயப்ப-டாதே... உன்னைக் கொல்றது தான் என்னோட நோக்கம் அப்படின்னா நான் எப்பவோ அதை செய்திருப்பேன்... உன்னோட வாழ்க்கையை பூஜ்ஜியமாக்கனும்...

உன்கிட்ட இருந்த எல்லாத்தையும் பறிச்சு உன்னை நடுத்தெருவில் நிக்க வைக்கனும்... அதுதான் நான் அவனுக்கு பண்ணப் போற உதவியா இருக்கும்..."

"யாரைப் பத்தி நீ சொல்ற..." சார்லஸ் கேட்க...

" இன்னுமா உனக்குப் புரியல... உன்னால துடிக்கத் துடிக்க கொலை செய்யப்பட்ட என்னோட சகோதரனைப் பத்தி தான் சொல்றேன்...."

" என்ன நீ பாட்டுக்கு உளறிக்கிட்டே போற..." என்றான் சார்லஸ்... அவன் குரலின் நடுக்கத்தை அவனாலே உணர முடிந்தது...

" உன்னை உளற வைக்க ட்ரை பண்ணேன்... ஆனா முடியல... அதனால தான் நான் உளறுறேன்... மனுசங்க தூக்கத்தில் உளறுவாங்க போதையில் உளறுவாங்க மயக்கத்தில் சாகக் கிடக்கிற நேரத்தில் கூட உளறுவாங்க... ஆனா உளறல் பொது... அது உண்மையோட உச்சகட்ட வெளிப்பாடு...

என்னோட உளறலும் பல வருஷத்துக்கு முன்னாடி நடந்த ஒரு அநியாயத்தோட வெளிப்பாடு தான் டா நாயே..." கொதித்தான் அவன்...

" உன் தம்பி கோழைத்தனமா தற்கொலை பண்ணிக்கிட்டான்... அதோட பாவத்தை என் மேல திணிக்கப் பார்க்கிறியா???" சார்லஸ் கொதிப்புடன் கேட்க...

" அவன் தற்கொலை பண்ணிக்கல... அவனுக்கு நடந்தது பெரிய அநியாயம்... அவனை துடிக்க துடிக்க கொலை பண்ணாங்க... அதுவும் என்னோட கண்ணு முன்னாடி.... கொன்னது நீ... பார்த்தது நான்... இப்ப தண்டனை அனுபவிக்கப் போறது நீ... கொடுக்கப் போறது நான்... அதைப் பார்த்து சந்தோஷப்படப் போறது அவன்..." என்று இத்தனை நாளாய் நெஞ்சை அறுத்த விஷயத்தை உரக்கச் சொன்னான் தொல்காப்பியன்....

27

" என்ன சார்லஸ் நடந்ததை எல்லாம் நேரில் பார்த்த மாதிரி சொல்றேனான்னு ஆச்சர்யமா இருக்கா... இதில் ஆச்சர்யப்படுறதுக்கு என்ன இருக்கு... நீ நிஜமாவே அவன் கண்ணு முன்னாடி தானே எல்லாத்தையும் பண்ண... " என்றவண்ணம் வந்தாள் ஷாலினி...

" ஷாலினி நீ.." சார்லஸ் திணற...

" ஷாலினி நீ வந்த டைமிங் பக்கா... பாரு சாரு எப்படி திணருறாரு..." கட்டுண்ட நிலையிலும் சிரித்தான் தொல்காப்பியன்...

"ஷாலினி... இவன் எப்படிப்பட்டவன்னு தெரியாம இவன் கூட சேர்ந்து விளையாடாத... அது நம்ம யாருக்குமே நல்லது இல்லை.." கோபத்துடன் சார்லஸ் சொல்ல....

" அவளை ஏன்டா அதட்டுற... ஓ அவ உன்னோட பொண்டாட்டிங்கிற உரிமையா?? அது எல்லாம் காற்றோடு பறந்து போய் ரொம்ப நேரமாச்சு... ம்ம்ம் சரியா சொல்லனும் னா ரொம்ப நாளாச்சு...." சிரிப்புடன் சொன்னான் தொல்காப்பியன்...

" நீ.. நீ... பொய் சொல்ற... என்னோட ஷாலினி என்னை வெறுக்க மாட்டா... அவளுக்கு என்னைப் பத்தி நல்லாத் தெரியும்... நீ என்னைப் பத்தி என்ன சொன்னாலும் அதை அவ நம்பமாட்டா... " என்ற சார்லஸ் ஷாலினியை நோக்கிச் சென்றான்...

" ஷாலினி... அவனை நம்பாத... அவன் ஏதோதோ பண்ணி உன்னையும் என்னையும் பிரிக்கப் பார்க்கிறான்... அவன் சொல்றான் உன்னை என்கிட்ட இருந்து பிரிச்சு அவன் கூட சேர்த்துக்க போறானாம்...

உன்னை கல்யாணம் பண்ணிக்கப் போறானாம்... உன்கூட குடும்பம் நடத்தப் போறானாம்... அவன் மனசுக்குள்ள எவ்வளவு அழுக்கு இருந்திருக்கு பார்த்தியா ஷாலினி..." சார்லஸ் சொல்லி முடித்த வேளையில்...

" அழுக்கு அவனோட மனசில இருக்கா இல்லை உன்னோட மனசில் இருக்கா...." எதிர்கேள்வி கேட்டாள் ஷாலினி...

" ஷாலு அவன் சொன்ன பொய்யை நீ நம்புறியா??? இவ்வளவு தான் நீ என் மேல வைச்சு இருக்கிற நம்பிக்கையா???" சார்லஸ் ஆவேசத்துடன் கேட்க...

" நம்பினேனே டா... உன்னை அவ்வளவு நம்பினேனே... நம்பின எனக்கு இவ்வளவு பெரிய நம்பிக்கை துரோகத்தைப் பண்றதுக்கு உனக்கு எப்படி மனசு வந்துச்சு..."

" ஷாலு... அது... அதுவந்து..."

" இனியும் மறைக்கலாம் னு நினைக்காத சார்லஸ்... ஏன்னா எல்லா உண்மையும் அவளுக்கு தெரிய வந்திடுச்சு... இனியும் இந்த கண்ணாமூச்சி ஆட்டம் தொடர வேண்டாம் னு நான் தான் அவகிட்ட சொன்னேன்...

சும்மா இல்லை சாட்சியோட சொன்னேன்.. இல்லைன்னா இத்தனை வருஷமா நீ க(கா)ட்டிய காதல் அப்படிங்கிற சிலந்திவலையில் சிக்கி இருந்தவ அதில் இருந்து வெளியே வந்து உன்னைப் பத்தின உண்மையை உணர்ந்து இருந்திருக்க மாட்டா...

என்ன பார்க்கிற... ரொம்ப குழப்பமா இருக்கா... சரி இப்ப உனக்கு எல்லாத்தையும் நான் தெளிவு படுத்துறேன்... இப்ப கொஞ்ச நேரத்துக்கு முன்னாடி நான் சொன்னது எல்லாமே பொய்... எல்லாம் உன்னைக் கோபப்படுத்தவும் கஷ்டப்படுத்தவும் மட்டும் தான் சொன்னேன்... தொல்காப்பியன் உன்னை மாதிரி கெட்டவனோ நம்பியவங்களுக்கு துரோகம் பண்றவனோ கிடையாது சார்லஸ்...

உண்மையில் ஷாலினிக்கு பிரசவம் ஆகி கொஞ்ச நேரத்துக்கு அப்புறம் என்ன நடந்துச்சு தெரியுமா???" என்றவன் அன்று நடந்ததை விளக்கமாக சொல்ல ஆரம்பித்தான்...

" என்ன ஷாலினி நீ... உன்னை மாதிரியோ இல்லை உன்னோட புருஷனை மாதிரியோ புள்ளையைப் பெத்துப்பன்னு பார்த்தா... அச்சு அசலா என்னை மாதிரியே பெத்துப் போட்டு இருக்க....

எதுக்காக, இந்த நல்ல காரியத்தைப் பண்ண உன் புருஷன் என்னை ஊரைச் சுத்தி ஓட விட்டு அடிக்கிறதுக்கா..." சிரிப்புடன் தொல்ஸ் ஷாலினியைப் பார்த்துக் கேட்க...

" இதில் என்ன டா தப்பு இருக்கு... நீ என்னோட தாய்மாமா பையன்... உன்னோட அப்பா உடம்பிலும் என்னோட அம்மா உடம்பிலும் ஒரே இரத்தம் தான் ஓடுது... அப்படி இருக்கும் போது என் குழந்தை உன்னை மாதிரி பிறக்கிறதுக்கு வாய்ப்பு இருக்கே...

மோர் ஓவர் நீ உங்க அப்பா சாயலிலே இருப்ப... அப்படிப் பார்த்தா என் குழந்தை என் தாய்மாமா சாயலில் பிறந்திருக்கு... அதனால குழந்தை என்னை மாதிரி இருக்கான்னு சீனைப் போட்டு சார்லஸை வம்பு பண்ணாதே..."

" நீ ரொம்ப நல்லவ ஷாலினி... அதனால் தான் உனக்கு எல்லாமே நல்லதா தெரியுது... ஆனா எனக்கு இந்த விஷயம் கொஞ்சம் சங்கடமா தான் இருக்கு... சார்லஸ் உன்னை ஏதாவது சொல்லிட்டா..."

" உனக்கு ஏதாவது பைத்தியம் புடிச்சிருக்கா டா... அவரு எப்படி டா என்னை தப்பா நினைப்பாரு அதுவும் உன்கூட சேர்த்து வைச்சு... லூசு மாதிரி பேசாதே..."

" அவன் பண்ணுவான் ஷாலினி... யோசிச்சு பார்க்க முடியாத அளவுக்கு எதை எதையோ பண்ணவனுக்கு இதைப் பண்றதா பெருசு..." என்றவண்ணம் பெருமூச்சுவிட்டான் அவன்...

" என்ன சொன்ன நீ..."

" அட என்னம்மா நீ... குழந்தை அழுகிது அதைக் கவனிக்கிறதை விட்டுட்டு நான் பேசுறதைக் கவனிச்சிக்கிட்டு இருக்க... குழந்தையைப் பாரு..." பேசிக்கொண்டிருந்தவனின் செல்போன் ஒலிக்க அதில் வந்த எண்ணைப் பார்த்ததும் வெளியே வந்தான் தொல்காப்பியன்...

" சொல்லு அர்ச்சனா... ம்ம் டெலிவரி ஆகிடுச்சு... பையன்... அச்சு... அசலா என்னை மாதிரியே பிறந்திருக்கான்... நீ சொன்னாலும் சொல்லல அப்படின்னாலும் அவனுக்கு நான் தான் அப்பா...

என்ன சொல்றன்னு கேட்டா என்னத்த சொல்ல... ஷாலினிக்கு என்னைக்கு சார்லஸ் தயாளனைக் கொன்ன விஷயம் தெரிய வருதோ அன்னைக்கு அவ சார்லஸை விட்டுட்டு மொத்தமா வந்திடுவா... அதுக்கு அப்புறம் அந்தக் குழந்தைக்கு எல்லாமா நான் தானே இருக்கனும்... அதைத் தான் அப்படிச் சொன்னேன்...

என்னை என்ன பண்ணச் சொல்ற என்னோட தயா சாவுக்கு காரணமானவங்க அத்தனை பேரையும் கொன்னுட்டேன்... ஆனா என்னோட கண்ணு முன்னாடியே அவனை கழுத்தை நெரிச்சுக் கொன்னு எங்க ரூமில் தூக்கில் தொங்கவிட்ட அந்த சார்லஸ் என்னோட கண்ணு முன்னாடியே சுத்திக்கிட்டு இருக்கான் அவனை என்னால ஒன்னும் பண்ண முடியல...

அவனைப் பத்தின உண்மை தெரிய வந்தா ஷாலினி தாங்க மாட்டா... அவனையும் கொன்னு தன்னையும் அழிச்சிப்பா... என்னோட இத்தனை நாள் போராட்டம் அவ சாகுறதைப் பார்க்கிறதுக்கா...

அவனைக் கொன்னுடலாம் னு பார்த்தா அவனைக் கொல்லப் போகுற நேரமெல்லாம் ஷாலினியோட முகம் தான் எனக்கு நியாபகம் வருது...

அன்னைக்கும் அப்படித் தான் மத்த போலீஸ்காரங்க மாதிரி அவனையும் தூக்கில் தொங்க வைக்க முயற்சி பண்ணேன்... ஆனா பாரு ஷாலினி சந்தோஷத்திற்காகன்னு யோசிச்சு நானே அவனைக் காப்பாத்த வேண்டியதாப் போச்சு...

இன்னும் எத்தனை நாள் இந்தக் கண்ணாம்பூச்சி ஆட்டம் னு எனக்குத் தெரியல... ஷாலினிகிட்ட உண்மையைச் சொல்லலாம் தான் ஆனா அவ என்னை

நம்பாம போயிட்டா... அவ என் கூட இருக்கிற வரைக்கும் தான் அவளுக்குப் பாதுகாப்பு...

சார்லஸ் அவளை எதுவும் பண்ண மாட்டான் தான்... இருந்தாலும் ஒரு பயம்... அவனுக்குள்ள மறைஞ்சிருக்கிற அந்த மிருகம் திடீர்னு வெளியே வந்திடுமோன்னு... இன்னும் எத்தனை நாளைக்கு எனக்கு இந்த போராட்டம் னு தெரியல... பார்ப்போம்..." என்று பேசிக்கொண்டே திரும்பியவன் தன் பின்னே ஷாலினி நிற்பதைப் பார்த்து திடுக்கிட்டு போனான்...

அவள் அழுதுகொண்டே அவள் இருந்த அறைக்குள் ஓட, " அர்ச்சனா நான் உன்கிட்ட அப்புறமா பேசுறேன்..." என்று அழைப்பைத் துண்டித்துவிட்டு இவனும் அவள் பின்னே ஓடினான்...

" நீ பேசினது எல்லாம் உண்மையா???" ஷாலினி கேட்க...

" அய்யய்யோ ஷாலினி... அது சும்மா... விளையாட்டுக்கு அர்ச்சனாவை பொறாமைப் பட வைக்க அப்படிப் பேசினேன்..."

" இல்லை நீ பொய் சொல்ற... நீ சொன்னதில் நிறைய உண்மை இருக்கிற மாதிரி தோணுது... எனக்கு உண்மையைச் சொல்லு... என் மேல சத்தியம் நடந்த எல்லாத்தையும் என்கிட்ட சொல்லு..." என்றாள் அவள்...

" ஷாலினி..."

" தொல்ஸ்... நான் தயாவைப் பத்தி பேசும் போதெல்லாம் சார்லஸ் ரொம்ப வித்தியாசமா நடந்துப்பாரு... அவருக்கு தயாவைப் பிடிக்காது அதனால் தான் னு நான் நினைச்சிட்டு இருந்தேன்... ஆனா நீ... சொல்றதை எல்லாம் வைச்சுப் பார்த்தா... எனக்கு... எனக்கு ரொம்பப் பயமா இருக்கு...

நான் கேட்டது எல்லாம் பொய்யா இருக்கக் கூடாதா?? கடவுளே எனக்கு ஏன் இந்த சோதனை... " ஏதோதோ பிதற்றியவளுக்கு மயக்கம் வருவது போல் இருக்க அவளைத் தாங்கிப் பிடித்தவன் படுக்க வைத்தான்...

" உண்மையைச் சொல்லு தொல்ஸ்... செத்துப்போன உன்னோட தம்பி மேல ஆணை உயிரைக் கையில் பிடிச்சிக்கிட்டு இருக்கிற என்மேல் ஆணை... இப்ப இந்த நிமிஷம் நீ எல்லா உண்மையையும் என்கிட்ட சொல்லு..." என்றாள்...

" ஷாலினி.... உண்மை எல்லாம் வெளிய வர இதுதான் நேரம் அப்படின்னா நான் உன்கிட்ட எல்லாத்தையும் சொல்றேன்...

உனக்குத் தெரியாது மா தயா உன்னை எந்தளவுக்கு விரும்பினான்னு... ஆனா எனக்குத் தெரியும்... அவன் வாழ்க்கையோட ஒரே இலட்சியம் நீ தான்... உன்னோட வாழ்றது தான்... ஆனா உனக்கு அதில் இஷ்டம் இல்லை... காரணம் சார்லஸ்...

உன்னைச் சொல்லி தப்பு இல்லை... தயா உன்னை விரும்புறான் அப்படின்னா நீயும் அவனை விரும்பனும் னு கட்டாயம் இல்லை... சார்லஸைப் பத்தி நான்

விசாரிச்சேன்... விசாரிச்ச வரைக்கும் எல்லாரும் நல்லபடியாவே சொன்னாங்க... அதனால உன்னோட காதலுக்கு நான் குறுக்க வரல...

ஆனா இது எதையும் தயா புரிஞ்சிக்கல... என்கிட்ட உன்னோட கல்யாண ஏற்பாட்டை தடுத்து நிறுத்தச் சொல்லி சண்டை போட்டவன் நானே எதிர்பார்க்காத நேரத்தில் உன்கிட்ட பிரச்சனை பண்ண ஆரம்பிச்சான்...

எனக்கு அப்ப ஏகப்பட்ட பிரச்சனை... உனக்கும் சார்லஸிற்கும் நல்லபடியா கல்யாணம் நடக்கனும் நீ தயாவை வெறுத்திடக் கூடாது... உன்னோட சார்லஸ் சேருவது தான் சரின்னு தயா ஏத்துக்கனும்... இப்படி ஏகப்பட்ட கடமைகள் பொறுப்புகள் எனக்கு இருந்தது... தயாவை நானும் எப்படி எப்படியோ சமாதானம் பண்ணிப் பார்த்தேன் ஆனா பாவி கடைசி வரைக்கும் ஒத்துக்கவே இல்லை...

உனக்கும் சார்லஸிற்கும் கல்யாணம் பண்ணி வைச்சு கொஞ்ச நாள் அவன் கண்ணில் படாத இடத்திற்கு உங்க இரண்டு பேரையும் அனுப்பிடனும் னு நினைச்சு தான் அன்னைக்கு ரிஜிஸ்டர் ஆபிஸில் வைச்சு உங்க கல்யாணத்துக்கு ஏற்பாடு பண்ணேன்...

ஆனா அங்கேயும் வந்து அவன் பிரச்சனை பண்ணுவான்னு நான் நினைக்கவே இல்லை... அதனால தான் மாம்பலம் ஸ்டேசன் இன்ஸ்பெக்டர் கோவிந்தன் எனக்குத் தெரிஞ்சவரு அவரை கோவிலுக்கு வர வைச்சு தயாவை அரஸ்ட் பண்ணிட்டு போக வைச்சேன்...

உங்க கல்யாணமும் நல்லபடியா முடிஞ்சது... எங்க அவன் வீட்டுக்கு வந்தா பிரச்சனை பண்ணுவானோன்னு அன்னைக்கு இராத்திரி அவனை அங்கேயே வைச்சிருக்க சொல்லிட்டேன்... அங்க என்ன நடந்துச்சோ எனக்குத் தெரியல...

அடுத்த நாள் நைட் அவன் வீட்டுக்கு வந்தான்... நான் அவன்கிட்ட பேச போனேன்... ஆனா அவன் அவனோட ரூமிற்குள்ள போய் கதவைச் சாத்திக்கிட்டேன்... நான் பக்கத்தில் போனப்ப அவன் அழுகிற சத்தம் கேட்டது...

சரி கொஞ்ச நேரம் அழுதா அப்புறம் அவனே சமாதானம் ஆகிடுவான்னு விட்டுட்டேன்... மணி ஒரு பத்து இருக்கும் மனசு கேட்காம அவனுக்கு சாப்பாடு கொடுக்கலாம் னு நான் கிச்சனுக்கு வந்தப்ப பால் காய்ச்சி வைச்சிருந்தான்...

நான் கொஞ்சம் எடுத்து குடிச்சிட்டு இன்னொன்னு அவனுக்கு எடுத்துக்கிட்டு அவனோட ரூமிற்குப் போனேன்... போகும் போதே எனக்கு என்னமோ ஒரு மாதிரி பண்ணுச்சு...

நான் அவனோட ரூமிற்குள் போய் கதவைத் திறந்தப்ப மயக்கம் வந்து விழப் போனேன்... என்னைப் பிடிச்சி அவன் தோளில் போட்டுக்கிட்டு தலையில் அடிச்சி அவன் அழும் போது தான் தெரிஞ்சது தற்கொலை பண்ணிக்கிறதுக்காக தூக்க மாத்திரையை அந்தப் பாலில் கலந்து வைச்சிருந்தான்னு...

எனக்கு கடைசியா கடிதம் எழுதுறதுக்காக அவன் அவனோட ரூமுக்கு போன நேரத்தில் தான் நான் அதைக் குடிச்சிட்டேன்...

" உனக்கு ஒன்னும் ஆகாது தொல்ஸ்... நான் இருக்கேன்... நான் உன்னைக் காப்பாத்துறேன்... தொல்ஸ்... தொல்ஸ்... என்னைப் பாரு... நீ சாகக் கூடாது தொல்ஸ்... தொல்ஸ்... னு சொல்லி என்னோட கண்ணத்தை தட்டிக்கிட்டே இருந்-தான்... அரை மயக்கத்தில் நான் இருந்தேன் அப்ப திடீர்னு தயாவோட முனகல் சத்தமும் ரூமில் சில பொருட்கள் கீழே விழுகிற சத்தமும் கேட்டது...

நான் கஷ்டப்பட்டு கண்ணை முழிச்சிப் பார்த்தேன்.... அப்ப சார்லஸ்... சார்-லஸ்..... தயாவோட கழுத்தில் ஒரு கயிறை வைச்சு நெறிச்சான்... நான் வேண்-டாம் னு சொல்ல நினைச்சேன் ஆனா என்னால முடியல... நான் முனகினதைப் பார்த்து நான் போதையில் இருக்கிறதா சார்லஸ் நினைச்சி இருந்திருக்கனும்... அதனால் தான் என்னை உயிரோடு விட்டுப் போய் இருக்கனும்... இல்லைன்னா என்னையும் அன்னைக்கே கொன்னு இருந்திருப்பான்...

ஏதோ ஒரு வைராக்கியம் என்னோட உயிரைப் போக விடல... உயிர் இழுத்-துக்கிட்டே கிடந்தது... காலையில் வந்த நீ தயா தூக்கில் பிணமாய்த் தொங்கிய-தைப் பார்த்து பயந்து போய் என்னை எழுப்பின...

நான் எழுந்துக்கல அப்படின்னதும் என்னை ஹாஸ்பிட்டலுக்கு கூட்டிக்கிட்டு போன... தயா இறந்ததைத் தாங்கிக்க முடியாம தான் நான் இப்படிப் பண்ணிக்-கிட்டதா நீ நினைச்ச... ஏன் இப்ப வரைக்கும் அப்படித்தானே நினைச்சிக்கிட்டு இருக்க..." என்றான் ஷாலினியைப் பார்த்து...

28

சார்லஸ் செஞ்ச புண்ணியமோ இல்லை நான் செஞ்ச பாவமோ நான் சாப்பிட்ட தூக்க மாத்திரை என்னுடைய மூளையை பாதிச்சதால எனக்கு பல விஷயங்கள் நினைவில் இருந்து அழிஞ்சிடுச்சி... அதில் சார்லஸ் தயாவைக் கொன்னதும் ஒன்னு...

மூளை பாதிக்கப்பட்டதுன்னா முக்கியமான நினைவுகள் அதாவது ரொம்ப சந்தோஷமான நிகழ்வோ இல்லை ரொம்ப சோகமான நிகழ்வோ தான் முதலில் அழியுமாம்... அதனால் தான் என்னோட தம்பி சாவு என்னோட நினைவில் இருந்து அழிஞ்சிடுச்சி.... நான் இதைக் காட்டிக்கல... இது ஷாலினிக்கு தெரிய வந்து இதனால அவ இன்னும் கஷ்டப்பட வேண்டாம் னு விட்டுட்டேன்...

நானும் ஷாலினியை மாதிரி தயா ஷாலினியோட பிரிவைத் தாங்க முடியாம தான் இறந்தான்னும் அதைத் தாங்க முடியாம தான் நான் தூக்க மாத்திரை சாப்பிட்டேன் அப்படின்னும் நினைச்சிட்டு இருந்தேன்... அவன் பிணமா தொங்கிட்டு இருந்த போட்டோஸைப் பார்த்து மனசளவில் ரொம்ப பாதிக்கப்பட்டேன்...

அவனோட சாவை ஏத்துக்க முடியாம நான் கஷ்டப்பட்டப்ப நீங்க இரண்டு பேரும் தான் என்னை டாக்டர் கிட்ட கூட்டிக்கிட்டு போய் ட்ரீட்மெண்ட் கொடுத்தீங்க... அப்புறம் நான் டியூட்டி ல ஜாயின் பண்ணேன்... எனக்கு என்னமோ உன்னை புடிக்காம போயிடுச்சி சார்லஸ்... உனக்கு தொந்தரவு கொடுத்திட்டே இருந்தேன்...

ஆனா கொஞ்ச நாளுக்கு முன்னாடி சரியா சொல்லனும் னா இருபது இருபத்தைந்து நாளுக்கு முன்னாடி எனக்கு ஒரு சின்ன ஷாக் அடிச்சிடுச்சி... அதனால தானோ என்னவோ எனக்கு நான் மறந்து போன விஷயங்கள் நியாபகம் வந்தது...

எனக்கு வந்த கோபத்துக்கு உன்னைக் கொல்லனும் னு வெறியோட வந்தேன்... ஆனா நிறைமாச கர்ப்பிணியா இருந்த ஷாலினியோட முகம் என்னோட கோபத்தைக் கொஞ்சம் குறைச்சது... அதனால உன்னோட நட்பா பழகுற மாதிரி நடிச்சி உன் வாயாலே உண்மையை சொல்ல வைச்சு உனக்கு சட்டப்படி தண்டனை வாங்கித்தர நினைச்சேன்..." என்று தொல்காப்பியன் சொன்ன அடுத்த

நிமிடம்...

" ஷாலினி இவனை நம்பாதே... எனக்கு இவன் மேல என்னைக்குமே போட்டி பொறாமை இருந்ததே இல்லை... ஆனா இவனுக்கு பொறாமை... இவன் தம்பி வாழ ஆசைப்பட்ட வாழ்க்கையை நான் வாழுறேன்னு பொறாமை... அதனால் தான் நேரம் கிடைக்கும் போதெல்லாம் என்னை அவமானப்படுத்தி சந்தோஷப்பட்டான்...

ஆனா இத்தனை வருஷம் இல்லாம கொஞ்ச நாளா இவன் என்கிட்ட பாசமா நடந்துக்கிட்டான்.. அப்பவே எனக்கு இவன் மேல லேசான சந்தேகம் இருந்துச்சு... ஆனா விட்டுட்டேன்... ஒருநாள் என்னைக் கட்டாயப்படுத்தி குடிக்க வைச்சு என்கிட்ட ஏதோதோ கேட்டான்... நான் என்ன சொன்னேன்னு எனக்குத் தெரியல... அதை வைச்சு தான் இவன் உன்னை ஏமாத்துறான்னு நினைக்கிறேன்... நம்பாத ஷாலினி..." என்றான் சார்லஸ்...

" நீ குடிச்சிட்டு பேசின வீடியோவைத் தான் தொல்ஸ் என்கிட்ட காட்டினான்னு உனக்கு எப்படித் தெரியும் சார்லஸ்... அப்ப நீ ஏற்கனவே அந்த வீடியோவைப் பார்த்து இருக்கியா???" ஷாலினி கேட்க...

" பார்த்து இருக்கியாவா?? அதைப் பார்த்து டென்சனாகி அதை வேற எதிலும் நான் காப்பி பண்ணி வைச்சிருக்கேனா இல்லையான்னு கூட யோசிக்காம டெலிட் பண்ணிட்டு எதுவுமே தெரியாதவன் மாதிரி அமைதியா நான் எப்படி இவனை மாட்டிவிட நேரம் பார்த்துட்டு இருந்தேனோ அதே மாதிரி இவனும் என்னை மாட்டிவிடவோ இல்லை வேற எதுக்காகவோ நேரம் பார்த்திட்டு இருந்திருக்கான்... அப்படித்தானே சார்லஸ்..." தொல்காப்பியன் கேட்க ஆடித்தான் போனான் சார்லஸ்...

" என்ன சார்லஸ் யோசிக்கிற எல்லாத்தையும் தெரிஞ்சிக்கிட்டு எப்படி நம்மளை உயிரோட விட்டு வைச்சிருக்கான்னு யோசிக்கிறியா??? எல்லாம் என்னோட ஷாலினிக்காக மட்டும் தான்....

ஆனா ஒன்னு பாரேன்... உன்னை உயிரோட விட முடிஞ்ச என்னால என் தயா மனசைக் காயப்படுத்தின அந்த போலீஸ் காரங்களை சும்மா விட முடியல... யார்கிட்ட சொல்றதுன்னு தெரியாம அர்ச்சனாகிட்ட சொல்லி அழுதேன்... அவங்களை கொன்னுடலாம் னு அவ தான் யோசனை சொன்னா...

அவ வேலை செய்யுற காலேஜில் அவளோட ஸ்டூடண்ட்டா இருந்தவன் பாலு... அவனும் இவளும் சேர்ந்து ப்ரைன் பாக்டீரியா பத்தி ஆராய்ச்சி பண்ணி அதை முழுசா முடிச்சி இருந்தாங்க... அதை நாங்க பயன்படுத்த திட்டம் போட்டோம்... அர்ச்சனா காப்பாத்தி கூட்டிக்கிட்டு வந்த ராஜாராம் அப்படின்றவரும் எங்களோட சேர்ந்தாரு... அவருக்கும் அதே மாம்பலம் போலீஸ் ஸ்டேசனில் இருந்தவங்களோட பகை இருந்தது...

தன்னோட அண்ணனைக் கொன்னது ராஜாராம் னு தெரியாம அவனோட அண்ணன் சாவுக்கு மாம்பலம் ஸ்டேசனில் இருந்தவங்க தான் காரணம் னு நம்பி அவங்களைப் பழிவாங்க நல்ல சந்தர்ப்பம் அப்படின்னு எங்க கூட சேர்ந்தான் பாலு... நாங்க நினைச்ச மாதிரி ஒவ்வொருத்தரா செத்தாங்க...

எனக்காக ஏசி கோவிந்தன்,

ஏட்டு சாலமோன்,

எஸ் ஐ பூங்காவனம், எஸ் ஐ சபாபதி, நாலு பேரைக் கொன்னோம்... தயாகிட்ட எக்குத்தப்பா பேசி அவனோட மனசைக் கொன்ன கொலைகாரங்க இவங்க...

ராஜாராமிற்காக

இன்ஸ்பெக்டர் செல்வம், காலேஜ் ட்டூடண்ட் சரவணன், ரௌடி திரவியம், எம்-எல்ஏ பழனிச்சாமி இவங்களைக் கொன்னோம்...

கடைசி நேரத்தில் பாலுவுக்கு தன்னோட அண்ணன் வரதன் சாவுக்கு ராஜா-ராம் தான் காரணம் னு தெரிய வர போலீஸில் போய் எல்லாத்தையும் சொல்லப் போறாத சொன்னான்...

அதை விரும்பாத ராஜாராமும் அர்ச்சனாவும் என்கிட்ட சொல்லாமலே அர்ச்-சனா மெடிக்கல் படிக்கும் காலத்தில் கண்டுபுடிச்ச ஒரு வித்தியாசமான மருந்தை வைச்சு அவனைக் கொன்னுட்டு எல்லாக் கொலைகளையும் அவன் தான் பண்-ணதா லெட்டர் எழுதி எல்லார் கவனத்தையும் அவன் பக்கம் திருப்பினா...

அந்த மருந்தோட பெயர் நியூரோ கில்லர்... தூக்க மாத்திரைகளில் சேர்க்கப்ப-டும் அனைத்து பொருட்களையும் வைச்சு திரவ நிலையில் உருவாக்கப்பட்ட நவீன மருந்து... அதோட ஒரு துழி 50 mg தூக்க மாத்திரைக்கு சமம்... அதில் ஆறு இல்லை ஏழு துழி ஒரு மனிதனுக்குக் கொடுத்தா அதிகபட்சம் ஒருமணி நேரம் அவனால உயிரோட இருக்க முடியும்...

நரம்பு மண்டலம் மொத்தமும் பாதிக்கப்பட்டு ஒன்னு பக்கவாதம் வரும் இல்-லையா நெஞ்சுவலி வந்து ஆள் இறந்து போவான்... போஸ்ட்மார்டம் பண்ணா அதில் இந்த மருந்தைக் கண்டுபுடிக்க முடியாது... தூக்க மாத்திரையோட படிமங்-கள் தான் கிடைக்கும்..... இன்னொரு முக்கியமான விஷயம் இதற்கு மணமோ இல்லை சுவையோ கிடையாது... அதனால இதை எதில் கலந்து கொடுத்தாலும் யாராலையும் கண்டுபுடிக்க முடியாது...

பாலுவை அவங்க கொன்னது தெரிஞ்சு முதலில் கோவப்பட்டாலும் நான் எல்-லாரையும் இந்தக் கேஸ் முடிஞ்சதா நம்ப வைச்சேன்... அப்ப தான் இவங்களோட என்ட்ரி..." என்றவண்ணம் மயக்கத்தில் இருந்தவ நீரஜ் மற்றும் திலீப்பைக் காட்டி-னான் அவன்...

"பார்த்தியா ஷாலினி எத்தனை பேரை திட்டம் போட்டு கொன்னு இருக்கான்... இவனா நல்லவன்... இவன் சொல்றதை நம்பியா நீ என்னைச் சந்தேகப்படுற..." என்றான் சார்லஸ்...

" பாஸ்... இப்ப பிரச்சனை நான் நல்லவனா இல்லை கெட்டவனா அப்படிங்கிறது இல்லை... ஏன்னா நான் கெட்டவன் இத்தனை பேரை கொன்னு இருக்கேன்னு தெரிய வேண்டியவங்க எல்லாருக்கும் எப்பவோ தெரிஞ்சிடுச்சி... ஷாலினிக்கும் தெரிஞ்சிடுச்சி...

நானும் போக வேண்டிய இடத்துக்கு போகுறதுக்கு தயாராகிட்டேன்... ஆனா நீங்க பண்ண அந்த ஒற்றைக் கொலைக்கு நீங்க தண்டனை அனுபவிக்க வேண்டாமா??? அதுக்கு தான் இதெல்லாம்...

தயா என்னோட உணர்வுகளில் சரிபாதி... அவனை கொன்னவனை நான் மன்னிக்க நினைச்சது என்னோட ஷாலினிக்காக தான்... ஆனா உண்மை தெரிஞ்சதுக்கு அப்புறம் அவளால அமைதியா இருக்க முடியல...

நான் உனக்கு வாங்கிக் கொடுக்க இருந்த ஜெயில் தண்டனை உனக்குப் பத்தாது உன்னை மனசளவில் காயப்படுத்தனும் னு நினைச்சு தான் பெத்த குழந்தையைப் பத்தி தப்பாப் பேசச் சொல்லி என்னைக் காட்டாயப்படுத்தினா.... நானும் அப்போதைக்கு அவளை சமாதானப்படுத்த உன்கிட்ட அதே மாதிரி பேசுறதா ஒத்துக்கிட்டேன்...

நீ தயாவுக்கு கெட்டவனா இருந்தாலும் ஷாலினிக்கு நல்லவனா தான் இருந்திருக்க... உன்னை ஏத்துக்கவும் முடியாம விலக்கி வைக்கவும் முடியாம தான் அன்னைக்கு யார்கிட்டையும் சொல்லாம ஷாலினி ஹாஸ்பிட்டலில் இருந்து வெளியே போய் இருக்கா...

அவ வெளியே போன அதே நேரத்தில் தான் எனக்கும் ராஜாராமிற்கும் ஒரு பெரிய அதிர்ச்சியான செய்தி கிடைச்சது...

அது என்னென்ன பாலுவோட உடம்பில் இருந்த தூக்க மாத்திரையோட அளவும் இறந்து போன ஜமீன் குடும்பத்தில் உள்ள அத்தனை பேரோட உடம்பிலும் இருந்த தூக்க மாத்திரையோட அளவும் ஒன்னா இருந்துச்சு... இது எனக்கு அர்ச்சனா மேல சந்தேகத்தை கிளப்புச்சு....

இந்த செய்தியை நான் திலீப் அப்புறம் நீரஜ் வைச்சிருந்த கேஸ் கட்டில் இருந்து தெரிஞ்சிக்கிட்டேன்...

அடுத்தடுத்த விசாரணையில் நான் தெரிஞ்சிக்கிட்ட ஒரு விஷயம் எனக்கு மிகப்பெரிய அதிர்ச்சியைக் கொடுத்தது... அது என்னென்ன எம்எல்ஏ பழனிச்சாமி அர்ச்சனாவோட சித்தப்பா... அர்ச்சனா சின்னவயசில் கிட்டத்தட்ட ஐந்து வருடங்கள் பழனிச்சாமிகிட்ட தான் வளர்ந்திருக்கா... இரண்டு பேருக்கு நடுவிலும் பாசமும் பந்தமும் அதிகம்...

இயல்பிலேயே பிடிவாதக்காரி அப்புறம் பேராசைக்காரியான அர்ச்சனாகிட்ட அவர் ஜமீன் புதையலைப் பத்தி சொல்லும் போது அதுக்கு ஆசைப்பட்டு அவ கண்டுபுடிச்ச மருந்தை வைச்சு ஜமீன் குடும்பத்து ஆட்களை கொலை பண்ண சொல்லி அர்ச்சனா தான் ஐடியா கொடுத்து இருக்கான்னு தெரிய வந்தது...

இதைத் தெரிஞ்சிக்கிட்டு ராஜாராம் அர்ச்சனாகிட்ட சண்டை போட்டு அவளைக் கொல்ல முற்படுற நேரத்தில் ரகுநாத்தை வைத்து மிரட்டி அவரை போலீஸில் சரண்டர் ஆக சொல்லி இருக்கா...

ரகுநாத் உயிரோட இருக்கனும் னு ஆசைப்பட்ட அவரு அவ சொன்ன கதையை அப்படியே சொல்லிட்டு அவருக்கே தெரியாம நியூரோ கில்லர் கலந்த தண்ணீரைக் குடிச்சிட்டு செத்துப் போயிட்டார்...

அர்ச்சனா எல்லாத் தப்பையும் பண்ணா... ஆனா எனக்கு நேர்மையா இருந்தா... தான் பண்ண எல்லாத் தப்பையும் என்கிட்ட ஒன்னு விடாம சொன்னா... ஆனா நானே எதிர் பார்க்காத ஒன்னு பணத்துக்காக மனித உடல் உறுப்புகளையும் அவ திருடுறா அப்படின்னு...

பெரிய பெரிய ஆபரேஷனுக்கு வர ஏழைகளுக்கு இலவசமா ஆபரேஷன் பண்ணிட்டு அவங்ககிட்ட இருந்தோ இல்லை அவங்க ரிலேட்டிவ் கிட்ட இருந்தோ கிட்னியை பறிமுதல் பண்ண ஆரம்பிச்சி இருந்திருக்கா... இறந்தவங்க பேமிலி-கிட்ட சொல்லாம அவங்க ஆர்கன்ஸை திருடுறது இன்னும் அந்த பவானி ஹாஸ்-பிட்டலில் எக்கச்சக்கமா கோளாறு பண்ணிட்டு இருந்திருக்கா...

அது எல்லாம் எனக்கு புடிக்கல... அதிலும் ராஜாராமைக் கொன்னது எனக்கு சுத்தமா புடிக்கல... எத்தனையோ கொலைகளைப் பண்ணியாச்சு... இவ இருந்து என்ன பண்ணப் போறான்னு அவளையும் கொன்னுட்டேன்...

எல்லாக் குற்றத்தையும் ஒத்துக்கிட்டு நான் சரண்டர் ஆகப் போன நேரத்தில் தான் ஷாலினி காணாமப் போன விஷயம் எனக்குத் தெரிய வந்தது... அவளைத் தேடித் திரியும் போது திலீப்பும் நீரஜும் எனக்கு உதவி பண்ணாங்க...

எப்படியும் அவங்ககிட்ட தானே சரண்டர் ஆகனும் அதனால அவங்ககிட்ட எல்லாத்தையும் சொல்லிட்டா என்னன்னு தோணுச்சு... அதனால எல்லாத்தையும் சொல்லிட்டேன்... உன்னைப் பற்றியும் தான்...

நான் செய்த கொலைக்கு நான் சரண்டர் ஆகிடுவேன்... ஆனா நீ... உன்னை ஆதாரத்தோட பிடிக்க தான் ஒன்னும் தெரியாத மாதிரி உன் கூடவே இருந்தாங்க அவங்க இரண்டு பேரும்...

என்ன பார்க்கிற இப்ப கொஞ்ச நேரத்துக்கு முன்னாடி சொன்னியே என்னைக் கட்டாயப்படுத்தி குடிக்க வைச்சி ஏதோதோ பேச வைச்சிட்டாங்கன்னு... அதே மாதிரி கோர்டிலும் சொல்லிட்டன்னா... அதுக்குத்தான்...

இப்ப தேவையான ஆதாரம் கிடைச்சாச்சு... அதனால இனி தாராளமா உன்னை அரஸ்ட் பண்ணலாம்... அப்படித்தானே சார்..." தொல்காப்பியன் நீரஜைப் பார்த்துக் கேட்க மெதுவாகக் கண்விழித்த நீரஜ் ஆமாம் என்றவாறு புன்னகைத்-தான்...

29

" என்ன ஆதாரம்... அதெல்லாம் ஒன்னும் இல்லை... நீ ஏதோதோ சொல்லி என் வாயைக் கிளறப் பார்க்கிற... நான் எல்லாம் எதுவும் சொல்லமாட்டேன்..." ஒருவித பதற்றத்துடன் சார்லஸ் சொல்ல...

" ஆதாரம் தானே அது நிறைய இருக்கு... தற்கொலை பண்ணிக்கிட்டதா நினைச்ச தன்னோட தம்பி கொலை செய்யப்பட்டதாகவும் அந்தக் கொலையை செய்தது சார்லஸ் தான் அப்படின்னும் தொல்காப்பியன் உன் மேல புகார் கொடுத்திருந்தார்... அந்தப் புகாரை விசாரிக்க வந்த எங்களுக்கு தண்ணீரில் ஏதோ விஷத்தை கலந்து கொடுத்திருக்க... அதுக்கான வீடியோ ஆதாரம் இருக்கு....

அப்புறம் உன்னோட பொண்டாட்டிக்கும் அவரோட மாமா பையனுக்கும் தப்பான தொடர்பு இருப்பதா நினைச்ச நீ உன்னோட மனைவியைக் கொலை பண்ண அவங்களுக்கு விஷ ஊசி போட்டு இருக்க... அதுக்கான வீடியோ ஆதாரமும் இருக்கு...

குழந்தையைக் கொல்றதுக்காக குழந்தைக்கு கொடுப்பதற்காக காய்ச்சிய பாலில் எங்களை கொல்ல நீ உபயோகப்படுத்தின அதே மருந்தைக் கலந்திருக்க அதுக்கான வீடியோ ஆதாரமும் தயார்...

நாம பண்ணதெல்லாம் இவங்களுக்குத் தெரிஞ்சிருக்கு அப்படின்னா நாம பண்ணது எல்லாம் வீணாப் போனதுக்கும் இவங்க தான் காரணமான்னு யோசிக்க சொல்லுதா மூளை... நீ யோசிக்கல அப்படின்னாலும் அது தான் உண்மை சார்லஸ்...

உன்னோட ப்ளான் எல்லாம் சொதப்பி எங்கே நீ மாட்டிப்பியோன்னு பயந்து தானே தொல்க்காப்பியனோட சேர்த்து எங்களையும் கொல்லத் திட்டம் போட்ட....

என்ன பார்க்கிற ஷாலினி இந்த வீட்டிற்கு வந்த அன்னைக்கே நீ வாங்கி வைச்சிருந்த அந்த விஷ மருந்தைப் பார்த்து தொல்காப்பியனுக்கு போன் பண்ணி சொல்லிட்டா...

உடனே உன்னை ஏதோ சொல்லி வெளியே அனுப்பிட்டு உனக்கு சந்தேகம் வராத மாதிரி வீடு முழுக்க சிசிடிவி கேமரா வைச்சோம்... நீ வாங்கி வைச்சிருந்த

விஷ மருந்தை வைட்டமின் மருந்தா மாத்தினோம்... அதைத் தான் தூங்கிக்கிட்டு இருந்த ஷாலினிக்கு நீ போட்ட...

அப்புறம் தொல்காப்பியன் ரூமில் இருந்து நீ எடுத்தியே அது நியூரோ கில்லர் இல்லை... வெறும் தண்ணீர்... இப்ப புரியுதா நீ எப்படி எங்ககிட்ட வசமா மாட்டின அப்படின்னு..." என்றவண்ணம் சார்லஸ் சுதாரிக்காத வண்ணம் பட்டென்று எழுந்து அவனுடைய இருகரத்தையும் பின்னால் நீரஜ் வளைக்க திலீப் அதில் விலங்கிட்டான்...

" அவன் அத்தனை கொலை பண்ணி இருக்கான் அவனைப் புடிக்காம என்னை மட்டும் ஏன் புடிக்கிறீங்க... ஒருவேளை அவன்கிட்ட இருந்து எதுவும் பணம் வாங்கிக்கிட்டு அவன் செஞ்ச தப்பு எல்லாத்தையும் என் மேல போட்டுடலாம் னு நினைக்கிறீங்களா???" கோபத்துடன் கேட்டான் சார்லஸ்...

" இத்தனை கொலை பண்ண நான் உன்னை உயிரோட விட்டு வைச்சிருந்ததே என்னோட ஷாலினி சந்தோஷமா நிம்மதியா உன்னோட வாழனும் அப்படிங்கிறதுக்காக தான்...

இந்நாள் வரைக்கும் நீ எனக்கு கெட்டவனா இருந்தாலும் ஷாலினிக்கு நல்லவனா இருந்த, நீ பண்ண அந்தக் கொலை கூட ஷாலினிக்காக தான் னு நினைச்சி நான் உன்னை மன்னிக்க முயற்சி பண்ணேன்...

ஆனா எப்ப நீ ஷாலினியையே கொல்ல நினைச்சியோ அப்பவே உன்னை சும்மா விடக் கூடாதுன்னு நான் முடிவு பண்ணிட்டேன்... இனி நீ ஷாலினி கூட இருக்கக் கூடாது...

அதான் எல்லாத்தையும் செட் பண்ணி பெருச்சாளி பொறியில் மாட்டட்டும் னு வெயிட் பண்ணிட்டு இருந்தேன்... இனி நீ தப்பிக்கவே முடியாது... உன்னை நான் போகப் போற இடத்துக்கு என் கூடவே கூட்டிக்கிட்டு போகப் போறேன்...

என்ன பார்க்கிற நான் பண்ண எல்லா தப்புக்கும் காரண கர்த்தாவே நீதானே... அதனால நீயும் நானும் சேர்ந்து தான் எல்லாத்தையும் பண்ணதா சொல்லப் போறேன்... நீயும் நானும் ஒன்னா தூக்கில் தொங்கலாம் ஜாலியா இருக்கும்... சரியோ தப்போ எத்தனையோ பேர் தூக்கில் தொங்க நாம ஒரு காரணம்... அதனால நம்ம முடிவும் அந்தத் தூக்குக்கயிறே எழுதட்டும்..." என்றான் தொல்காப்பியன்...

" இல்லை நீ பொய் சொல்ற... நீ அப்படியெல்லாம் பண்ண முடியாது... இவங்க இரண்டு பேரும் நேர்மையானவங்க... அவங்க உன்னோட திட்டத்துக்கு சம்மதிக்க மாட்டாங்க..." என்றான் சார்லஸ் கடைசி நம்பிக்கையாக...

" யாரு அவங்களா... அவங்க தான் இப்படி ஒரு ஐடியா கொடுத்ததே..." என்ற ஷாலினி சார்லஸைப் பார்த்து...

" ஏன் சார்லஸ் இப்படி ஆன நீ... உன்னை மதிச்சு நம்ம காதலை மதிச்சு தானே நான் தயாவோட மனசு கஷ்டப்படும் னு தெரிஞ்சும் உன்னைக் கல்யா-ணம் பண்ணிக்கிட்டேன்... தயா செத்ததுக்கு அப்புறம் அவன் சாவு என் நெஞ்சை அறுத்தாலும் அதை நான் உன்கிட்ட காமிச்சேனா??? உனக்கு பொண்டாட்டியா உண்மையா தானே இருந்தேன்... உன் மனசு கஷ்டப்படுற மாதிரி ஒரு வார்த்தை-யாச்சும் பேசி இருப்பேனா... அப்புறமும் எதுக்காக என்னைக் கொல்லப் பார்த்த...

ஓ... தொல்ஸ் சொன்ன பொய்யை உண்மைன்னு நம்பி என்னைக் கொல்லப் பார்த்தியா??? அப்படி ஒருவேளை நீ அதை நம்பி இருந்தாலும் அவனைத் தானே நீ கொலை செய்ய முயற்சி பண்ணி இருக்கனும்...

அதை விட்டுட்டு ஏன் என்னையும் குழந்தையையும் கொலை பண்ண ட்ரை பண்ண... சொல்லு பைத்தியம் புடிச்சிடுச்சா... சொல்லுடா பைத்தியம் புடிச்சிடுச்சா உனக்கு..." ஷாலினி கேட்க...

" ஆமான்டி... எனக்கு பைத்தியம் தான்... உன் மேல பைத்தியம் தான் எனக்கு... அன்னைக்கு... நமக்கு கல்யாணம் நடந்த அன்னைக்கு அந்த தயாளன் என்கிட்டையே வந்து என்னோட ஷாலினியை என்கிட்ட கொடுத்திடு ப்லீஸ் னு கெஞ்சினான்... நீ விட்டுக்கொடுக்கல அப்படின்னா உன்னைக் கொன்னுடுவேன்னு என்னையே மிரட்டினான்...

எங்க நீ என்னை விட்டுட்டு அவன்கூட போயிடுவியோன்னு பயந்து தான் அன்னைக்கு அவனைக் கொன்னேன்... இப்ப இப்பக் கூட அதே தான் நடந்-துச்சு...

தொல்காப்பியனுக்கு நான் தான் தயாளனைக் கொன்னேன்னு தெரிஞ்சிடுச்சு அதனால அவன் நிச்சயம் உன்னையும் என்னையும் பிரிச்சிடுவான்... அவன் அப்-படி பிரிக்கிறதுக்கு நாம உயிரோட இருக்கக் கூடாதுன்னு தான் அந்த விஷ மருந்தை வாங்கிட்டு வந்தேன்... உனக்குத் தெரியாத ஒரு விஷயம் சொல்லவா உனக்கு அதைப் போட்டுட்டு நானும் அதைப் போட்டுக்கிட்டேன்...

குழந்தை குடிக்கிற பாலில் அந்த மருந்து கலந்தேன்... ஆனா என்ன இருந்தாலும் அது அவன் குழந்தை அதை என்னோட கூட்டிக்கிட்டு போகுற உரிமை எனக்கு இல்லைன்னு புரிஞ்சி அந்தப் பாலைத் தட்டி விட்டுட்டேன்... இப்ப சொல்லு நான் கெட்டவனா??? சொல்லு நான் கெட்டவனா???" கேட்டுக்-கொண்டே ஷாலினியை நோக்கி முன்னேறியவனை காலால் தடுத்தான் தொல்-காப்பியன்...

" போதும் நீ நிறையப் பேசிட்ட... இனி நீ அவகிட்ட பேச வேண்டாம்... போதும்... அவளை நிம்மதியாய் இருக்க விடு... ஷாலினி நீ இங்க இருக்காத... அத்தை மாமாகிட்ட போயிடு... அந்த புது சூழ்நிலை உனக்கும் குழந்தைக்கும் நல்ல மாறுதலா இருக்கும்...

இந்தப் பைத்தியத்தை நாங்க பார்த்துக்கிறோம்..." என்றான் தொல்காப்பியன்...

சார்லஸ் வேண்டும் என்று ஒரு மனம் துடிக்க சார்லஸ் வேண்டாம் என்று இன்னொரு மனம் துடிக்க அழ ஆரம்பித்தாள் ஷாலினி... இருந்தாலும் தயாவின் சிரித்த முகம் நினைவிற்கு வர அங்கிருந்து ஓடிவிட்டாள்...

" எதுக்காக எனக்கு இப்படி ஒரு தண்டனை தொல்காப்பியா?? இதுக்கு பேசாம நீ என்னைக் கொன்னே இருக்கலாம்... உன்னோட தம்பி கொலைக்கு பழிக்குப்பழி வாங்கினதா சந்தோஷத்தோட ஜெயிலுக்குப் போய் இருக்கலாமே...

ஷாலினியை என்கிட்ட இருந்து பிரிச்சி என்னை அநாதையாக்கி நான் அணு-அணுவா சாகுறதைப் பார்க்கிறது தான் உன்னோட இஷ்டமா... சொல்லு..." என்று கண்களில் கண்ணீர் வடியக் கேட்டான் சார்லஸ்...

" உன்னை அவகிட்ட இருந்து பிரிக்கிறது என்னோட எண்ணம் இல்லைன்னு எத்தனையோ தடவை சொல்லிட்டேன்... ஆனா நீயும் அவளும் பிரியுறது தான் உன்னால செத்துப்போன அவனுக்கு கிடைக்கிற நீதியா இருக்கும் னு கடவுள் நினைக்கிறாரோ என்னவோ..." என்றான் எங்கோ பார்த்தபடி...

" தயாளன்... அவன் ஒருத்தன் மட்டும் பிறக்காமலே இருந்திருந்தா இத்தனை கஷ்டம் யாருக்குமே வந்திருக்காது..." என்று சார்லஸ் சொல்ல...

" ஆமா தயா பிறக்காம இருந்திருந்தா யாருக்கும் எந்தப் பிரச்சனையும் வந்-திருக்காது..." என்று வடிந்த கண்ணீரை மறைக்க முடியாமல் நீரஜின் தோள்களில் ஆதரவாக சாய்ந்து கொண்டான் இவன்...

" எல்லாம் முடிஞ்சிடுச்சு... போலாம் மிஸ்டர் தயாளன்..." என்றான் நீரஜ்..

" நீங்க இப்ப என்ன பேர் சொன்னீங்க..." என்று பதறியவண்ணம் தொல்காப்-பியன் கேட்க...

" போலாமா தயாளன் னு கேட்டேன் மிஸ்டர் தயாளன்..." என்றான் நீரஜ்...

" எப்படித் தெரியும் உங்களுக்கு..." கோபத்துடன் இதுநாள் வரை தொல்க்காப்-பியனாய் வாழ்ந்து வந்த தயாளன் கேட்க...

"ஜமீன் குடும்பத்து ஆட்களோட எலும்புக்கூடோட சேர்ந்து இன்னொரு எலும்-புக் கூடு இருந்தது... நீங்க தான் குற்றவாளின்னு தெரிய வந்த உடன் என்னோட உள்ளுணர்வு சொன்னதை வைச்சு உங்க DNA வையும் அந்த எலும்புக் கூடோட DNA வையும் மேட்ச் பண்ணி பார்த்தோம்... ரிசல்ட் நான் நினைச்ச மாதிரியே வந்தது...

உங்க தம்பி தயாவுக்காக நீங்க பழிவாங்குறீங்கன்னு நினைச்சி உங்களை நாங்க மறைஞ்சி இருந்து கண்காணிக்க ஆரம்பிச்சப்ப நான் ஒரு விஷயம் கவனிச்சேன்... உங்களோட இடது கையைத் தான் நீங்க அதிகமா பயன்படுத்துனீங்க...

ஹோட்டலில் ஒருத்தர் உங்ககிட்ட பிரச்சனை பண்ணும் போது அவர் உங்-களை அடிக்க வந்தப்ப இடது கையால தான் அவரைத் தடுத்தீங்க... மறுபடி

இடது கையால தான் அவனை அடிச்சீங்க... இது இடது கை பழக்கம் உள்ளவங்களுக்கு மட்டும் தான் சாத்தியம்...

தொல்காப்பியன் வலது கை பழக்கம் உள்ள ஆய்வாளர் னு ரிபோர்ட் சொல்லுது... அப்படி இருக்கும் போது நீங்க எப்படி இப்படின்னு சந்தேகம் வந்துச்சு... உங்க கைரேகையை வைச்சு தொல்காப்பியன் முதன்முதலில் டியூட்டியில் சேரும் போது எடுத்த கைரேகையுடன் ஒப்பிட்டுப் பார்த்தப்ப உண்மை புரிஞ்சது..." நீரஜ் சொல்ல திலீப் அதை ஆமோதித்தான்...

சார்லஸிற்கோ பக்கென்றானது...

ஒரு நீண்ட பெருமூச்சை வெளியிட்டவாறு, " நீங்க சொன்னது உண்மை தான்... நான் தயாளன் தான்... தயாளன் னு நினைச்சி சார்லஸ் கொன்னது என்னோட அண்ணன் தொல்காப்பியனை..." என்றவன் சார்லஸை விளங்காப் பார்வை பார்த்தான்....

"அன்னைக்கு என்னோட ப்ளான் படி தூக்க மாத்திரை கலந்த பாலை நான் தான் குடிச்சேன்... என்னைக் காப்பாத்த தொல்ஸ் முயற்சி பண்ண வேளையில் தான் தப்பா அவன் கொல்லப்பட்டான்... செத்துப் போனது தயான்னு சொல்லி ஹாஸ்பிட்டலில் இருந்த என்கிட்ட வந்து ஷாலினி அழுதப்ப எனக்கு ஒன்னுமே புரியல...

ஷாலினியால எங்க இரண்டு பேரையும் துல்லியமா அடையாளம் கண்டுபுடிக்க முடியும்... ஆனா அன்னைக்கு இருந்த டென்சனில் தயா தற்கொலை பண்ணி இருக்கிறதுக்கு வாய்ப்பு அதிகமா இருந்ததால தயா தான் செத்துட்டதா ஷாலினியோட சேர்த்து எல்லோரும் நம்பினாங்க... நான் எழுதின கடைசி கடிதம் அவங்களை அவ்வளவு உறுதியா நம்ப வைச்சது...

ஆனா தயாளனான எனக்கு தூக்க மாத்திரையால நினைவுகள் லேசா மழுங்கிப் போனதால தொல்ஸ்ஸை யாரோ கொன்னாங்கன்னு மட்டும் தான் நினைவில் இருந்தது... அது யாருன்னு தெரியல... அவனைக் கொன்னது யாருன்னு கண்டுபுடிக்க நினைச்சேன்... அதனால நான் அமைதியா இருந்துட்டேன்...

என்னால என்னோட பழக்க வழக்கங்களை அவ்வளவு சீக்கிரத்தில் மாத்திக்க முடியல... தொல்காப்பியனா நான் மாற முயற்சி பண்ணிட்டு இருந்த நேரத்தில் தயாளனோட நினைவுகள் என்னை ஆக்கிரமிக்கிறதா சொல்லி இவங்க என்னை ஹாஸ்பிட்டலுக்கு கூட்டிக்கிட்டு போனாங்க... கொஞ்ச நாள் அப்புறம் திரும்ப வந்தேன்...

தொல்ஸ்ஸை கொலை பண்ணது அவனோட வேலை செய்யுறவங்களா தான் இருப்பாங்கன்னு நம்பி தொல்ஸ்ஸிற்கு பதிலா நான் வேலைக்குப் போனேன்...

அப்ப இருந்த கவுன்சிலர் பழனிச்சாமிக்கு எதிரா ராஜாராம் கொடுத்த கம்ப்ளைண்ட் மாம்பலம் ஸ்டேசனில் சரியா விசாரிக்கப்படலன்னு மறுபடி அவர் கமிஷ-

னர் கிட்ட கம்ப்ளைண்ட் கொடுக்க அது அப்ப

எஸ்ஐ ஆ இருந்த தொல்காப்பியன் கிட்ட தான் வந்து இருக்கு...

அதை அவன் தோண்ட ஆரம்பிச்சதும் அதில் சம்பந்தப்பட்ட அத்தனை பேரும் சேர்ந்து தொல்ஸ்ஸை கொல்ல திட்டம் போட்டு இருந்திருக்காங்க...

தயாளனா நான் மாம்பலம் ஸ்டேசனில் இருந்தப்ப அவங்க என்னை ரொம்ப மோசமா பேசி நடத்தினாங்க... ஆனா அதை நான் அவ்வளவு வீம்பா எடுத்துக்கல... ஆனா என்னோட தொல்ஸ்ஸை அவங்க கொலை பண்ணி இருக்காங்கன்னு தெரிஞ்சதும் கோவம் வந்தது... எல்லாரையும் கொல்ல நினைச்சேன்...

அர்ச்சனா தானா என்னைச் சுத்தி சுத்தி வந்தா.... எப்ப ஷாலினிக்கும் இவனுக்கும் கல்யாணம் ஆச்சோ அப்பவே நான் அவளை பத்தின நினைப்பை மாத்திக்கிட்டேன்... அதனால தானோ என்னவோ அர்ச்சனா ஒரு வருஷத்துக்குள்ளேயே என் மனசை ஜெயிச்சிட்டா... நானும் அவளை உண்மையா தான் நேசிச்சேன்... அவளோட சேர முடியாதோன்னு நான் பட்ட கஷ்டம் எல்லாமே உண்மை தான்... ஆனா கொடூரமான அரக்கின்னு தெரிய வந்ததோ அப்பவே என்னோட எண்ணங்கள் மாறிடுச்சு...

ராஜாராமிற்கு மட்டும் தான் நான் தயாளன் அப்படின்னு தெரியும்... நான் ஏற்கனவே சொன்ன மாதிரி கொஞ்ச நாளுக்கு முன்னாடி தான் சார்லஸ் தான் என்னோட தொல்ஸ்ஸை கொன்னதுன்னு தெரிய வந்தது..." என்றான் தயாளன்...

30

" சார்லஸ் சொன்னது உண்மை தான் சார்... தயாங்கிற ஒருத்தன் பிறந்திருக்கவே கூடாது... தொல்ஸ்ஸை நல்லபடியா பெத்தெடுத்த எங்க அம்மா என்னை பிரசவிக்க முடியாம தான் செத்துப் போனாங்க... கடைசில என்னால தான் என்னோட தொல்காப்பியனும் செத்துப் போனான்.... நான் பிறந்திருக்கவே கூடாது சார்...

நான் காதலிச்சேன்... நான் காதலிச்சவளை காதலிச்சவன் என்னைக் கொல்ல நினைச்சேன்... இதுக்கும் தொல்ஸ்க்கும் என்ன சார் சம்பந்தம்... அவன் ஏன் சார் செத்தான்...

அன்னைக்கு என்னோட தொல்ஸ்க்கு பதில் நான் செத்துப் போய் இருந்தா இத்தனை பிரச்சனை வந்து இருக்காது... என்னோட தொல்காப்பியன் ரொம்ப நல்லவன் சார் அவனோட வாழ்க்கை இவ்வளவு சீக்கிரம் முடிஞ்சிருக்கக் கூடாது..." என்று விசும்பியவன் கண்களைத் துடைத்துக் கொண்டு...

" சார் நான் உங்ககிட்ட ஒரு உதவி கேட்கிறேன்... நான் தயாளன் அப்படிங்கிற உண்மை யாருக்கும் தெரியக் கூடாது... குறிப்பா ஷாலினிக்கு.... இறந்தது தயாளன் அப்படின்றதால தான் அவ ஓரளவாவது அந்த செய்தியை தாங்கிக்கிட்டா... ஆனா உண்மையில் இறந்தது தொல்காப்பியன்னு தெரிய வந்தா மனசு உடைஞ்சி போயிடுவா...

அவளைப் பொறுத்த வரைக்கும் தயாளன் மேல கொஞ்சம் வெறுப்பு உண்டு... ஆனா அவன் செத்ததுக்கே தான் உயிரா நினைச்ச தன்னோட புருஷனை விட்டுட்டு போயிட்டா... ஆனா தொல்காப்பியன் மேல அவளுக்கு எக்கச்சக்க பிரியமும் மரியாதையும் உண்டு... சார்லஸால உண்மையில் செத்தது அவன்னு தெரிஞ்சா அவனோட சாவுக்கு தான் தான் காரணம் னு நினைச்சி நடைபிணமா தான் வாழ்வா...

என் தொல்ஸ்ஸோட கடைசி நடவடிக்கை ஷாலினியோட கல்யாணம்... அவ சந்தோஷமா வாழனும் அப்படிங்கிறது தான் அவனோட கடைசி ஆசையா இருக்கும் அப்படின்னு நான் நம்புறேன்... அது நடக்கனும் னா இந்த உண்மை வெளியே இப்பவும் எப்பவும் தெரியக் கூடாது...

உண்மையைச் சொல்லப் போனா நான் தயாளன் அப்படின்றதை நானே மறக்க முயற்சி பண்ணிட்டு இருக்கேன்.... தொல்காப்பியன் எனக்கு வந்த சாவை அவன் வாங்கிக்கிட்டு போயிட்டான்... அதனால அவனுக்காக அவன் வாழ வேண்டிய வாழ்க்கையை நான் வாழனும்.... கடைசி மூச்சு இருக்கிற வரைக்கும் தொல்காப்பியனா வாழனும்...

ஒருத்தர் தன்னோட அடையாளத்தை எல்லாம் விட்டுட்டு இன்னொருத்தரா வாழ்றது ஒருவகையில் அவருக்கான தண்டனை மாதிரி தான்... அந்தத் தண்டனையை எனக்கு நானே கொடுத்துக்கிறேன்... சட்டப்படி கிடைக்க வேண்டிய தண்டனையை நீங்க எனக்கு வாங்கிக் கொடுங்க..." என்றான் வலியுடன் கூடிய புன்னகையுடன்...

சார்லஸ் ஏதோ சொல்ல முற்பட அவனைக் கை காட்டி, " சார்லஸ் தானா சரணடைந்ததா சொல்லி அவனுக்கான தண்டனையை குறைவா வாங்கிக் கொடுங்க... அவனும் வாழட்டும்... அதைத் தான் என்னோட தொல்ஸ்ஸீம் விரும்புவான்... அவன் வெளியே வந்ததுக்கு அப்புறம் ஷாலினி விருப்பப்பட்டா அவனோட சேர்ந்து வாழட்டும்..." என்றான் தொல்காப்பியனாக முழுதும் மாறி இருந்த தயாளன்...

" உங்க லாஜிக் கொஞ்சம் சரியில்லையோன்னு தோணுது மிஸ்டர் தயாளன் ஸ்சாரி தொல்க்காப்பியன்... உங்க ப்ரதரை கொல்ல நினைச்சதுக்காகவே அத்தனை பேரை கொன்ன நீங்க உங்க ப்ரதை கொன்னவரை மன்னிக்கிறது சரின்னு தோணுதா உங்களுக்கு..."

" ம்ம்ம்... இதுக்கு என்ன பதில் சொல்றதுன்னு எனக்குத் தெரியல... சார்லஸிற்கு தண்டனையே ஷாலினி அவனை வெறுக்கிறது தான்... இது அவனைப் பொறுத்த வரைக்கும் சாவை விட கொடியது... சோ இது போதும் னு நம்புறேன்..."

" நீங்க சொல்றீங்க அப்படிங்கிறதுக்காக மட்டும் உங்களை தொல்காப்பியன்னு சொல்லி நாங்க கோர்ட்டில் ஆஜர் பண்ண முடியாது இல்லையா???" நீரஜ் கேட்க...

" சார் நான் தொல்காப்பியன் இல்லை தயாளன்னு நீங்க நிரூபிக்கிறதுக்கு இருக்கிற ஒரே ஆதாரம் என்னோட கைரேகை மட்டும் தான்... நான் நினைச்சா என்னோட கையில் ரேகையே இல்லாம பண்ணிடுவேன்...

அப்புறம் என்ன பண்ணுவீங்க கருவிழி ஸ்கேனிங் அதில் எனக்கும் அவனுக்கும் சின்ன வித்தியாசம் கூட இருக்காது... ஏன்னா நாங்க ஒட்டிப்பிறந்த இரட்டையர்கள்... ஒரே கரு முட்டை ஒரே உயிரணு ஒன்னாகி கருவாகி அப்புறம் அது இரண்டாகி இரட்டையரா உருவானவங்க...

இதை நான் உங்களை மிரட்டுறதுக்காக சொல்லல... இப்படியும் வழி இருக்குன்னு சொல்றேன்... சோ ப்லீஸ் என்னை தொல்ஸ்ஸாவே இருக்க விடுங்க...

இதை என்னோட கடைசி ஆசையா எடுத்துக்கோங்களேன்...

என்ன பார்க்குறீங்க.... எப்படியும் நான் பார்த்து வைச்சிருக்கிற வேலைக்கு எனக்கு தூக்கு தண்டனை தான் கொடுப்பாங்க... அப்ப என்னோட கடைசி ஆசையை நிறைவேத்தி வைக்கிறது உங்க கவர்மெண்ட்டோட பொறுப்பு தானே... இதை அப்படி நினைச்சிட்டு போங்க..."

" ஆனா தற்கொலைக்கு தூண்டின கேஸிற்காக எல்லாம் தூக்கு தண்டனை கொடுக்க மாட்டாங்களே தொல்காப்பியன்... நீ என்ன திலீப் சொல்ற..." நீரஜ் கேட்க திலீப் புன்னகைத்தான்...

தயாளன் குழப்பத்துடன் அவர்களைப் பார்க்க, " என்ன பார்க்கிறீங்க... உங்க மேல நாங்க பைல் பண்ண போற கேஸ் அர்ச்சனாவை தற்கொலைக்கு தூண்டின கேஸ் மட்டும் தான்... இது பொய் கேஸ் அப்படின்னு நமக்கு மட்டும் தான் தெரியும்...

நடந்த எல்லாக் கொலைகளுக்கும் ராஜாராம் பழியை ஏத்துக்கிட்டாரு... அதுக்கான தண்டனையையும் வாங்கிக்கிட்டாரு... அப்படி இருக்கும் போது ஒரே கொலைக்காக ஏன் இரண்டு பேரு தண்டனை அனுபவிக்கனும்...

என்ன பார்க்கிறீங்க... என்னடா இவங்க இரண்டு பேரும் சட்டம் நியாயம் தர்மம் னு பேசாம இப்படிப் பேசுறாங்களேன்னு பார்க்கிறீங்களா??? எல்லா குற்றத்திற்கும் சட்டப்படி தண்டனை கொடுக்க முடியாது மிஸ்டர்...

நீங்க திட்டம் போட்டு எத்தனையோ பேரைக் கொலை பண்ணி இருக்கீங்க தான் நான் இல்லைன்னு சொல்லல... ஆனா உங்களால செத்தவங்க எல்லாரும் தியாகச் செம்மல்கள் கிடையாது...

அவங்க கொல்ல நினைச்சது உங்க கூடப் பிறந்த சகோதரரை... என்ன ஒன்னு சார்லஸ் முந்திக்கிட்டாரு... ஒருவேளை தொல்காப்பியனை சார்லஸ் கொல்லாம போய் இருந்தா அவங்க அத்தனை பேரும் சேர்ந்து அவரை கொலை பண்ணி இருக்கவும் வாய்ப்பு இருக்கு...

அவங்க கொலை பண்ணல தான்... ஆனா கொலைக்கு உடைந்தையா இருந்து இருக்காங்க... ஒட்டு மொத்தக் குடும்பம் குழந்தைங்களோட சேர்த்து மொத்தம் பதின்மூன்று பேரு... அவங்க இறந்து கிடந்த அந்த இடத்தையே என்னால பார்க்க முடியல... அப்படி இருக்கும் போது அத்தனை பேரையும் ஒன்னா பிணமாப் பார்த்த அந்த ரகுநாத்திற்கு எப்படி இருந்திருக்கும்...

இந்த உலகம் கெட்டு சீரழியுறது கெட்டது பண்ற கெட்டவங்களால மட்டும் இல்லை அதைப் பார்த்தும் பார்க்காத மாதிரி கண்ணில் திரையை போட்டு மறைச்சிக்கிட்டு வாழுற நல்லவங்களாலும் தான்...

முதன்முதலா ஒரு பொண்ணோட விருப்பம் இல்லாம அவ மேல கையை வைச்சவனை வீதியில் விட்டு அவ கையாலே சாகடிக்கிற தைரியம் இந்த சட்டத்-

துக்கோ இல்லை சாமானியனுங்களுக்கோ இருந்திருந்தா இப்ப இந்த சமுதாயத்தில் தினமும் கற்பழிப்பு செய்தி வருமா...

சரி எல்லாத்தையும் மறந்திடுங்க... உங்க மனசில் எந்த குற்றவுணர்ச்சியும் வேண்டாம்... எல்லாத்துக்கும் மேல நான் உங்களை வெளியே விடுறதுக்கு ஒரு முக்கியமான காரணம் இருக்கு... அது என்ன தெரியுமா உங்க மனசு இப்ப சுத்த-மாகிடுச்சி... அதில் இப்ப கோவம் வன்மம் வெறி எதுவுமே இல்லை... இந்த மனசு இனி உங்களை தப்பான பாதைக்கு கூட்டிக்கிட்டு போகாது....

மோர் ஓவர் உங்களுக்கு எதிரா எங்ககிட்ட எந்த ஆதாரமும் இல்லை... நீங்-களே எல்லாக் குற்றத்தையும் ஒத்துக்கிட்டாக் கூட நீங்க மனநல மருத்துவர் கிட்ட ட்ரீட்மெண்ட் எடுத்துக்கிட்டதையும் இப்ப மெண்டல் ஹெல்த் சரியில்லைன்னு நீங்க லீவில் இருக்கிறதையும் காரணம் காட்டி உங்களை நாங்க வெளியே கொண்டு வர முடியும்....

ஆனா நாம அந்த அளவுக்கு போக வேண்டாமே... இனி நீங்க தப்பு பண்ணக் கூடாது அப்படிங்கிற நிபந்தனையோட உங்களை நான் இங்க இருந்து போக அனுமதிக்கிறேன்... கோர்ட் ப்ரஸியூஜர் கொஞ்சம் இருக்கும் அதை முடிச்சிட்டு நீங்க தாராளமா போகலாம்...

நீங்க சொன்ன மாதிரி உங்க ப்ரதருக்காக நிம்மதியா வாழுங்க..." என்றான் நீரஜ்...

" இல்ல சார்... இது தப்பு... நான் இதுக்கு ஒத்துக்க மாட்டேன்... தப்பு பண்-ணவங்களுக்கு தண்டனை கிடைச்சே ஆகனும்... அது யாரா இருந்தாலும் சரி... அவங்க தப்பானவங்க தான் அதுக்காக அவங்களைக் கொன்ன நான் நல்லவனா-கிட முடியாது...

எனக்கு தண்டனை கிடைச்சா தான் என்னை மாதிரி அடுத்து யாராவது உரு-வாவதைத் தடுக்க முடியும்..."

" எங்களுக்கும் இதில் உடன்பாடு இல்லை தான் மிஸ்டர்... ஆனா நாங்க உங்களைக் கைது பண்ணி கூட்டிட்டு போனா நீங்க செய்யாத கொலைகள் எக்ஸ்-ஸாம்பிள் பாலு ராஜாராம் இவங்களோட கொலைக் கணக்கும் உங்க தலையில் தான் ஏறும்... அதுமட்டும் இல்ல காவல்துறையைச் சேர்ந்த இரண்டு பேர் ஒரே நேரத்தில் கைதானால் அது பெரிய கருப்பு புள்ளியா ஆகிடும்... அதில் எனக்கு விருப்பமில்லை..." என்றான் திலீப்...

" சார்... முதன்முதலா என்னால ஒரு உயிர் போகும் போதே நான் முடிவு பண்ணிட்டேன்... இதோட முடிவு என்னோட முடிவில் தான்னு... அப்பவே என்-னோட மனசை நான் தயார் படுத்திக்கிட்டேன்... அதனால என்னைப் பத்தி நினைச்சு தேவையில்லாம கஷ்டப்படாதீங்க... அதோட எங்க இரண்டு பேர் கைதால தப்பு பண்ணது யாரா இருந்தாலும் அவங்களுக்கு தண்டனை கிடைக்கும்

னு மக்களுக்கு நம்பிக்கை வரும்... அதனால தயங்காம உங்களோட கடமையைச் செய்ங்க..." என்றான்....

திலீப் சார்லஸைப் பார்க்க, " நான் தான் தப்பு... என்னை மன்னிச்சிடு தயா... நீ ரொம்ப நல்லவன்னு ஷாலினி என்கிட்ட சொல்லிக்கிட்டே இருப்பா... நான் தான் அதைப் புரிஞ்சிக்கல... உண்மையிலே நீ ரொம்ப நல்லவன்..." என்றான் சார்லஸ்...

" நீயும் நல்லவனா தான் இருந்த... பொஸஸிவ்னஸ் அப்படிங்கிற எண்ணம் உனக்குள்ள வராம இருந்தவரைக்கும்... எங்க ஷாலினி உன்னை விட்டுப் போயி-டுவாளோங்கிற சந்தேகம் வரும் வரைக்கும்... சந்தேகம் அப்படிங்கிற அந்த ஒன்னு தான் உன்னை இங்க கொண்டு வந்து நிறுத்தி இருக்கு...

எப்ப உனக்கும் ஷாலினிக்கும் கல்யாணம் ஆச்சோ அப்ப இருந்து எந்த காரணத்துக்காகவும் உங்களுக்கு நடுவில் நான் வரக் கூடாதுன்னு முடிவு பண்-ணிட்டேன்... அதனால இனியும் நான் வர மாட்டேன்... ரிலீஸ் ஆகி வந்ததுக்கு அப்புறம் உன்னால முடிஞ்சா அவளை சமாதானம் பண்ணிக்கோ..." என்றான் தொல்காப்பியன்...

தொல்க்காப்பியன் சார்லஸ் இருவரும் திலீப் மற்றும் நீரஜ் இருவராலும் கைது செய்யப்பட்டனர்...

" தேங்க்யூ மிஸ்டர் நீரஜ் அண்ட் திலீப்... உங்களால தான் இந்த கேஸிற்கு ஒரு முற்றுப்புள்ளி வைக்க முடிஞ்சது..." என்று மனதார பாராட்டினார் கமிஷ்-னர்...

தங்கள் இல்லம் நோக்கி கிளம்ப எத்தணித்த நீரஜ் மற்றும் திலீப்பை சுற்றிவ-ளைத்தனர் பத்திரிக்கை நிரூபர்கள்...

" சார் ப்ரைன் பாக்டீரியா அப்படின்னு பரவலா பேசிக்கிறாகளே அதைப் பத்தி உங்க கருத்து என்ன..." ஒரு நிரூபர் கேட்க...

" அது ஒரு தடை செய்யப்பட்ட ஆராய்ச்சி... ஒரு பாக்டீரியாவை மனித மூளைக்குள் செலுத்தி அதை வைச்சு அந்த மனிதனை ரிமோட்டில் இயங்குற பொம்மை மாதிரி இயக்க வைக்கிறது தான் இந்த ஆராய்ச்சி...

அரசாங்கத்தால தடை செய்யப்பட்ட இந்த ஆராய்ச்சியை வெற்றிகரமா செயல்படுத்தி இத்தனை கொடூரத்தையும் நிகழ்த்தி இருக்காங்க...

அவங்க அந்த பாக்டீரியாவை உருவாக்கின லேப்... அதுக்காக உபயோகித்த உபகரணங்கள் அத்தனையையும் நாங்க சீல் பண்ணிட்டோம்... கமிஷ்னர் முன்-னிலையில் அதுக்கான தியரி இருந்த பேப்பர்ஸ் எல்லாம் அழிக்கப்பட்டுடுச்சி...

ப்ரைன் பாக்டீரியா பத்தி தெரிஞ்சவங்க எல்லாம் செத்துட்டாங்க... தியரி பேப்-பர்ஸ் அழிஞ்சிடுச்சி... சோ இதைப் பத்தி நாம இனி பயப்படத் தேவை இல்லை..." என்று நீரஜ் சொல்லிக் கொண்டிருந்த அதே வேளையில் அர்ச்சனாவின் அறை-

யில் இரகசிய அலமாறியில் ஜமீன் வீட்டில் இருந்து எடுத்த இரத்தினக் குவியலின் இரண்டாம் பாகம், நியூரோ கில்லர் மருந்து பாட்டில்களுடன் மூடியிட்ட சோதனைக்குழாய் ஒன்றில் சிரித்துக் கொண்டிருந்தன அந்த ப்ரைன் பாக்டீரியாக்கள்...

முற்றும்....

www.ingramcontent.com/pod-product-compliance
Ingram Content Group UK Ltd.
Pitfield, Milton Keynes, MK11 3LW, UK
UKHW041826200726
13854UKWH00002BA/583